எஸ்போஸ் படைப்புகள்

மற்றும் எஸ்போஸ் பற்றியும் அவருடைய படைப்புகள் பற்றியும்

தொகுப்பு

கருணாகரன் | ப. தயாளன் | சித்தாந்தன்

வடலி

எஸ்போஸ் படைப்புகள்

சந்திரபோஸ் சுதாகர்
© ஆசிரியருக்கு

முதல் பதிப்பு: டிசம்பர் 2016

வெளியீடு: வடலி வெளியீடு
பி55, பப்பு மஸ்தான் தர்கா, லாயிட்ஸ் சாலை
சென்னை 600 005
பேச: 97892 34295
மின்னஞ்சல்: sales.vadaly@gmail.com
www.vadaly.com

விலை: ₹ 220

விற்பனை மற்றும் தொடர்புகளுக்கு
தமிழ்நாடு: +91 94442 72500
கனடா: +1-64789 63036

Esbose Padaippukal
Sandrabose Suthagar
© Author

First Published: December 2016

by Vadaly Veliyeedu
B55, Pappu Masthan Darga, Lloyds Road,
Chennai 600 005, Tamil Nadu, South India
Mobile: 97892 34295
email: sales.vadaly@gmail.com
www.vadaly.com

Price: ₹ 220

உள்ளே...

- தொகுப்புரை: கருணாகரன் 6

1. பகுதி 1: கவிதைகள் 13

2. பகுதி 2: சிறுகதைகள் 91

☐ மீட்சியற்ற நகரத்தில் செண்பகம் துப்பிய எச்சம் ☐ பாலம் ☐ நெருப்புக் காலத்தில் ஒரு துளிர் ☐ ஒரு இரவும் ஒரு காலமும் ☐ குகை

3. பகுதி 3: விமர்சனங்கள் பதிவுகள் 135

☐ றஷ்மியின் 'ஆயிரம் கிராமங்களைத் தின்ற ஆடு' கவிதைத் தொகுப்பைப் பற்றிய சிறு பதிவு ☐ கருணாகரனின் ஒரு பொழுதுக்குக் காத்திருத்தல்: கவிதைத் தொகுதி ☐ நிசப்த வெளிகளில் பூசிய நிறங்கள் பிளியப் படுகின்றன: சித்தாந்தனின் காலத்தின் புன்னகையை முன்வைத்து ☐ 'நிலம்' – ஆசிரியர் தலையங்கங்கள் ☐ சுகைதுகளுக்கும் சித்திரவதைகளுக்கும் எதிராக... ☐ சுதாகரின் நாட்குறிப்பு வடிவிலான குறிப்புகள்

4. பகுதி 4: நேர்காணல்கள் 181

☐ பேராசிரியர் கா. சிவத்தம்பி ☐ முதன்மை பெறும் பிரச்சினைகளின் கவிதை: கவிஞர் சோ. பத்மநாதன் ☐ வெள்ளொளியும் வாசுமுமாய்: எ ஸ். உமாஜிப்ரான் ☐ கிளிநொச்சி மத்திய கல்லூரி இடிபாடுகளினூடே ஒரு உதயம்

5. பகுதி 5: எஸ்போஸ் பற்றிய பிற படைப்பாளிகளின் குறிப்புகள், கட்டுரைகள் மற்றும் பதிவுகள் 213

☐ அவர்கள் அவனைச் சுட்டுக் கொன்றார்கள் – கருணாகரன் ☐ சந்திரபோஸ் சுதாகர்: மழையுள் ஒளிரும் தீ – தவ. சஜிதரன் ☐ வாழ்தலின் வலி – பிரதீபா தில்லைநாதன் ☐ துவக்குத் துளைத்த கவிதை ☐ 'அழியுண்ட கனவுகளின் அழுகைச் சகதிக்குள் போய்விழுகிறது சிறகிழந்த பறவைகளின் வாழ்வு' ☐ சூரியனைக் கவர்ந்து சென்ற மிருகம் ☐ நெருப்பின் நிழலில் சுடர்கிளரக் கிடக்கிறது எந்த வார்த்தையுமற்ற மனசு - சித்தாந்தன் ☐ முந்திரி மரத்தில் மழைத் துளிகள் – அனார் ☐ அவர்கள் ஒரு கவிஞனைக் கொன்றனர் – திருமாவளவன் ☐ எரிந்து கொண்டிருக்கும் காலத்தின் குரல் – சித்தாந்தன் ☐ மரணத்தோடு விளையாடிய குழந்தை – தீபச்செல்வன் ☐ சந்திரபோஸ் சுதாகரின் கவிதைகளை முன்வைத்து ஒரு வாசகப் பார்வை – சாங்கிருத்தியன் ☐ Self ☐ எஸ்போஸ்: வலியறியும் வார்த்தைகள் – ந. மயூரரூபன்

பதிப்புரை

இலங்கையில் 2002 - 2007 சமாதான காலம் களத்தில் போர் நடக்கவில்லையே தவிர வன்முறைகள் கொலைகள் தொடர்பான பேரச்சத்தை தோற்றுவித்து மனித உயிர்களுக்கான மதிப்பேதுமின்றி பல தரப்பும் தமது எதிரிகளை அழித்தொழிப்பதற்கே வழிசெய்தது. சொல்லக் கூடாததை சொல்லிவிடின் குரல்வளை நசிக்கப்படும் குரல் மௌனமாக்கப்படும் அச்சவுணர்வே அக் காலத்தை வரையறுக்க போதுமானது. இந்தக் காலம் பெரும் போருக்கான ஒத்திகைக் காலமாகவே இருந்தது.

2006 இல் தம் பூர்வீக நிலமிருந்து சம்பூர் மக்கள் வெளியேற்றம்; கருணா - விடுதலைப் புலிகள்/ கருணா - பிள்ளையான் உட்பிளவுகளைத் தொடர்ந்த வெருகல் படுகொலைகள்; சமாதானக் காலம் என்கிற போர்வையில் இனந்தெரியாத ஆயுததாரிகளால் பழைய போராளிகள் 'பிரச்சினைக்குரியவர்கள்' என அவரவர்க்கு பட்டவர்கள் மீது கட்டவிழ்த்து விடப்பட்டிருந்த களையெடுப்பு யுத்தம்... இவற்றைத் தொடர்ந்த எஸ்போஸ் கொலையுண்ட காலப்பகுதியில் 2002 கைச்சாத்திடப்பட்ட சமாதான உடன்படிக்கை பல தடவைகள் மீறப்பட்டு ஈற்றில் முற்றாய் முறிக்கப்படும் நிலையை வந்தடைந்திருந்தது.

தன் கையை மீறிப் போய்விட்ட அல்லது தன்னால் கட்டுப்படுத்தவியலாத அதிகாரத்தின் அச்சுறுத்தல் குறித்து ஒரு சாதாரண மனிதன் செய்யக் கூடியது என்ன? தன் சிறுவத்தை இளமையைத் தின்று துப்பிவிட்டுத் தசாப்தங்களாய்த் தொடர்ந்த யுத்தம் மற்றும் அதிகார மையங்களினால் தீர்மானிக்கப்பட்ட தன் வரலாற்றின் மனிதராய் எஸ்போஸ் தொடர்ந்து அதிகாரத்தை வெறுப்பவராகவும் கேள்வி கேட்பவராகவும் தனது பிரதிகளில் உழன்றிருக்கின்றார். இதற்காய் தான் ஒரு நாள் தண்டிக்கப்படலாம்

எனும் அச்சமும் பதைபதைப்பும் இருப்பினும் 'என்னைப் பேச விடுங்கள்' என்பதாயே அவரது குரல் ஒலித்திருக்கிறது.

ஈழப் போராட்ட வரலாற்றில் தனியே கலைஇலக்கியம் சார்ந்தவர்களாய் அன்றி சமூக விடுதலைக்கான அமைப்புகளுடன் இணைந்து அரசியல்ரீதியாகவும் தீவிரமாக சமரசமற்று இயங்கியவர்களே அகாலத்தில் மறைந்தார்கள். 'புதியதோர் உலகம்' கோவிந்தன், செல்வி போன்றவர்கள் - அவர்களது சிந்தனையும் எழுத்தும் அதிகாரங்களுக்கெதிரான ஆயுதமாகிற அபாயம் தென்பட்டபோதே அதிகாரத் தரப்புகளால் மௌனம் ஆக்கப்பட்டார்கள்.

முன்னாள் போராளியும் கவிஞரும் ஊடகவியலாளருமான எஸ்போஸ் தனது வீட்டில் அவரது 7 வயதுப் பிள்ளையின் முன்னால் சுடப்பட்டதும் வன்முறையால் ஆன வாழ்வின் துயர்மிகு குறியீடு தான். அவர் இறந்த ஒன்பது ஆண்டுகள் கடக்கின்றன... அதிகாரத்தின் முன் சாதாரண மனிதரின் குரலாக ஒலித்த எஸ்போசின் படைப்புகளை வெளியிடுவதில் வடலி பெருமையடைகிறது.

- வடலி

நன்றி

தவ. சஜிதரன், பிரதீபா தில்லைநாதன், த. அகிலன், சி. ரமேஸ், இயல்வாணன், றஸ்மி, அனார், திருமாவளவன், தானா. விஷ்ணு, சதீஸ், சியாம், சுதர்சினி, அன்ரன் அன்பழகன் ஆகியோருக்கும்

மற்றும்

வெளிச்சம், ஈழநாடு, தமிழ் உலகம், சரிநிகர், தடம், காலச்சுவடு, நிலம், ஈழநாதம், மூன்றாவது மனிதன் ஆகிய இதழ்களுக்கும்.

தொகுப்புரை

சந்திரபோஸ் சுதாகர் 1993 காலப் பகுதியில் பாடசாலையின் சக மாணவனாக எனக்கு அறிமுகமானார். அக்கராயன் மகா வித்தியாலயத்தில் தரம் பத்து மாணவனாக இருந்த போது வந்து சேர்ந்த சுதாகர், மற்றவர்களில் இருந்து வேறுபட்ட சுபாவங்களோடு, தனக்கென வகுத்துக்கொண்ட நெறிமுறைகளோடு, பாடசாலையொன்றின் வகுப்பறைக்கு இருக்கக்கூடிய ஒழுங்கமைவுக்கு ஒத்திசையாத ஒருவராக, வகுப்பறையின் மொனிற்றருக்கும் வகுப்பாசிரியருக்கும் சவால் மிகுந்த ஒரு பேர்வழியாகத்தான் அறிமுகமானார். வகுப்பறையில் இருந்த சகல மாணவர்களையும்விட சராசரி வயதில் கூடியவனாக இருந்தமையால் தானோ என்னவோ ஒரு கலகக்காரனாகவும் இருந்தார்.

பாடங்கள் நடந்துகொண்டிருக்கும் அநேக தருணங்களில் சுதாகரின் அவதானம் முழுவதும் அதிகமாக கொப்பி ஒற்றையை நீளவாக்கில் இரண்டாக மடித்து வைத்துக்கொண்டு கவிதைகளை எழுதிக்கொண்டிருப்பதில் தான் இருந்தது. அக்காலப்பகுதியில் அவர் எழுதியவை அதிகமானவை காதல் கவிதைகள். மிகச் சிறுவயதில் போராளியாக இருந்துவிட்டு அதிலிருந்து மீண்டு வந்திருந்த ஒருவருக்கு அப்படியான உணர்வு நிலைதான் இருந்திருக்க முடியுமா என்பது பல தடவைகளில் என் சிந்தனைகளில் எழுவதுண்டு.

பின்னர் உயர்தரத்துக்கு நாம் வந்தபோது சுதாகரும் கலைப்பிரிவில் கற்கத் தேர்வாகியிருந்தார். ஆயினும் அதனை ஆரம்பத்திலேயே இடைநிறுத்திவிட்டு பாடசாலையை விட்டு வெளியேறினார். பின்னர் திரு நா. யோகேந்திரநாதனின் தொடர்பு அவரை ஈழநாதம் வன்னிப் பதிப்பின் ஆசிரியர் குழுவில் இணைந்து பணியாற்றத் தூண்டியது; பணியாற்றினார்.

• •

சுதாகர் தான் இயங்கிய சமகாலத்தில் இருந்த கவிதை எழுதுநர்கள் எல்லோரைக்காட்டிலும் அதிகம் வேறுபட்டிருந்தது அவரது அதி உச்சமான வாசிப்புத்திறனாலும் புதிய சொல்லுமுறையின் பிரயோகத்தினாலும் எனலாம். சுதாகரின் பிரத்தியேக வாழ்நிலைமை முழுநேரமாக எழுத்திலும் வாசிப்பிலும் ஈடுபட வேண்டும் என்ற அவரது கனவை ஒருபோதுமே நிறைவேற்ற விட்டிருக்கவில்லை, என்றபோதும் அதற்காக பிரயத்தனங்களை மேற்கொண்டபடியேயிருந்தார். நேரம் கிடைக்கும் போதெல்லாம் அசுரவேகத்தோடு வாசிக்கவும் சூழலையும் மனிதர்களையும் அவதானிக்கவும் அவற்றை விமர்சனம் செய்யவும் செலவிட்டபடியிருந்தார்.

இதுதான் தொண்ணூறுகளில் எழுதத் தொடங்கிய படைப்பாளிகள் பலரிலிருந்து துலக்கமான அடையாளமாக சுதாகரை மேலெழச் செய்தது. மு. மேத்தா, வைரமுத்து என்ற இலகுரக கவிதை வாகனச்சாரதிகளை பின்பற்றி காதல் கவிதைகளை செலுத்தத் தொடங்கிய ஒரு முன்னாள் போராளி, எப்படி தீவிரமும் கவித்துவமும் ஆழமும் உணர்ச்சிப் பிளம்புமான கவிதைகளின் சொந்தக்காரனாகினார் என்பதற்கு இதுதான் விடையாக அமையும்.

ஏறத்தாழ நீண்ட ஐந்தாண்டுகளில் சுதாகரின் படைப்புலகும் அதற்கான மனநிலையும் புதிய கோணத்தில் பல்வேறு கலைத்துவ அனுபவங்களோடு முதிர்ச்சியடைந்தது. அவர் உறவு கொண்டிருந்த மூத்த கவிஞர்கள், பற்றுக்கோடாகக் கொண்டிருந்த தேடல், எப்போதும் கூடவே ஒட்டியிருந்த எல்லோருடனும் எல்லாவற்றுடனும் ஒத்தோடாத - சமரசம்கொள்ளாத போக்கு என்பன இவற்றுக்கான தூண்களாக இருந்திருக்கின்றன. இந்தக் குணாம்சம் மிக வேகமாக கவிதை, எழுத்து, ஊடகம் என்ற தளங்களில் மேல்நோக்கிக் கொண்டு சென்றது என்று கருதினால், அதுவே அதே வேகத்துடன் எல்லாவற்றையும் முடித்து வைக்கவும் காரணமாகின.

● ●

எஸ்போஸைப் பற்றிய சித்திரத்தை அவருடைய பால்ய நண்பர் ப. தயாளன் மேலே குறிப்பிட்டவாறு தீட்டுகிறார். தோன்றி மறையும் கணத்தில் பெரும் பிரகாசத்தை அளிக்கும் மின்னல் நம் மனதில் அதை வலுவோடு பதித்துச் சென்று விடும். அப்படி

ஒரு மின்னற் கீற்றைப்போல சட்டெனத் தோன்றி மறைந்த பெரும் ஒளிப் பிரவாகமே எஸ்போஸ். நம் காலம் (யுத்தம்) பலியெடுத்த ஒரு மகத்தான படைப்பாளி. ஊடகவியலாளர். தன்னுடைய எண்ணங்களை வெளிப்படுத்த வேண்டும் என்ற எண்ணத்தோடு இதழ்களை வெளியிட்ட இதழாளர். இந்த மாதிரி ஒரு செயற்பாட்டாளராகவே எஸ்போஸ் இயங்கினார். எஸ்போஸின் எழுத்துகளும் இயக்கமும் பல தரப்புகளுக்கும் நெருக்கடிகளை ஏற்படுத்திக் கொண்டேயிருந்தன. இதையெல்லாம் சகித்துக்கொள்ள முடியாத வன்முறையாளர்கள் எஸ்போஸைக் கொன்றனர். எஸ்போஸின் மீது நிகழ்த்தப்பட்ட இந்தப் பலி மிகக் கொடூரமானது. தன்னுடைய எட்டுவயதுப் பிள்ளையின் முன்னிலையில், இனங்காட்டாமல் வந்தோரால் ஒரு முன்னிரவில் பலியிடப்பட்டார் எஸ்போஸ். நிராயுதபாணியான நிலையில், மிகச் சாதாரணமான வாழ்க்கையை வாழ்ந்து, எழுத்தின் மூலமாகச் செயற்பட்டு வந்த ஒரு மனிதனின் மீது நிகழ்த்தப்பட்ட கொலை அது. நாமெல்லாம் வெட்கப்படும்படியாகவே நிகழ்த்தப்பட்ட பல ஆயிரக்கணக்கான பலிகளில், கொலைகளில் எஸ்போஸின் கொலையும் ஒன்றுதான். ஆனால், எந்தக் கொலையையும் எளிதிற் கடந்து செல்ல முடியாததைப் போலவே எஸ்போஸின் கொலையையும் அவருடைய நினைவுகளையும் யாராலும் எளிதிற் கடந்து செல்ல முடியவில்லை. கொலைக் காலத்தின் பிரதிநிதிகளாகவும் கொலைகளின் சாட்சிகளாகவும் கொலைகளின் நிழல்களாகவும் கொலைமரத்தின் வேர்களாகவும் கொல்லப்பட்டோரின் எலும்புக்கூடுகளாகவும் நாமிருக்கிறோம். இது மிக அவலமான ஒரு நிலை. இந்த நிலையை எப்படிக் கடந்து செல்வதென்று இன்னும் தெளிவாகவில்லை. இதைக் கடந்த சென்றுவிட முயன்றாலும் மீண்டும் மீண்டும் கொலைப்படலத்தை நோக்கியே காலப் பாம்பு பயணிக்கிறது. இந்த நிலை மேலும் நீடிக்கக் கூடாது என்பதன் அடையாளமாகவும் தவிப்பாகவுமே எஸ்போஸின் படைப்புகளை முன்வைக்கிறோம்.

மிகத் தீவிரமான படைப்பு மனநிலையையும் மிக நெருக்கடியான வாழ்க்கையையும் கொண்டலைந்த எஸ்போஸின் படைப்புகள் எதுவும் முறையாக இதுவரை நூலுருப் பெறவில்லை. முழுமையாகத் தொகுக்கப்படவும் இல்லை. எஸ்போஸின் மரணத்திற்குப் பிறகு, தன்னிடமிருந்த எஸ்போஸின் கவிதைகளை மட்டும் வைத்து அவரின் நினைவாக ஒரு நூல் அவருடைய மனைவி தமிழ்ச்செல்வி (செந்தா) யினால் வெளியிடப்பட்டது. என்றபோதும் அந்த நூலை உருவாக்க

உதவியவர்கள் அதில் பல தவறுகளுக்கு இடமளித்திருக்கிறார்கள். எஸ்போஸ் எழுதிய கவிதைகளைத் தவறாகவும் அவர் எழுதாத கவிதைகளை அவருடைய கவிதைகள் என்றும் அவற்றில் சேர்த்துவிட்டனர்.

1994 இல் எழுதத் தொடங்கிய எஸ்போஸ் 2007 இல் படுகொலை செய்யப்படும்வரை பல இதழ்களிலும் எழுதினார். பல இதழ்களில் வேலை செய்தார். வேலை செய்த இடங்களில் ஏற்பட்ட நிர்வாக நடைமுறைகளை விமர்சித்தும் கண்டித்தும் அந்த நிர்வாகங்களில் அதிகாரம் செய்தவர்களின் மனநிலையை எதிர்த்தும் தனிப்பட்ட கடிதங்கள் பலவற்றை எழுதினார் எஸ்போஸ். சில கடிதங்கள் மிக முக்கியமானவையாக இருந்தன. அவை அவருக்கும் அவர் பணியாற்றிய நிர்வாகத்துக்கும் இடையிலான தனிப்பட்ட விவகாரங்களுடன் முடிந்துவிடக் கூடியன அல்ல. உழைக்கின்ற - நம்பிக்கையோடு இயங்குகின்ற - மனிதர்களின் மீது அதிகாரத்தைச் செலுத்தி மனிதாபிமானத்தை நிராகரிக்கின்ற போக்கின் மீதான கடுமையான விமர்சனங்களும் எதிர்ப்புக் குரலுமே. அவற்றையெல்லாம் மீளப் பெற முடியவில்லை. இதைப்போல தன்னுடைய நெருங்கிய நண்பர்களுக்கு உணர்ச்சிபொங்கப் பல விடயங்களைப் பற்றியும் விவாதிக்கும் வகையில் நிறையக் கடிதங்களை எழுதியிருக்கிறார் எஸ்போஸ். அவற்றையும் எங்களால் பெற முடியவில்லை. எங்கள் கைவசம் இருந்த கடிதங்களையும் இழந்துவிட்டோம். யுத்தம் அவரைப் பலிகொண்டதைப் போல, எங்களிடமிருந்த சேகரிப்புகளையும் அழித்துவிட்டது. எஸ்போஸின் மரணத்திற்குப் பிறகு, அவருடைய படைப்புகளை முழுமையாகத் தொகுக்க வேண்டும் என்ற எண்ணம் பல நண்பர்களுக்கும் இருந்தது.

ஆனாலும் அதற்கான உடனடிச் சாத்தியங்கள் இருக்கவில்லை. யுத்த நெருக்கடிகள் பலரையும் துண்டு துண்டாகப் பிரித்து வைத்திருந்தன. எதையும் நிதானமாகச் செய்ய முடியாத நெருக்கடிச் சூழல், தொடர்பாடற் பிரச்சினைகள் என சாத்தியமற்ற நிலைமையே நீடித்தது. இருந்தாலும் 2008 ஆம் ஆண்டு முழுத் தொகுப்புத் திட்டத்தோடு ஒரு முயற்சியை எடுத்தோம். இதற்கு தன்னிடமிருந்த எஸ்போஸின் கவிதைகளையும் தன்னால் தேடித்தரக் கூடிய எஸ்போஸின் பிற படைப்புகளையும் அனுப்பி தவ. சஜிதரன் கூடுதலான ஒத்துழைப்பை வழங்கினார். வேறு சில நண்பர்களும் தங்களால் முடிந்த அளவுக்கு ஒத்துழைத்தனர்.

எங்களிடம் எஸ்போஸின் கையெழுத்துப் பிரதிகளாக இருந்த படைப்புகளையும் நாம் சேகரித்து வைத்துக் கொண்ட அவருடைய பிற எழுத்துகளையும் எடுத்துக் கொண்டோம். தயாளன் அவற்றைக் கணினியில் பதிவேற்றினார். ஏறக்குறைய ஒரு நூல் வடிவத்திற்கு அதைத் தயார்ப்படுத்தினோம். அது ஒரு முழுமையான வடிவம் இல்லை என்றாலும் கணிசமான படைப்புகள் அதிலிருந்தன. இருந்தும் வன்னியின் இறுதிப் போர்ச் சூழல் அதை நூலாக்குவதற்கு இடமளிக்கவில்லை. போதாக்குறைக்கு கிளிநொச்சியிலிருந்து நாங்கள் இடம் பெயர்ந்ததோடு சேகரிப்பிலிருந்த எல்லாவற்றையும் இழக்கவும் வைத்தது. ஆனாலும் கணினியில் பதித்து வைத்திருந்ததை நினைவுப் பதியனில் எடுத்துச் சென்று சித்தாந்தனிடம் கொடுத்து வைத்தோம். இதேவேளை எஸ்போஸின் படைப்புகளைத் தேடி வவுனியாவில் அவர் இருந்த வீட்டுக்குச் சென்று அங்கேயிருந்த அவருடைய கையெழுத்துப் பிரதிகளையும் அவருடைய துணைவி வெளியிட்டிருந்த நூலையும் எடுத்து வந்திருந்தார் சித்தாந்தன். மேலதிக தகவல்களைப் பெற முடியவில்லை. எஸ்போஸின் கொலையை அடுத்து அவருடைய மனைவியும் பிள்ளைகளும் புலம்பெயர்ந்து சென்று விட்டனர். இடையிடையே அவர்களுடன் பேசிக் கொண்டாலும் தொகுப்புக்குரிய படைப்புகள் எதையும் பெறக் கூடியதாக இருக்கவில்லை. இதற்கிடையில் நான்கு ஆண்டுகள் ஓடிவிட்டன. ஆனாலும் எஸ்போஸின் கவிதைகளை வெளியிட வேண்டும் என்று பல நண்பர்களும் பேசி வந்தனர் ‘வடலி’ தொகுப்பை வெளியிடுவதற்கு முன் வந்தது. அகிலன் இது தொடர்பாக தொடர்ந்து வலியுறுத்தி வந்தார். எனினும் இப்போதே அது சாத்தியமாகியிருக்கிறது.

இத்தனை கால தாமதத்திற்குப் பிறகு வரும் இந்தத் தொகுப்புக்கூட எஸ்போஸின் முழுமையான படைப்புகளை உள்ளடக்கியதல்ல. இதில் சில விடுபடுதல்கள் உண்டு. எஸ்போஸ் எழுதிய எல்லாப் படைப்புகளையும் தேடிச் சேர்த்து முழுமைப்படுத்திய தொகுப்பாகக் கொண்டு வரவேண்டும் என்ற நோக்கில் கடுமையாக முயற்சித்தோம். ஏறக்குறைய இரண்டு ஆண்டுகள் இந்த முயற்சியில் இடையறாது இயங்கியிருந்தோம். பல நண்பர்களுக்கும் இதைக் குறித்து தனிப்பட்டரீதியிலும் முகப்புத்தகம், பத்திரிகைகள், இதழ்கள் எனப் பொது ஊடகங்களின் மூலமும் அறிவித்திருந்தோம். இந்த அறிவிப்பிற்கிணங்க மீண்டும் தவ. சஜிதரன், அனார், பிரதீபா தில்லைநாதன் போன்றோர் முழுமையாக, இந்த முயற்சிக்கு

ஒத்துழைத்தனர். சி. ரமேஸ் எஸ்போஸின் படைப்புகளை நினைவுபடுத்தித் தேடித் தந்தார். எனினும் முழுமையான அளவில் எல்லாப் படைப்புகளையும் பெற்றுக்கொள்ள முடியவில்லை. வன்னி ஈழநாதம் பத்திரிகையில் சுதாகர் வேலை செய்த நாட்களில் அதில் தொடர்ச்சியாக எழுதியிருக்கிறார். அந்தப் பத்திரிகையைப் பெற்றுக்கொள்ள முடியவில்லை. அதைப்போல வன்னியில் வெளியான ஈழநாடு இதழிலும் சுதாகர் பணியாற்றிய பொழுது பல பெயர்களில் எழுதியிருக்கிறார். அந்த இதழ்களையும் எடுக்கமுடியாமற் போய்விட்டது. அவற்றையெல்லாம் தேடி எடுக்க மேலும் கால தாமதமாகலாம் என்று படுகிறது. எனவே இந்த நிலையில் இத்துடன் இந்தத் தேடும் பணியை முடித்துக் கொண்டு, இந்தத் தொகுப்பை வெளிக்கொண்டு வரத் தீர்மானித்துள்ளோம்.

எஸ்போஸின் வாழ்வைப்போல அவர் எழுதியவற்றின் பிரதிகளும் அதிக சிக்கல்களையும் புரியாமைகளையும் கொண்டவை. சில கவிதைகள் பிரசுரமாகியிருந்தபோதும் மீண்டும் அவற்றைத் திருத்திச் செம்மையாக்கியிருக்கிறார் எஸ்போஸ். இப்படிச் செய்தவற்றில் எந்தப் பிரதியைத் தேர்ந்து கொள்வது என்ற குழப்பங்கள் ஏற்பட்டன. பொருத்தப்பாடு கருதி சில பிரதிகளை அவருடைய திருத்தத்தின் படி ஏற்றிருக்கிறோம். சில உள்ளவாறே விடப்பட்டுள்ளன. மேலும் குறைபாடுகள் ஏதேனும் இருந்தால் அடுத்துவரும் பதிப்புகளில் அவற்றைத் திருத்திக் கொள்ளலாம். இதைத் தவிர வேறு வழியுமில்லை. இந்தத் தொகுப்பு ஐந்து பகுதிகளைக் கொண்டுள்ளது. எஸ்போஸின் கவிதைகள், சிறுகதைகள், மதிப்பீட்டுரைகள் மற்றும் பதிவுகள், குறிப்புகள் ஆகியவற்றுடன் அவர் மேற்கொண்ட நேர்காணல்களையும் எஸ்போஸைப் பற்றியும் அவருடைய படைப்புகளைப் பற்றியும் ஏனையவர்கள் முன்வைத்த கருத்துகள், விமர்சனங்களையும் கொண்டதாக அமைந்துள்ளது. எஸ்போஸின் இன்னொரு நண்பரான றஸ்மி இந்தத் தொகுதிக்கான அட்டையை தோழமையோடு வடிவமைத்துத் தந்திருக்கிறார். இந்த நூலின் உருவாக்கத்திற்கும் இதனுடைய வருகைக்கும் பங்களித்து உதவிய அனைவருக்கும் நன்றி.

கருணாகரன்

தொகுப்பாளர்கள் சார்பாக

16.04.2007 இரவு 'எஸ்போஸ்' எனப்படும் சந்திரபோஸ் சுதாகர் இனந்தெரியாத ஆயுததாரிகளால் வவுனியாவில் அவரது வீட்டில் வைத்துச் சுட்டுக் கொல்லப்பட்டார். எஸ்போஸ் கவிஞராகவும் பத்திரிகையாளராகவும் இலக்கியவாதியாகவும் அறியப்பட்டவர். கவிதைகளுடன், சிறுகதைகளையும் விமர்சனக் கட்டுரைகளையும் எழுதியுள்ளார். புத்தக வடிவமைப்பிலும் ஈடுபட்டு வந்தார்.

ஈழநாதம், வெளிச்சம், ஈழநாடு, நிலம், காலச்சுவடு, வீரகேசரி, சரிநிகர், மூன்றாவது மனிதன், தமிழ் உலகம், இன்னொரு காலடி, ஆதாரம், தடம் ஆகிய இதழ்களில் சுதாகரின் படைப்புகள் வந்திருக்கின்றன. வெளிச்சம், ஆதாரம் ஆகிய இதழ்களிலும் ஈழநாதம், ஈழநாடு, வீரகேசரி ஆகிய பத்திரிகைகளிலும் எஸ்போஸ் பணியாற்றியிருக்கிறார்.

'நிலம்' என்ற கவிதைக்கான இதழை ஆசிரியராக இருந்து வெளியிட்டார். மூன்று இதழ்கள் வெளியிடப் பட்டன. லண்டனிலிருந்து வெளியிடப்பட்ட 'தமிழ் உலகம்' என்ற இதழிற்கு ஆசிரியராக இருந்து கொழும்பில் வைத்து அதைத் தயாரித்து வழங்கினார். சந்திரபோஸ் சுதாகர் என்ற தன்னுடைய பெயரிலேயே ஆரம்பத்தில் எழுதி வந்து, பின்னாளில், எஸ்போஸ், போஸ் நிஹாலே, போசு என்ற பெயர்களிலும் எழுதியிருக்கிறார்.

இரண்டு பிள்ளைகளின் தந்தையான சந்திரபோஸ் சுதாகர் பளையில் 1975 இல் பிறந்தார். பிறகு கிளிநொச்சி அக்கராயன்குளம் மகா வித்தியாலயத்தில் படித்தார். தந்தை பளை முகமாலையைச் சேர்ந்தவர். தாய் நெடுந்தீவில் பிறந்தவர். தாய் அக்கராயன் பொது மருத்துவ மனையில் தாதியாகப் பணியாற்றியபடியால் அங்கேயே குடும்பத்தினர் குடியேறியிருந்தனர்.

பகுதி 1

கவிதைகள்

சுயம்

என்னைப் பேச விடுங்கள்
உங்களின் கூக்குரல்களால்
எனது காயங்கள் ஆழமாகக் கிழிக்கப்படுகின்றன.

எனது குரல் உங்களின் பாதச் சுவடுகளின் ஒலியில்
அமுங்கிச் சிதைகிறது
வேண்டாம்.
நான் என்னைப் போலவே இருக்க விரும்புகிறேன்
எப்போதும்.

வானத்திலிருந்து நட்சத்திரங்கள்
சிதறி உடைகின்றன,
நீங்கள் கூச்சலிடுகின்றீர்கள்.
மண்ணிலிருந்து விதைகள் பீறிடுகின்றன
நீங்கள் மீண்டும் மீண்டும் சந்நதம் கொள்கிறீர்கள்
உங்களுக்காக நான் வெட்கித் தலைகுனிகிறேன்
சில கணங்களோடும்
யாருக்காவது அனுமதியளியுங்கள்
அவர்களின் தொண்டைக் குழியிலிருந்து அல்லது
மனசின் ஆழத்திலிருந்து எழும் சில கேள்விகளை
அழுத்திக் கேட்கவும் பேசித் தீர்க்கவும்

எனது உடைந்த குரலில்
நானும் பாட விரும்புகிறேன்
அன்பு நிறைந்த துயரப் பாடல்களை

அக். – டிச. 1999

இன்னும் சேகரிக்கப்படாத புறாவின் சிறகுகளும் தெருவின் நிழலில் கரையும் நாங்களும்

வாழ்வின் எல்லா இழைகளையும் அறுத்து
தெருவில் இறக்கிவிட்டது காலம்
முழு இரவையும் ஒரு புள்ளியாக்கி
முகத்தில் அறைந்துபோயிற்று புயலாய்.
எனதன்பே
காலத்தின் குரூரப் பற்களிடையிலிருந்து
உனது இருதயத்தைக் காத்துக்கொள்ள உனக்கிருக்கும்
தருணத்தைக் கொண்டு
நீ போய்விடு.

இருளின் புள்ளியில் முடிவற்றுச் சுழலும் எனது வாழ்வின்
நிழலில்
நட்சத்திரச் சிறுதுண்டாயினும்
பட்டொளிர முடியாதிருப்பதாகவும்
என் மனமிடை படர்ந்த துயரின் வேர்களில்
ஒரு புள்ளி நீர்தானும் விட்டகல முடியாதிருப்பதாயும்
நீ வருத்தமுறக் கூடும் - அல்லது நான் அவ்வாறு நினைக்கின்றேன்
எனக்கு நம்பிக்கையிருக்கிறது:

காலத்தின் முன்னே வலுவிழந்து கிடக்கும் எனது விரல்களை
ஒளிரும் ஒரு தீக்குச்சியைப் போல
நீ எப்போதாவது கண்டெடுப்பாய்:
தெருவின் அலைவிலும் பசித் துயரிலும்
இன்னும் எரிந்துவிடாதிருக்கும் அந்த நம்பிக்கையைக் காத்தபடி
எனதன்பே
நீ போய்விடு.

எமது கனவுகள் கதியற்றலையும் காடுகளையும்
இந்த தெருக்களையும் விடுத்து
யுக நெருப்பின் சாம்பலிடை கிடக்கும்
அந்தப் பறவையை நோக்கி.

நவ. – டிச. 2000

புத்தகம் மீதான எனது வாழ்வு

கொஞ்சம் புத்தகங்களோடு தொடங்கியது வாழ்க்கை
புத்தகங்களின் சொற்களில் சோறு இல்லை என்பதே
பிரச்சினையாயிற்று வாழ்க்கை முழுக்க,
யாரும் நம்பவில்லை தமது வாழ்க்கை
புத்தகங்களோடுதான் தொடங்கியதென்பதை
அவர்களே அப்படி நம்ப
யாரையும் அனுமதிக்கவில்லை.

புத்தகங்களில் சோறு இல்லை
புத்தகங்களில் துணி இல்லை
அணிவதற்கு தங்க ஆபரணங்கள் தானும் இல்லை
புத்தகங்களே பிரச்சினையாயிற்று வாழ்க்கை முழுக்க.

நான் புத்தகங்களோடு வாழ்கிறேன் என்பதையும்
புத்தகங்களில் தூங்குகிறேன் என்பதனையும்
இதயம் சிதையும் துயரின் ஒலியை
புத்தகங்கள் தின்னுகின்றன என்பதனையும்
ஓ கடவுளே! யாரும் அதை நம்பவில்லை
என்னையும் அனுமதிக்கவில்லை

புறாக்கள் வாழ்ந்த கூரைகளில்
உதிர்ந்து கிடக்கின்றன வெண் சிறகுகள்.

தலைப்பிட முடியாத கவிதை

வீணை
எனது காலமாய் எப்போதுமே என்னோடு பயணம் கொள்ளவில்லை எனினும்
அதனோடு நான் வாழ்ந்தேன்.
வசீகரமிக்க ஒலியில் வீணை தவழ்ந்த போதும்
நான், என்னை ஒரு வயோதிகனாய் உணராதிருந்தபோதும்
இருள் பற்றிய அச்சம் எனது மண்டையைச் சூடாக்காதிருந்தபோதும்
எல்லோராலும் எழுதப்பட்ட கவிதைகளில்
அவற்றில் வீசிய யுத்தத்தின் கொடிய வீச்சத்தை
என்னால் உணரமுடியாதிருந்த போதும்
ஓ கடவுளே !
வீணை எனது காலமாய் எப்போதுமே என்னோடு
பயணம் கொள்ளாத போதும்
அதன் ஒலியில் நான் வாழ்ந்தேன்.

நேற்று
நானொரு வயோதிகனாய் உணர்ந்தேன்
இருள் பற்றிய அச்சத்தால் நரம்புகள் நடுங்குகின்றன.
போர் மிக்க நாள்களில் நான் எழுதிய கவிதைகளில்
எலும்புகள் மணக்கின்றன, மனித ஒலிகளும் நரம்புகளும் கூட
ஓ கடவுளே !
நான் தோற்றுவிட்டேன்
வீணையின் கடைசி ஒலியும் தேய்ந்துவிட்டது காற்றில்
தேய்ந்தழிந்த நிலவைத் தவிர எதுவுமே இருக்கவில்லை அதில்
பிறகு, ஒவ்வொரு நாளும்
சூரியனால் விடிந்தெனினும் அதில் இருண்டு நீண்டிருக்கிறது ஒரு கவிதை.

தெருவிற் தொலைந்த நிரபராதிகளின் மீட்கவியலாப் பாடல்

மீந்திருந்த எல்லாச் சொற்களையும்
அவர்களை நோக்கி வீசியாயிற்று
அவர்கள்
சிலுவையில் எழுதிய உனது முகம் பற்றிய கதைகளை
அவற்றில் தேடுகிறார்கள்
எக்காலத்திலும் திரும்பி வராத அச்சொற்கள்
நீ ஒரு பறவையைப் போலிருந்தாய் என்பதைத் தவிர
வேறெதையும் கொண்டிருக்கவில்லை.

உன்னால் நேசிக்கப்பட்ட
நூற்றுக்கணக்கான கவிதைகளின் காதல் ததும்பும் வார்த்தைகளை
நான் வைத்திருந்தேன்
குடிமயக்கத்திலும்
சிகரட் புகை நாற்றத்திலும்
நீ எங்களோடிருந்ததற்கான அடையாளங்களை
நான் வைத்திருந்தேன் நான் வைத்திருந்தேன்
அவர்களோ அவற்றில் மின் கம்பிகளைச் செருகினார்கள்
எல்லாம் முடிந்த பாழ் மௌனத்தில் விசமுட்களை ஏற்றினார்கள்
அவ்வாறு நடக்காதென நானிருந்த கணத்தில்
பார்வையைப் பிடுங்கி
இந்தப் பிரபஞ்சவெளியில் ஒலியெழ வீசியதை நான் உணர்ந்தேன்

குயில் தனது பாடலை பாலைவனங்களுக்கப்பால்
எடுத்துச் சென்று விட்டது
அவர்களோ
எமது வாழ்வு பற்றிய அடையாளங்களனைத்தையும் கடலுக்கப்பால்
யாருக்கும் தெரியாத உவர்க்காடுகளில் புதைத்துவிட்டார்கள்
நான் உணர்கிறேன்
நீயோ நானோ
எமது தாய்களின் கலைந்த கேஷத்தையும்
கலங்கித் ததும்பும் விழிகளையும்
அவர்களின் உள்விசும்பும் மன ஒலிகளையும்
இனி எப்போதுமே கேட்கவோ பார்க்கவோ போவதில்லை
சிறைக் கதவின் துவாரங்களுக்கு வெளியே

உறவு

நாங்கள் சந்தித்துக் கொண்ட கடைசி இரவில்கூட
உன் முகவரி பற்றி நீ பேசவில்லை.
இரவில் மௌனங்களை கிழித்தெறியும்
பீரங்கி வேட்டொலி பற்றியும்
அகதி வாழ்க்கை பற்றியும்
கோரச் சாவு பற்றியும்
சுதந்திரம் பற்றியுமாக
எங்கள் பேச்சு நீண்டது.
உனக்கு வார்த்தைகளில் நம்பிக்கையிருப்பதில்லை
என்று கூறிக் கொண்டாய்.

எனக்கு எதுவுமே சொல்லத் தோன்றவில்லை.

உன்னைப்போலவே
என்னிடம் இரு கைகள் இருக்கின்றன.

நெடு நேரமாக தனிமையாயிருந்தோம்
நாங்களிருவரும்.
உறவுகள் பற்றியும் முகவரி பற்றியும்
கேட்கத் தோன்றி சிதைந்து போயின
எண்ணங்கள் எப்போதும் போலவே

கடந்த இரவுகளில் விழித்திருந்த களைப்பில்
விழிகள் செருக
எங்கோ தொலைந்து போனேன்.
எதிர்கால வாழ்வின் நிஜங்கள்
நீண்ட பற்களை வெளிநீட்டியபடி
கோரத் தோற்றத்தோடு
கனவுகளாய் வந்து போயின.
என் விழிப்பின்போது
உனக்கான இடம் காலியாயிருந்தது.
இனி எப்போதாவது
எங்காவது உன்னைச் சந்திக்கலாம் நான்
எந்த ரூபத்திலும்.

29.01.1997

நீல நதிகளை ஒத்த எனது
(எரிந்து முடிந்து விட்ட) காலத்தின் துகள்களில்
ரிஷிகளின் மந்திரங்கள் ஒலிக்(கின்றன)கத் தொடங்கின.
நிகழ்காலங்களின் ஒவ்வொரு நிமிடங்களையும்
எதிர்காலத்தையும்
ரிஷிகள் தமது மந்திரத்தால் துளைக்கிறார்கள்
முடிவற்று அதிரும் அவ்வொலி பூக்களும் வானவில்லும் மனிதர்களும்
நிறைந்த சதுக்கங்களிலிருந்து வான்நோக்கி உதறி எறிகிறது.
எல்லாமே உயிரின் குரல்கள்.

எனது முப்பாட்டன் காலத்துப் பழங்குரல்கள்
பூ மண்டலமெங்கும் வியாபித்திருக்கின்றன.
எனது காதலிக்காக நான் பாடிய குரல்
எனது குழந்தைகளுக்காக நான் பாடிய குரல்
சாவின் போது நான் பாடிய குரல்
இனி எனது மரணத்திற்காக எல்லோரும்
பாடப் போகிற குரல்.

ரிஷிகளின் மந்திரங்களை நசித்து சிதைத்து
எரிந்து முடிந்துவிட்ட காலத்தின் துகள்களிலிருந்து
எனது குரல் ஓங்கி ஒலிக்கிறது.
சதுக்களின் ஆழ ஆழத்தில்
ரிஷிகளின் நீவி விடப்பட்ட
நெற்றி வகிட்டிலிருந்து வியர்வைத்துளிகள்
கொதி நீராகி எங்கும் பொழிகின்றன.
ரிஷிகள் வெந்தழிந்தார்கள்.
மந்திரங்கள் உடைந்து சிதறின.
எனது குரல்;
முப்பாட்டன் காலத்து குரல்;
பூ மண்டலமெங்கும் வியாபிக்கிறது.

27.04.1998

சித்திரவதைக்குப் பின்னான வாக்கு மூலம்

உன்னை அவர்கள் கைது செய்து
எங்கோ கொண்டு சென்று விட்டார்கள்
எனது குழந்தைக்குப் பிடித்தமான
உனது சேட் கொலரின் மடமடப்புச் சத்தம்
இன்னும் அவனது விரலிடுக்குகளில்
கேட்டுக்கொண்டேயிருக்கிறது.
அவர்கள் வாகனங்களோடு
நட்சத்திரங்களோ, ஆட்காட்டிகள் இல்லாத இரவையும்
சூரியனை மறைக்கவும் கூடிய ராட்சத சிறகொன்றையும் கொண்டு
வந்திருந்தார்கள்.

அது இன்னும் மிக நீண்ட காலத்தின் பின்னும்
எனது குழந்தையின் கண்களில்
எங்களுடனேயே தங்கியிருக்கிறது
அவர்களால் உன்னைத் தலைகீழாக தொங்கவிடவும்
நீண்ட கூரிய ஆயுதங்களால் தாக்கவும்
கொல்லவுங்கூட முடியும்.
அவர்கள் பற்றிய உனது கணிப்பீட்டை
அவர்களின் துப்பாக்கிக் குழல்களும்
சப்பாத்துகளில் பூசப்பட்ட குருதியும்
நிரூபித்து விட்டது... நிரூபித்து விட்டது.
நம்பிக்கை கொள்
நீ பேசாதிருக்கும் வரை உண்மையில் நீ பேசாதிருக்கும் வரை

அவர்கள் தோற்றுப் போவார்கள் நிரந்தரமாகவே
சிறைக் கம்பியிடுக்குகளின் வழி
ரோஜாப் பூக்களின் வாசனையும்
வண்ணத்துப் பூச்சிகளின் சிறகுகளும்
உன்னை எப்போதும் வந்தடையாதெனினும்
நம்பிக்கை கொள்
நீ பேசாதிருக்கும் வரை
அவர்கள் தோற்றுப் போவார்கள்.
நிரந்தரமாகவே.

சரிநிகர் ஏப்ரல் 29 – மே 12, 1999

சிலுவைச் சரித்திரம்

அதிகாரத்தைச் சிலுவையிலறைவதா
அதிகாரத்திற்கெதிரான நமது இருதயங்களைச்
சிலுவையில் அறைவதா ?

சிலுவையில் பறந்தபடியிருக்கும் தேவதைகளையும்
சிறு குழந்தைகளையும் நான் கண்டேன்.
சிலுவையில் குருதி ஒழுகும் வெள்ளாட்டின் உடலை நான் கண்டேன்

சிறகுகள், குருதி ஒழுகும் சிறகுகள்.
ஆணிகள், குருதி ஒழுகும் ஆணிகள்.

அது பற்றி என்ன இருக்கிறது ?
எனது ஒரு அடையாளம்
நான் யாரைக் குறித்து இருக்கிறேன் என்பது.

சிலுவை, துயரங்களின் குறியீடாயிற்று
மதங்களின் குறியீடாயிற்று
வாழ்தலின் குறியீடாயிற்று
அது சந்தோசத்தின் குறியீடாய்
எப்போதும் இருந்ததேயில்லை.

எனினுமென்ன
எனது ஒரு அடையாளம்
ஒரே அடையாளம்
நான் யாரைக் குறித்து இருக்கிறேன் என்பது.

தமிழ் உலகம், ஓகஸ்ட் 2005

கனவுகளின் அழுகையொலி

மரணம் தூங்கும் சுவர்களில்
இன்னும் விழித்துக்கொண்டிருக்கிறது
காலப்பேய் நிழல்

அந்தரத்தில் உதிர்ந்துபோகும் சிறகுகள் பற்றிய துயரத்தை
இடிபாடுகளுக்கு மேலாய் பாடிப் போகின்றன பறவைகள்:
நாட்செல்ல நாட்செல்ல
மரங்களில் எழுதப்பட்ட அவற்றின் வாழ்வு
சாம்பல் பூத்து சாம்பல் பூத்து நிழலழிந்து போகிறது
பறவைகள் கலைந்து போகின்றன கூடுகளை விட்டு

பிணமெரிந்து புகையாய் நிலமெங்கும் படர்கிறது
காலத்தின் பேய் நிழல்.
நந்தவனங்களுக்கு மேலாய் பறந்து போகின்றன வெளவால்கள்.
கனிகளைப் புசித்துப் புசித்து
சாபத்தின் விதைகளை பறவைகளின் சிறகுகளில் வீசிச்செல்கின்றன.

வெறுமையும் சாவின் அமைதியும் மிகப் பழைய கூடுகளில் உறைகிறது
அதே துயரம்
அதே வலிகள்.

பறவைகள் வாழ்ந்த கொடிகளின்
வனப்பும் வாசமும்
நள்ளிராக் கருமையில் வழிதவறிப் போயிற்று

இருள் தந்த மகிழ்ச்சியின் வெறியில்
ஆடைகளை அவிழ்த்தெறிந்து நிர்வாணிகளாயின வெளவால்கள்
அழியுண்ட கனவுகளின் அழுகைச் சகதிக்குள் போய்விழுகிறது
சிறகிழந்த பறவைகளின் வாழ்வு.

மூன்றாவது மனிதன், ஜனவரி – மார்ச் 2001

கடவுளைத் தின்ற நாள் மற்றும் ஒரு நாட்குறிப்பு

மழைக் காலம் தொடங்கிவிட்டது.
ஈசல்கள் பறக்கின்றன நண்பர்களே
இருளுக்குள் பதுங்கியிருந்த அவற்றின் சிறகுகள்
இன்னும் ஒளி வீசிக் கொண்டிருக்கும்
எமது கண்களை நோக்கி வருகின்றன.
ஈசல்கள் தம்
இறக்கைகளால் எமது கண்களை குத்திக் கிழிக்கின்றன.

காற்று எதன் நிமித்தம் ஸ்தம்பித்துவிட்டது ?
தவளைகள் ஏன் ஒலியெழுப்பவில்லை ?
ஒளியற்ற இந்த இரவினுள்
சித்திரவதைகளினால் எழும் கூக்குரல்கள்
மூழ்கடிக்கப்பட்டு விட்டன

தலைகீழாகத் தொங்கும் எமது உடல்களின் கண்களில்
ஈசல்கள் ஊர்கின்றன.
முன்பு, நாம் சிறைப்பட முன்பிருந்த ஒரு காலத்தில்
தேவாலயங்களில்
கடவுளின் இரத்தத்தைக் குடித்தோம்.
அவர்தம் சரீரத்தைப் புசித்தோம்.
எவ்வளவு சந்தோசமானது
கடவுளை நாங்கள் புசிந்த அந்த நாள்
எனினும் கடவுளர் பிறந்து விடுகின்றனர் சடுதியில்.

நண்பர்களே
சிறைக் கம்பிகளைக் காணாத எனது நண்பர்களே
மழைக் காலம் தொடங்கிவிட்டது.
கடவுள் நம்மைத் தண்டித்து விட்டதாக நீங்கள் சொல்வீர்கள்.
நாம் என்ன செய்ய
அவர்களே எம்மைப் பணித்தனர்
இரத்தத்தைக் குடிக்குமாறும்
சரீரத்தைப் புசிக்குமாறும்.

இன்றோ இரத்தத்தை குடித்ததன் பேரிலும்
சரீரத்தைப் புசித்ததன் பேரிலும்
அள்ளிச் செல்லப்பட்டுவிட்டது எமது வாழ்வு.

நீங்களே உணர்வீர்கள்.
அவர்களின் அந்நிய மொழிக்குள் வாழக் கிடைக்காத
உங்களது வாழ்க்கை பூக்களால் ஆனதென
முன்வினைச் செயலும்
கடவுளரின் மீதான அதீத நம்பிக்கையும்
உங்களைக் காப்பாற்றிவிட்டதென.

அதன் நிமித்தம்
குருதிச் சிதறல்களும்
கைதிகளின் சுய வாழ்க்கை குறிப்புகளும்
காதலிகளையும்
பெற்றோர்களையும்
மனைவியரையும்
பிள்ளைகளையும்
எழுதிய சொற்களால் நிறைந்த
உயர்ந்த மிகப் பழஞ் சுவர்களையுடைய
ஈசல்கள் வாழும் பாழடைந்த சிறைகளிலிருந்தும்
நீங்கள் தப்பிவிட்டீர்கள்.

எனினும் நாம் காண்கின்றோம்
இரவை அள்ளிச் செல்லும்
எமது ஓலத்தின் அடியிலிருந்து
நீங்கள் கடவுளரின் இரத்தத்தைக் குடிக்கவும்
அவர்தம் சரீரத்தை புசிக்கவும்
ஆன ஒரு நாளை

ஈசல்கள் எமது விழிகளை முறித்து
தமது சிறகுகளின் இடுக்குகளில் செருகி விட்டன.
எனினும் நாம் காண்கின்றோம்.
நீங்கள் கடவுளரின் இரத்தத்தைக் குடிக்கவும்
அவர்தம் இருதயத்தை புசிக்கவும்
ஆன ஒரு நாளை, நம்பிக்கை மிக்க அந்த நாளை.

காலச்சுவடு, இதழ் 65, மே 2005

அஞ்சலிடப்படாத கடிதம்

நேற்று ஒரு கடிதத்தை உங்களுக்காக அஞ்சலிட்டேன்
எனது துயரங்கள்
உறவுகளின் அருகாமைக்கான செந்தாவின் ஆதங்கங்கள்
பேய்களின் பிடியில் சிக்கியிருக்கும்
நம் எல்லோருக்குமான நிகழ், எதிர்காலங்கள்?
உங்களுக்காக நான் அனுப்பிய கடிதத்தில்
எப்போதையும் விட எனது இருதயம்
பலமாகத் துடித்துக்கொண்டிருப்பதாய் உணர்கிறேன்.
எனது வாழ்விடத்திற்கு அருகான நகரத்தின்
நுழைபாதையில்
பீரங்கியின் நீண்ட சுடுகுழல்
காத்துக்கொண்டும் நகர்ந்துகொண்டுமிருக்கிறது.

எனது நிழல் புதைந்த
பழங்காலத் தெருக்களில் நீல ஒளியோடு
முளை கிளருகின்ற நட்சத்திரங்கள்
நீல ஒளியோடு முளை கிளரும் விடி நட்சத்திரங்களால்
எனது நிழல் புதைந்த
பழங்காலத் தெருக்கள் ஆகர்ஷிக்கப்படுகின்றன.
அநேகமாக இவை ஒவ்வொன்றினதும்
சூரிய ஒளியினாலும் வெம்மையினாலும்
எமது வாழ்வின் சாவுச் செய்தி எழுதிய கடிதம்
எரித்து, வீசப்படுகிறது காற்றின் திசைகளில் சாம்பலாக.

வெளிச்சம் இதழில்

சூரியனைக் கவர்ந்து சென்ற மிருகம்

என் அன்புக்கினிய தோழர்களே
எனது காதலியிடம் சொல்லுங்கள்
ஆயிரக்கணக்கில் மனிதர்கள் குழுமியிருந்த
வனாந்தரத்திலிருந்து
ஒரு மிருகம் என்னை இழுத்துச் சென்றுவிட்டது
கடைசியாக நான் முத்தமிடவில்லை
அவளது கண்களின் வழமையாயிருக்கும்
ஒளியை நான் காணவில்லை

கணங்களின் முடிவற்ற வலி தொடர்கிறது
கடைசிவரை நட்சத்திரங்களையே
எதிர்பார்த்த அவளுக்குச் சொல்லுங்கள்
எனது காலத்திலும் எனது காலமாயிருந்த
அவளது காலத்திலும் நான் அவற்றைக்காணவில்லை
என்னை ஒரு மிருகம் இழுத்துச் சென்றுவிட்டது

நான்
இனிமேல்
எனது சித்திரவதைக் காலங்களை
அவளுக்கு ஞாபகப்படுத்த முடியாது
எனவே தோழர்களே
நான் திரும்பமாட்டேன் என்றோ அல்லது
மண்டையினுள் குருதிக் கசிவாலோ
இரத்தம் கக்கியோ
சூரியன் வெளிவர அஞ்சிய ஒரு காலத்திலும்
நான் செத்துப் போவேன் என்பது பற்றிச் சொல்லுங்கள்
நம்பிக்கையற்ற இந்த வார்த்தைகளை
நான் அவளுக்கு பரிசளிப்பது
இதுவே முதற் தடவை எனினும் அவளிடம் சொல்லுங்கள்
அவர்கள் எனது இதயத்தை நசுக்கிவிட்டார்கள்
மூளையை நசுக்கிவிட்டார்கள்
என்னால் காற்றை உணர முடியவில்லை.

நிலம், இதழ் 03, 2001

தலைப்பிட முடியாத கவிதை 02

அழகிய இரவு பற்றிய எனது கவிதைகளில்
எப்போதுமே மிருகங்கள் காவலிருக்கின்றன
மிருகங்கள் பற்றிய அச்சத்தால் அழுகிச்சிதைந்தது நிலவு
நேற்றைய கவிதைகளையும் இன்றைய வாழ்க்கையையும்
நான் இழந்தேன்

எனது கவிதைகளின் காதலையோ
மனச் சுவர்களில் அவை புணரும் காட்சிகளையோ
அவற்றின் அந்தரங்கங்களையோ
வெறியோடு தின்னுகின்றன மிருகங்கள்

துரத்தியடிக்கப்பட்ட ஒரு கவிஞனின்
எல்லையற்ற விதி பற்றியும்
மிருகங்களுடனான அவனது வாழ்வு பற்றியும்
இன்றைய கவிதையை காற்றுத்தானும் எழுதவில்லை

எனது முழுமையையும் மிருகங்கள் உறிஞ்சிய
கவிதைகளின்
பிரேதநதி இழுத்துச் சென்றுவிட்டது
நூறு தடவைகளுக்கு மேல் நிகழ்ந்தது எனது இறப்பு

நான் இறந்தேன், மீண்டும் மீண்டும்
நூறு தடவைகளுக்கு மேல்
மிருகங்கள் உடலைத் தின்னுகின்றன
கவிதைகளற்ற உடலை உயிரற்ற உடலை.

சரிநிகர், ஓக்டோபர் 22–28, 2001

பேய்களின் காலத்தை மறத்தல் அல்லது தப்பியோடுதல்

அழிவு காலத்தில் நீ புலம்பித் தீர்க்கிறாய்
என்றாலும்
கண்களைக் குருடாக்கிக் கொண்டு
நிலவையும் நட்சத்திரங்களையும்
தனது தீராத வலியால் அணைத்தபடி
அழிவுகாலம் தொடர்கிறது
உனக்கும் எனக்குமாக நாங்கள் விதைத்த
நெல்மணிகளை
உனக்கு மட்டுமே பூர்வீகமான குடிசையை
நூறு வருடங்களின் பின்பும் எஞ்சியிருந்த மிகப் பழைய
தங்க வளையல்களை
தீராத எல்லைச் சண்டையில்
யாருக்குமற்றிருந்த நிலத்துண்டை
எல்லாவற்றையும் நாங்கள் இழந்தோம்
நீ உதிர்க்கும் ஒவ்வொரு சொற்களிலும்
அழிவின் துயரம் வன்மத்தோடிருக்கிறது
யாருக்குத் தெரியும்
நீ வாழ்ந்து கொண்டிருந்த கடவுளரின் நம்பிக்கை
உன்னைச் சபித்துவிடுமென்று
நீ எப்போதாவது நினைத்திருக்கிறாயா ?
இப்படியொரு சாபக்கேட்டை
உனது குழந்தைகளுக்கு
நினைவுறுத்த வேண்டியிருக்குமென்று,
என்றாலும் அது நடந்தே விட்டது நடந்தே விட்டது
அவர்கள் வந்து விட்டார்கள்
நீயே சொல்
சாத்தானின் தோட்டத்தில்
தப்பிப் பிழைத்தலற்று வாழ்தல்
சாத்தியமா ?

விலங்கிடப்பட இருந்த நாளொன்றில் எழுதிய அஞ்சலிக் குறிப்பு

1
நீ துப்பாக்கியை இழுத்துக் கொண்டு நடந்து வருகிறாய்
உனது தோள்களில்
தோட்டாக் கோர்வைகளும் பதவிப் பட்டிகளும் தொங்கிக்
கொண்டிருக்கின்றன
கண்மூடித்தனமாய்
உன்னை நான் எப்படி வர்ணிப்பது ?
என்னிலிருந்து அஞ்சித் தெறிக்கின்றன சொற்கள்
மழிக்கப்பட்ட உனது முகத்தில்
ஈ கூட உட்கார அஞ்சுகிறது
உனது வரவைக் குறித்து
யாரும் மதுக் கிண்ணங்களை உயர்த்தவில்லையாயினும்
துப்பாக்கியை இழுத்துக் கொண்டு நடந்து வருகிறாய்
நீயே உனது வெற்றியைச் சொல்லியபடி.

○ ○

இருண்ட காலத்தின் இதே குரலில் பாடிய
துரதிஷ்டம் மிக்க பாடல்களனைத்தையும்
மணல் மூடிற்று...
நேற்றிரவு அதன் கோரைப் புற்களின் மிகச் சிறிய
முளைகளை நான் கண்டேன்
நெஞ்சில் மிதித்தபடியாய் பீரங்கி வண்டிகள் நகர்கின்றன
கிராமங்களையும் சிதைத்தழிக்கப்பட்ட
பழைய நகரங்களையும் நோக்கி
எனது விரல்கள், எப்போதும் நடுக்கமுறாத எனது விரல்கள்
உனது விழியில் நடுங்குகின்றன
நீயோ சொற்களாலும் துப்பாக்கியாலும்
எனது மனிதர்களின் நெஞ்சுக் கூட்டில் ஓங்கி அடிக்கிறாய்
என்னிடமோ
உனது நெஞ்சு வெடித்துச் சிதறும்படியாய்
அடித்துச் சாய்ப்பதற்கு எதுவுமேயில்லை
எனினும்
துடிக்கும் எனது கைகளால் ஓங்கியொரு அறை விடவே விரும்புறேன்
உனது கன்னத்தில்
விலங்கிடப்பட்ட எனது கணத்தில், நீ துப்பாக்கி இழுத்துக் கொண்டு
நடந்து வருகிறாய்

2

யாரோ சொன்னார்கள்
அவனிடமிருந்து துப்பாக்கியைப் பிடுங்கியெறி
பதவிகளால் தொங்கிக் கொண்டிருக்கும்
சீருடையைக் கிழித்து வீசு
ஒரு தந்தையாய், குழந்தையின் நிலவு நாளொன்றின் தயார்ப்படுத்தலுக்காக உழைக்கவும்
தாய் தந்தையரின் எதிர்பார்ப்பிற்காக துயருறவும் கூடிய மிகச்
சாதாரணமான மனிதனாய்
உன்னைப் போலவே மாற்று அவனை
அல்லது நானுனக்குச் சொல்கிறேன்
அவனது துப்பாக்கி உன்னை நோக்கியிருக்காத தருணத்தில்
அந்தச் சனியனை
கணத்தில், அவன் எதிர்பார்க்காத கணத்தில்
அவனை நோக்கித் திருப்பு
உனக்கு முன்னரே அவனது குடலிற் புதையும் அவனது உயிர்
நீ அஞ்சாதே
உன்னை அவர்கள் கொல்வார்கள்
நிச்சயமாக நீயே அதை உணர்வாய்:
அப்பரிசு
நிச்சயமற்ற உனது காலத்தில்
எப்போதாவது உனக்குக் கிடைக்கத்தான் போகிறது
வசத்தால், நீ தந்தையென்பதை அவர்கள் மறுத்ததைப்போலவே
நீ ஒரு பெண்ணை நேசிக்கிறாய் என்பதையும், அவள் உனக்காகவே
வாழ்கிறாள் என்பதையும்
அவர்கள் மறுத்ததைப் போலவே
உனது தாயின் கண்ணீரை, அவர்கள் துப்பாக்கியின் நெருப்பில்
காய்ச்சியதைப் போலவே

○ ○

நீயும் அவனிலிருந்து எல்லாவற்றையும் மறு, சாகும் தருணத்தில்
நான் நினைக்கிறேன்
இந்த யுகத்தின், சிறையில் இருப்பதும்
செத்துப் போவதும் ஒன்றுதான்

3

உழுத வயல்களே
முளைக்கப் போடப்படாத தானியங்களே
வாழ்வளித்த பன்னெடுங் காலத்தின் நிழலே
சொல்
துப்பாக்கியின் செதுக்கப்பட்ட சிற்பங்களை

உன்னில் நட்டு வைத்தது யார் ?
நட்டு வைத்தது யார் ?
அவர்களை நோக்கி
விரல்களை நீட்டவில்லை எங்களில் யாருமே
மூடிக்கட்டிய பச்சை வண்டிகளில்
யாரையும் விலங்கிட்டுச் செல்லவில்லை துப்பாக்கியின் முனை மழுங்க
எங்களின் குதிரைகளைக் கொன்று
அவர்களின் தேவதைகளைக் கடத்திவரப் போனதேயில்லை எப்போதும்

○ ○

அவர்களோ சிலுவைகளையும் முள் முடிகளையும் எறிந்தார்கள்
நாங்கள் எழுதிய கவிதைகளில் தீப்பந்தங்களைச் செருகினார்கள்
எமது விழிகள் வரைந்த ஓவியங்களோ
இரவின் காட்சிகளாய் ஒளிமங்கிப் போயின
அவர்கள் தமது குதிரைகளோடு
எமது தேர்ப்பாதைகளெங்கும்
வெறிபிடித்தலைந்தார்கள்
கிளம்பிப் படர்ந்த புழுதியில் நேற்றைய எமது ஒளியை
நாங்கள் இழந்தோம்

4
தெருவின் இருளை இடறும் குடிகாரப் பெண்ணொருத்தியின்
பேச்சில் கிறங்கி
இன்னொரு கூட்டம்
இதே தெருவில் துணியவிழக் கிடக்கிறது
வெட்கித் தலைகுனியும் நீ
போய்விடு
புழுதியில் செத்த ஒளியின் சிறகுகளைத் தேடியாவது
நீ போய்விடு

சரிநிகர், டிச. 20 – ஜன. 12, 2000

○

நான் நைந்து போன உங்களின் முகங்களில்
ஒரு இராட்சத வண்டுபோல மீண்டும் மீண்டும்
மோதி மோதிக் கீறல்களை உண்டாக்குகின்றேன்
உங்கள் மனதின் கருமை படிந்த முகங்கள்
கிழித்து வீசப்படும் தருணத்தில்
நீங்கள்
நடுக்கமும் அச்சமும் மரண பீதியும் அடைகிறீர்கள்.

எனது விழியின் ஒளியில் உங்களுடைய திசைகள்
தொலைந்து விடுகின்றன
சாம்பலும் பனிப்புகாரும் மண்டிய
உங்களது கண்களிலும் இதயத்திலும்
எனது கீறல்கள் ஆழப்பதிய பதிய நீங்கள்
கொதிப்படைந்து போகிறீர்கள்
நீங்கள் உங்களது கண்களுக்குள் வளர்க்கும்
எப்பொழுதுமே பசியுடன் இருக்கும் காகங்கள்
எனது சிறகுகளை முறிக்கவும்
தசையைக் குதறவும்
குடல் உருவிக் கொண்டு போகவும் காத்திருக்கின்றன.

நானோ
மீளவும் மீளவும் உங்கள் திரை மூடிய முகங்களுக்காகக்
காத்திருக்கிறேன்
எனது விரல்களில் உங்களை எரித்துவிடக்கூடிய
சக்தி எரிந்து கொண்டுதானிருக்கிறது இன்னும்

14.12.1998

○

அவர்கள் அதிகாரம் பிடித்தவர்களாகவும்
கோழைகளாகவும் இருந்தனர்
அதே அதிகாரத்தின் மூலம் குற்றங்களை ஒப்புவிக்கவும்
வசவுகளால் காறியுமிழவும்
உத்தரவிடவும் அவர்கள் எப்போதும் தயங்கியதில்லை.

கட்டளையிடுதல் உணவை விட அவசியமாகியிருந்தது அவர்களுக்கு
தமது கனவுகளால்
மிகப் பெரிய கோட்டைகளையும்
சாம்ராஜ்ஜியங்களையும்
சூரியனைக் கூட தமது காலடிக்கு கொண்டு வந்து விடுகிறார்கள்.

அவர்களின் கோட்டைகளில் தீ சூழும்போதும்
சாம்ராஜ்ஜியங்கள் அழிக்கப்படும்போதும்
தமது சூரியனே தமது கனவுகளை எரித்துவிடும்போதும்
அவர்களின் மணிமுடிகளை அவர்களே உதறிவிடுகிறார்கள்.
தமது தலைகளைப்பிய்த்துக் கொள்கிறார்கள்
அலங்காரங்களையும் முத்துப்பரல்களையுமுடைய
அவர்களுடைய ஆடைகளை அவர்களே கிழித்துக் கொள்கிறார்கள்.

எல்லோருக்கும் ஆத்திரத்தையும் எரிச்சலையும் அளிக்கக்கூடிய
அவர்களின் குரல்
ஒரு நதியில் கலந்த விஷத்துளியைப் போல
காற்றில் எறிந்துவிடப்பட்ட பஞ்சுப்பொதியைப் போல
எங்கும் பரவுகிறது
மக்கள் தங்களின் கனவுகளை இழந்தார்கள்
தங்களின் எழில்மிகு நகரங்களின் கூரைகளை இழந்தார்கள்
வனங்களின் வழியே
திக்கற்றதாயிற்று அவர்களின் வாழ்வு

அதிகாரத்தின் குரல் அவர்களைத்துரத்திக் கொண்டேயிருக்கிறது

10.01.1998

புதைக்கப்பட்ட வைரங்கள்

பிள்ளையைப் புதைத்தாயிற்று
பெத்தவள்
"சன்னியில்" செத்துப் போனாள்.
எனது நிலம்
எனது சிலுவை
எனது சுடலை
எடுத்து வந்தவை எதுவுமே இல்லை
கடற்கரை மணலை
தோண்டிப் புதைத்தவன் நான்தான்
முட்களால் போர்த்தி
உள்ளிருக்கும் என் வைரங்களை
காத்தாயிற்று.
நாய்களின் முகத்தை
அவை குத்திக் கிழிக்கும்
இரத்தம் கசிவிக்கும்
எங்கள் இருப்பிழந்து
இடம்பெயர்ந்த வேளை
நால்வராய் வந்தோம்
இப்போது நானும் நம்பிக்கைகளும் மட்டுமே
தூரத்தில்,
என்னில் இருந்து வெகு தொலைவில்
கிளாலிக்கும்
பூநகரி நல்லூர் நெடுங்கடலுக்கும்
பாலம் அமைத்தாயிற்று
நீர் சுமந்த கண்களை
ஊரில் விட்டுவிட்டு வந்தவர்,
மீளப் பிறந்து நம்பிக்கைகளையும்
துப்பாக்கிகளையும் அணைத்தபடி...
நகர்தலின் முடிவில்...
அன்று நான்
புதைத்த என் வைரங்களுடே
உயிர்த்த தென்றலின்
சுகத்தினை நுகர்வோம்.

வெளிச்சம், மார்கழி – தை 1996

பிரயாணங்களின் போது கண்டெடுக்கப்பட்ட மிருகங்கள்

நாங்கள் அனுமதிக்கப்பட்டோம்
எங்களது தாய் தேசத்தில்
உங்களால் உத்தரவிடப்பட்ட பின்
அல்லது
கடவுச்சீட்டுக்கள் வழங்கப்பட்ட பின்
நாங்கள் அனுமதிக்கப்பட்டோம்.

எங்களது தாய் தேசத்தில்
நாங்கள் வாழ்வதற்கும் பயணிப்பதற்குமாக
உங்களால் வழங்கப்பட்ட எங்களது கடவுச்சீட்டுக்களில்
நீங்கள் எமக்கான சவுக்குகளினை வெட்டுகிறீர்கள்
உங்களால் வழங்கப்பட்ட எங்களது கடவுச்சீட்டுக்களில்
நீங்கள்
வெடிகுண்டுகளைத் தேடுகிறீர்கள்
ஆயதங்களையும்
ரவைகளையும் கூரிய நகங்களையும்
வீதிகளெங்கும்
நகரின் எல்லாப் பழந்தெருக்களிலும்
வீடுகளிலும் சந்தைக்கடைகளிலும்
அதிகாலைத் தூக்கத்திலும் கூட.

உங்களது கால்கள் எங்களில் முளைக்கின்றன
"றோஸ்" நிறத்திலும்
மிக மெல்லிய பசிய நிறத்திலும்
எமக்காக வழங்கப்பட்டிருக்கும் - அது உங்களால்
வழங்கப்பட்டது
அந்தக் கடவுச்சீட்டுக்களில்
நீங்கள் எமது வாழ்க்கையை எழுதுகிறீர்கள்.
எமது தலைவிதியை எழுதுகிறீர்கள் புரியாத மொழியில்
புரியாத மொழியல்ல
எமது வாழ்க்கை
எமது எதிர்காலம்
உங்களது முகங்களின் மிக நுண்ணிய மாற்றங்களில்
நிகழ்கிறது.

உங்களுக்கு ஞாபகமிருக்கிறதா
எமக்குரிய கடவுச்சீட்டுக்களை நாங்கள் பெறுவதற்கான

நீங்கள் எதிர்பார்த்த
எல்லாத் தகுதிகளும் எங்களுக்கிருந்தன.

உண்மையில் அதை உறுதி செய்த பின்னரே
எமக்காக அவற்றை வழங்கியுள்ளீர்கள்
என்றாலும்
நீங்கள் தவறிழைத்துவிட்டதாக
உங்களை நீங்களே சந்தேகிக்கிறீர்கள்.
உங்களது பார்வையில்
எங்களின் மீது ஒரு வேட்டைக்காரனின் கொடூரம் ஊர்கிறது
உங்களால் வழங்கப்பட்ட எங்களது கடவுச்சீட்டுக்களில்
நீங்கள்
வெடிகுண்டுகளைத் தேடுகிறீர்கள்.

நூறாண்டு காலமாக
சூரியன் பற்றிய கனவோடு
பசியிலும் கண்ணீரிலும்
அலைவின் கொடுந் துயரிலும்
கந்தக உஷ்ணத்திலும்
கொதிப்பிலும் நூற்றுக்கணக்கான
எனது மனிதர்களைக் காணுந்தோறும்
உங்களது முகங்கள் கனல்கின்றன.

துப்பாக்கியின் மொழியில்
எங்களுக்குத் தெரியாத கெட்ட வார்த்தைகளில்
எம்மைத் திட்டுகிறீர்கள்
எமது குரல்கள்
விலா எலும்புகளின் இடுக்குகளில் கதறி மடிகின்றன
எனினும்
நகைப்பிற்கிடமானதும் துயரமானதுமான ஒரு விடயத்தை
நீங்கள் அவசியம் தெரிந்து கொண்டுதானாக வேண்டும்
ஏனெனில்
நீங்கள் இந்த நாட்டின் அரசு
இந்த நாட்டின் இராணுவம்
இந்த நாட்டின்
கவச வண்டிகள், பீரங்கிகள் எல்லாமும்.

உங்களால் எமக்கு வழங்கப்பட்ட
கடவுச்சீட்டுக்களில்
எமது கண்ணீர் அழித்துவிட்ட
நூற்றுக்கணக்கான எழுத்துக்களினடியில் ஆற்றிய

*ஒரு வாளும் குருதியூறிய பற்களும்
எமக்காகக் காத்துக்கொண்டுதானிருக்கின்றன
பசியோடு.*

பிரயாணங்களின் போது கண்டெடுக்கப்பட்ட மிருகங்கள் பிரசுரம், சரிநிகர் ஜூன் 24 – ஜூலை 07, 1999 சில மாற்றங்களுடன் திருத்தி எழுதப்பட்டுள்ளது.

நம் எல்லோருக்குமான காத்திருப்பும் அதற்கான யுத்தமும்

துப்பாக்கிகளோடும்;
பீரங்கி, வெடி குண்டுகளோடும் ஆன
எமது வாழ்வு குறித்து கவலையடையவோ
வெட்கமுறவோ எதுவுமே இருப்பதில்லை.

நண்பர்களே அச்சமற்றிருங்கள் என் குறித்து
நகரங்களுக்குள்ளும்
காடுகளிலும்
கடல் சார்ந்த பெருவெளிகளிலும்
ஐயமற்ற எனது வழிகளால்
அல்லது எனது ஆயுதங்களால்
எதிரியைச் சிதைத்து நசுக்கினேன்.

உண்மையில் அவையெல்லாம்
எனது நிலம்
எதிரியைக் கொன்றொழிப்பதற்கும்
மிருகங்களை வேட்டையாடுவதற்கும்
கழுகுகளின் இறக்கைகளில்
எனது குழந்தைக்காக
சில பொம்மைகளை உருப்படுத்தவும்
நான் பெரிதும் விரும்புகிறேன்.

நான் ஒரு தாய்க்கு மகன்
சுகவீனமுற்ற தந்தைக்காக
இப்போதும் ஒரு பாடலை எழுதிக்கொண்டிருக்கிறேன்
எனது இருதயம் பனியில் உறைந்து
இற்றுப்போகும் தறுவாயிலும் கூட
டாங்கிகளின் உறுமல்களுக்காகவும்
தார் பூசிய வீதியில் ஐயமுற்றும் சலிப்புடனும்
எழுகின்ற சப்பாத்து ஓசைகளுக்காகவும்
தோழர்களோடு காத்திருக்கிறேன்.

எனக்காக என் மனைவியும் குழந்தைகளும்
காத்திருக்கிறார்கள்.
மிகப் பயங்கரமானதொரு போரின் பின்னால்
எனக்குச் சரியாகப் புலப்படும்
திசை ஒன்றிலிருந்து

நாமெல்லோருமே காத்திருக்கிறோம்.
புலரப்போகும் ஒரு சூரியனுக்காக.

எனது வயோதிபத் தந்தை இறந்துவிட்டார்
எனது குழந்தைகள் காத்திருக்கிறார்கள்
நம் எல்லோருக்குமாக.

யாருக்குமற்ற முகங்கள்

வெளி தாண்டிய துயரில்
திடுக்கிட்டலைகின்றன பறவைகள்
வேர் பிடுங்கி நதியில் கரைந்த
வாழ்வின் சுவடுகளில்

எழுதி முடிந்த பின் வெகு சாதாரணமாய்
தெரிகின்றன கவிதைகள்,
கடைசித் துளிக்குப் பின்னான
அசதி போல எல்லாம் வடிந்து போகிறது -
கோபம், ஆங்காரம், வெறி, காமம்,
பைத்தியக்காரத்தனம் சகலமும்
கதவுகளை அகலத் திறந்து நகரம் விழித்துக்கொண்டுவிட்டது.
கடந்த நிமிடம் வரை
யாருக்கும் சொந்தமற்றிருந்த புன்னகைகளோடு
பெண்கள் போகிறார்கள்.

அதே கனத்த பூட்சுகளுடன் அதே இடங்களில்
அதே ஆயுதங்களோடு
காடு மண்டிய அதே முகத்துடன்
கதவுகளை அகலத் திறந்து நகரம்
விழித்துக்கொண்டு விட்டது.
கதவுகளை அகலத் திறந்து நகரம்
விழித்துக்கொண்டுவிட்டது.
கடந்த நிமிடம் வரை
யாருக்குமற்ற முகங்களின் மீது
காகங்கள் எச்சமிடுகின்றன.

மூளும் தீயும் நீளும் குரலும்

கவிதை 01

துப்பாக்கி வேட்டொலிகளுக்குள்ளும்
சப்பாத்து மிதியடிகளுக்குள்ளும்
சிதைவுறும் எமக்கான கனவுகள் அனைத்தும்

எம் ஒவ்வொருவரினதும் இருப்பும் ஏதாவது ஒரு
தெருக்கோடியிலோ தொலைதூரக்காடுகளிலோ அல்லது
அதற்கப்பால் வனாந்தர வெளிகளிலோ நிலை கொண்டிருக்கும்

ஒரு நிலவு காலத்தில்
அல்லது முகங்களின் உணர்ச்சிகளை அறிந்துகொள்ளமுடியாத
துயர் படிந்த கரிய இருளில்
நிகழலாம் எமக்கான சந்திப்புகள்.

நாம் காதலர்களாகவும் பெற்றோரைப் பிரிந்த
குழந்தைகளாகவும் குழந்தைகளைப் பிரிந்த தாய்
தந்தையராகவும் கணவன் மனைவியராகவும் இருக்கிறோம்

உனது இருப்பு ஏதாவது ஒரு தெருக்கோடியிலும்
உறவுகளற்ற வனாந்தர வெளியிலும் நிலை கொண்டிருக்கும்

உனக்கு எப்போதுமே
சந்தோஷமளித்திருக்க முடியாத
இளமைக் காலம் பற்றி நீயும்
பனியடர்ந்த காடுகளுக்குள் வாழும்
எனது இளமைக் காலம் பற்றி நானும்
எண்ணிப் பார்க்க முயல்வோம்
சில கணங்களில் அல்லது
அதைவிட குறைவான நேரத்தில்

சகீ... எமக்கான ஒவ்வொன்றின் முடிவிலும்
நாளை பற்றிய எதிர்பார்ப்புக்களும் நம்பிக்கைகளும் தவிர
வேறு என்னதான் இருக்கிறது சொல்.

06.02.1997

கவிதை 02

பூமியின் ஒளி பொருந்திய முகங்கள்
குழந்தைகளினுடையவை.
துயரம் தரும்
கனவுகளையும்
எமது காலங்களையும் அழித்துவிட்டு - எமது காலங்கள் நெருப்பில்
உழல்பவை
குழந்தைகளுக்கானதை அவர்களிடமே கையளிப்போம்.

நம்பிக்கைதரும் ஒரு சூரியனை
அல்லது ஒரு பௌர்ணமியை
மிக மெல்லிய வாசனையையும் இதழ்களையும் உடைய
மல்லிகை மலர்களை
நாங்கள் அவர்களுக்காய் பரிசளிப்போம்.
கந்தக நாற்றம் எமது இருதயங்களில் உறைந்து விட்டதைப்போல
பிரிவின் துயரங்களும்
மன அழுத்தங்களும்
எமது வேர்களை அரித்து தின்று விட்டதைப் போல
அவர்களுடைய இருதயங்களை
அவை தின்றுவிட அனுமதிக்க முடியாது எம்மால்
உண்மையில்
நாம்
இழந்த சந்தோசங்களை
அவர்களின் மூலம் மீட்கும் கனவுகளில் வாழ்கிறோம் எனில்
அவர்களின் குதூகலங்களும் சிரிப்பும்
எமக்குச் சொந்தமானவை எனில்
பூமியின் ஒளி பொருந்திய முகங்களை
அவர்களிடம் பரிசளிப்போம்.

சரிநிகர், இதழ் 165, கார்த்திகை 04, 1998

○○

வெறுமனே குருதியில் உறைந்து செஞ்சிவப்பாய்
துடித்துக்கொண்டிருக்குமென
எல்லோரும் பேசிக் கொண்டதற்கு
மாறாய் அது.

வேதனைகளை
துன்ப துயரங்களை
கொடூரங்களின் சகிப்புத் தன்மையை
சந்தோசங்களை
பாசத்தை
எரிமலையின் தன்மைகளை
அதனுள் நான் உணர்ந்தேன்.

அதற்குச் சொந்தக்காரர்கள்
தங்களின்
பாதங்கள் தேயத் தேய நடப்பார்கள் என்னை அணைத்தபடி.
எதிரியின் பாசறைகளுடேயும்
பதுங்கு குழிகளுக்குள்ளும்
அவர்களின் காவலரண்களினுள்ளும் கூட

நான்
என் மக்களுள் ஒருவனாய்
சாவின் விளிம்பு வரை
சிலவேளை சாவிற்குள் கூட சென்று மீள்வேன்.
என் மக்கள் சுடர்மிகு
நெருப்பின் வலுவுடையவர்கள்.

ஈழநாடு, யூலை 1996

எதிரியுடன் வாழ்வது பற்றி

பின்தொடரும் சுவடுகளில்
தடுமாறி விழுந்தன நிழல்கள்.
இனியென்ன
எமது இருப்பின் மறைவில்
செருகப்பட்டிருக்கின்ற கத்தியின் முனையில்
நாம் அழிந்து போவதையோ
மாறாத வலியின் கண்களாய்
வாழ்ந்து போவதையோ
தவிர்க்க இயலுமா நம்மால்.
மனசின் உலர்வில் படிகிறது
சுவடுகள் கிளறிவிட்டுச் சென்ற தெருப்புழுதி,
இன்னும் அழியாமல்
முதுகில் சில்லிடுகிறது
யாரும் பின்தொடராத நினைவுகளிலிருந்து
சிதறிய அதன் குரல்.

கடலில் அலைந்தலைந்து
நட்சத்திரங்களினடியில் கரைகிறது
நமது மௌனம்.

இடுப்பின் மறைவில் வாழ்கின்ற
எமது கத்திகளை
யாருக்கும் தெரியாமல் செருகினோம்
சுவடுகளினடியில்
நிழல்களின் ஒளியில் பளிச்சிடுகிறது கத்தியின் கருமை.

30 ஏப்ரல், 1999

OO

உன்னை இம்சித்து ஒடுக்கும் துயரங்களை
ஆற்றக்கூடிய ஒரு சூரியனை
உனது இருதயத்தில் மூட்டு
சூரியன் உனது கண்ணீரைக் காய்ச்சும்
தீட்சண்யம்மிக்க உனது கண்களாக அது இருக்கும்
கண்ணீரிலும் சோகத்திலும்
மிகப் பெரிய மலையாக அது உட்கார்ந்து கொள்ளும்.

நீ மனிதனாயிருப்பதற்காக
உனது துயரங்களை ஆற்றக்கூடிய ஒரு சூரியனை
உனது இருதயத்தில் மூட்டு.

சூரியன் உனது காதலை ஒளிர்விக்கும்
எல்லோரையும் அரவணைக்கவும் அன்பு செய்யவும் கூடிய
ஒளியாக சூரியன்
உன்னுள் தழலும்

11.04.1999

தீரா ஓவியம்

1

அந்த உன்னதமான காலங்கள்
சித்திரங்களில் ஒளிர்கின்றன
வானவில்களாகவும் நட்சத்திரங்களாகவும்
கூந்தல் அடுக்குகளின் ரோஜாக்களாகவும்
வர்ணங்களைக் குழைத்து குழைத்து
நிழல்களின் வழியே அப்பிச் செதுக்கிய ஓவியங்கள்
காலத்தின் வழியே இறக்கைகளோடு பறக்கின்றன.

நதிகள் வாழ்ந்த தீரங்களாகவும்
தொன்மத்தின் கடைசி வேரிலிருந்து
உயிர்த்தனவாகவுமிருந்தன ஓவியங்கள்
வனப்பும் பசுமையும் மிக்க அவற்றின் முகங்களில்
சேற்றின் வர்ணங்களை
யாரின் அனுமதியுமற்று மெல்லிய இழைகளாய்
வரைந்து வரைந்து போகிறார் யாரோ
ஓவியங்களில் சாவின் கோடுகளாய்
ஊர்ந்து போகின்றன அவை
ஓவியங்கள் வர்ணங்களின் எல்லா ரகசியங்களையும்
இழந்தன.

2

எந்த வர்ணங்களும் பூசப்படாத திரைகள்
தேவைகளாகவே இருந்தன கடைசி வரைக்கும்.

தரிசு நிலத்தில்
ஒளித்து வைக்கப்பட்ட அரிவாள்

வேண்டாம்
நாங்கள் வேறு எது பற்றியாவது பேசுவோம்
இன்னும் காதலிக்கப்படாதிருக்கும்
எமது இருதயத்தைப் பற்றியல்ல
நிலவழிந்துபோன இரவைப் பற்றியல்ல
வாடகை வீடுகளில் கைவிடப்பட்ட
எமது நம்பிக்கைகளைப் பற்றியல்ல
எது என்னையும் உன்னையும்
அழித்துச் சாம்பலாக்கியதோ அது பற்றியெல்லாம் அல்ல.

இருள், அடர்த்தி மிக்க இருள்
அழிந்து போனவை எல்லாவற்றுக்குமான துயரக் குறி
மரணச் சடங்குகளில் ஓயாது ஒலித்துக் கொண்டிருக்கிறது
எஞ்சியிருப்போரின் உயிர்க்குலை.
எனினும்
நாங்கள் வேறு எது பற்றியாவது பேசுவோம்
கொஞ்சம் பழஞ்சோற்றுப் பருக்கைகளோ
ஒற்றைச் சொல்லோ தானும்
எமக்கான தட்டுகளில் விதிக்கப்படவில்லையாயினும்
அன்பே
கழுகுகள் கொத்திய தசைத் துண்டுகளினடியில்
இன்னும் உயிரோடுதானிருக்கிறது
ஒளி மிகுந்த இருசோடிக் கண்கள்.

முகத்தில் துயரம் வெடிக்க
தூங்கும் பறவையொன்றின் குரலில் காத்திருக்கின்றார்கள்
எல்லோரும்
அதன் விம்பத்தில் சிதறுகிறது கண்ணாடி
வந்தபடி திரும்பிப் போகிறது புகையிரதம்

இனி
ஒரு காதற் கவிதைக்காக ஏக்கமுறக் கூடும் யாராவது
எனினும்
வெறுமனே, எந்த வார்த்தையுமற்று வெறிச்சிட்டுக் கிடக்கிறது
மனசு.

oo

இந்த நாளில்
மதுக் கிண்ணங்களின் ஒலியை
நான் மீண்டும் கேட்பேன்;
வார்த்தைகளில் இல்லாத எந்த அர்த்தத்தையும்
எனக்கு அவை தரப் போவதில்லை.

எனினும்,
மரணத்தை அர்த்தப் படுத்தவும்
வாழ்வை அர்த்தப்படுத்தவும் முடியுமான,
சத்தம் மிகுந்த இந்த இரவை
நீயாக மாற்ற என்னால் முடியுமானால்
நான் நம்புவேன்
பேசாமல் பிரியும் இந்த நாளில்
நான் இறந்துவிட்டதை.

30.10.2004

பிரிவுக் கனவுகளும் துயரங்களும்

இன்றைய தனிமைப் பொழுதில்
என்னிடம் கவிதைப் புத்தகங்கள் இருக்கவில்லை
கனவு காணும் பொம்மைகள் பற்றிய
ஆங்கிலக் கதை ஒன்றை மிகவும்
பிரயத்தனப்பட்டு வாசிக்க முயன்றேன்
பிறக்கப் போகும் எனது குழந்தைக்கு
"விட்றிக் என்றோ, வீனி" என்றோ பெயர் சூட்டலாம்,
இது பற்றி செந்தாவிடம் பேசவேண்டும்
முன்னரெப்போதே இவ்வாறு பெயரிடுவது பற்றி பேசியபோது
"நான் படிக்கும் அநேக கதைகளில்
துயரத்தின் கதாநாயகர்களே" வந்து போவதாய்
வாதிட்டிருக்கிறாள்.
துயர் நிறைந்ததுதானே வாழ்க்கை
இந்த நிமிடத்தின் முடிவோடு
செந்தாவைப் பிரிந்து பதின்நான்கு நாட்கள் யுத்தம் தொடர்கிறது.
எப்போதும் புழுக் கூடுகளும் செத்த புழுக்களும் நிறைந்த
பருப்பையே சமைத்து அனுப்புகிறார்கள்.
சாப்பாட்டிற்காக இன்றைய மதியத்தை
என்னால் இழக்க முடியவில்லை.
அவள் கூட ஓய்வொழிச்சலற்ற வேலையால்
நொந்து போயிருக்கக் கூடும்
பெண் சுகம் பற்றி கூச்சமின்றி எண்ணிப்பார்க்கிறது மனசு,
எதிர் வீட்டில் பெண்கள் குளிக்கிறார்கள்.
நான் கனவு காணும் பொம்மைகள் பற்றி
இப்போதும் வாசித்துக் கொண்டிருக்கின்றேன்.
நீண்ட நேரத்தின் பின்
இளவரசிகளின் முகங்களை சூரியன் எரிப்பதோடு
கனவு காணும் பொம்மைகள் பற்றிய கதை
முடிந்து போயிற்று, கப்பி இழுபடும் சத்தமும் கூட.
இக்கணத்தில்
சுயமைதுனம் பற்றிய எண்ணம்
மனசின் ஆழத்தில் நெருடி நெருடி அழிகிறது.

o o

கவிதையின் ஒளிமிகு நாள்களை நான் இழந்துவிட்டேன்
ஒரு பிச்சைக்காரன் தனது கவளங்களை இழக்கும் துயரோடு
என்னுள் நிகழ்ந்தது அது.
எல்லாம் பழைய வார்த்தைகளாயின,
மிகப் பழைய வார்த்தைகள்.
இப்போது உனது மண்பானை உடைந்துவிட்டது
அது
தேனால் நிறைக்கப்பட்டிருந்தாலும்
கண்ணில் ஊறிக் கிளர்ந்தாலும்
இசையின் வலியை சிதறல்கள் தரா !

ii

வலியற்ற உனது வார்த்தைகள் வீரியமற்றுப்போகின்றன
உன்னிடமிருந்து நான் பெற்ற வலிமையான துயரின் நிழலிலிருந்து
நான் உடுத்திய கந்தல்களிலிருந்து
ஒரு பசிய புல்லின் இதழைப் பரிசாய்ப் பெறுவேன்
நான் நம்பிக்கை கொள்வதைப்போல
நீ உணர்கிறாயா ?
காற்றிலிருந்து இறக்கும் ஒரு கழுகின் இரையாய்
வலியறியாது காத்திருக்கின்றன உனது வார்த்தைகள்.
நீ சிரித்தபடியிருக்கும் ஒரு நாளில்
அலையை வெறித்திருக்கும் எனது கண்களிலோ
மீன்களின் ஓலம் தெறிக்கிறது

முள்வெளி

சாக்குருவியின் துயரப் பாடலால் உறிஞ்சப்பட்ட
மிகப் பழைய மனிதனின் மரணம்
ஈரப்பாடை பற்றிய எல்லோரின் கனவுகளிலும்
ஈரித்துறைந்தது.
தீயின் வெம்மையடங்கி சாம்பல் பூத்த
அவனுடைய மரணம்
ஆன்ம வெளிகுதறும் அப்பாடலில் பின்னப்பட்டபோது
பூக்களினதும்
ஊதுபத்தி, மஞ்சள் நீரினதும் வாசனை
வெளியின் மடிப்புக்களில் ஊர்ந்தது.
அந்த மிகப்பழைய மனிதனின் கனவுகள்
- மண் பற்றியதும் விடிவு பற்றியதும் ஆதிமொழி பற்றியதும் -
வரண்டழிந்த ஒரு காலத்தில்
சாக்குருவியின் துயரப் பாடலில் விழுந்த மரணத்துக்காக
அவனது குழந்தைகள் அழுதார்கள்;
இதயத்தின் சோகத்தை உருக்கி
மனசெங்கும் பரவினர்.
மரணம் துயரப் பாடலில் அமிழ்ந்தமிழ்ந்து ஜனித்தது
பூக்கள் வாசனையுமிழ்ந்தன;
ஊதுபத்தி, மஞ்சள்நீர், ஓமத்தீ.
ஒவ்வொரு மரணத்திலும் ஆழ்ந்த சோகத்தின் திரையில்
ஒரு தீக்கங்கின் ஒளி அல்லது சுவாலைகள்
தொடர்ந்து கொண்டே இருந்தன.
சாக்குருவி தின்றழித்த மரணத் திகதி
சுவர்களில் தொங்கிக்கொண்டிருந்தது.
சாக்குருவி நிஷ்டையிலிருந்த ஒரு பொழுதில்
அதன் துயரப் பாடலுக்காகவும்
பிண ஒளி சூழ்ந்த அதன் அடையாளத்துக்காகவும்
அவனுடைய குழந்தைகள்
சுருண்டொடுங்கிய ஒரு பொழுதில்
தொன்மை வேர் பெயர்த்து வெளிதாண்டிப் பெயர்ந்த
ஆதிக் குழந்தைகள் சிலவற்றை அவனுடைய நகரம்
இழந்தது.
யுகங்களை மிதித்துத் துரத்திய மரணத்தின் பாடல்கள்
ஆதிக்குழந்தைகளின் எஞ்சிய கனவுகளில்
வியாபித்தொளிர்ந்தன.
சாக்குருவியின் துயரப் பாடல் வெளியை விழுங்கிற்று

கள்ளிச்செடிகளின் முளைகள் காற்றில் படர்ந்து
வெளியில் பரவி உறைந்தன;
மரணம் விழுங்கிய வெளியில் எலும்புகள் முளைத்தன.

செம்மணி – 1998

வலை

தனது வாழ்க்கையை
எச்சிலாற் பின்னிக் கொண்டிருக்கிறது சிலந்தி.
அது கரைந்தழியும் ஒவ்வொரு பொழுதுகளிலும்
தனது இரைகளுக்காகக் காத்திருக்கிறது.
சிலந்தியின் எச்சிற் கனவுகளில்
பூச்சிகளின் வண்ண வண்ணச் சிறகுகள் படபடக்கின்றன.
நீளமானதும் பேரச்சமூட்டக் கூடியதுமான
சிலந்தியின் கால்கள்
எச்சில் அடுக்குகளில் நீள்கின்றன
ஒரு ஆக்கிரமிப்பாளனின் கால்களைப் போல
நாறி மணக்கும் சிலந்தியின் எச்சிலில்
உயிரற்றுத் தலைகீழாகவும் தொங்குகின்றன பூச்சிகள்
சிலந்தி பின்னிய கனவுகளில்
கருமையும் காலமும் சூழ்கிறது.
அதில் கண்ணீரும் வேதனையும் துலங்குகின்றன
குழைந்து போன அதன் சித்திரங்களை அழகுபடுத்த
எச்சிற் கனவுகளை வலிந்து வலிந்து சுரக்கிறது சிலந்தி

எச்சில் பின்னிய அதன் வாழ்க்கை
ஒளி மங்கி
தேவதைகள் சபித்துப்போன
நந்தவனமாயிருந்தது.

அழகும் இளமையும் ஒளிரும்
பூச்சிகளின் இறக்கைகள்
சிலந்தியின் கருமை மண்டிய வலையிலிருந்து
எப்போது காணாமல் போயின ?

புழுதிக் காலம்

புழுதியின் பின்னால் கரைந்தழிகிறது
பேருந்தின் நிழல்
மழையின் சுவடுகளாய் என்னைத் தொடர்கின்றன
உனது ஞாபகங்கள்.
நான் எக்காலத்திலும் மறந்து போகாத
இருதயத்தின் மொழியாயிருந்தது
உனது சிரிப்பு.
காற்றின் அலைவில் மனந்தடவி மனந்தடவி
விலகிப் போகிறது கூந்தல்.

புழுதியின் பின்னால் அழிவுண்ட
நிழலின் பிரமாண்டமாய்
என்னுள் வளர்கிறாய் நீ,
இன்னும் அதே படபடக்கும் பார்வையுடன்.

நிலவு பின் நகர்ந்து பின் நகர்ந்து
முன்னே இருள் விரிகிறது
நீ அழிந்து போகிறாய் இன்னும்
தொங்கிக்கொண்டிருக்கும்
மழை இருளின் பின்னால்.
நான் உட்கார்ந்திருந்த பேருந்தின்
கடைசி இருக்கைக்கு நேரான கண்ணாடிக்கதவு
இன்னும் திறக்கப்படவேயில்லை.

நிலம், ஜனவரி – மார்ச் 1999

நாளையை நோக்கி

பூக்கள் நிறைந்த அழகான வாழ்க்கை பற்றிய
கனவுகள்...
மிகச் சந்தோசமாகவும்
கட்டுகளற்று தன்னிச்சை கொண்டும்.

நான் அதற்குள் அலைந்தேன்.

பூக்கள் வாட்டமுறாதிருந்தன.

திகைப்போடும் வியப்போடும் கழிந்துபோனது இரவு
கனவுகள் ஏதுமற்ற நாளையை நோக்கி.

ஒளி சுடர்ந்த என் மனமும்
நெருப்பெரித்த உன் மனமும்

1

தயக்கத்தினூடே நிகழும் வார்த்தைக் கணத்தில்
உன்னுடன் பேசாத நூறு சொற்கள் எழுதித் தீர்ந்தன மனதில்.
நாங்களோ
எமக்கு எப்போதோ பரிச்சயமான ஒற்றைச் சொல்லில்
மூன்று நிமிடங்கள் பேசினோம்.

அறையின் சுவரில்
இரைக்காக அலைந்து கொண்டிருந்தது பல்லி.
யுகங்களுக்கப்பாலான கவிதையொன்று
லட்சக்கணக்கான கிறுக்கல்களினடியில்
உறைந்து போயிற்று.
பூக்கள் உதிர்ந்து காற்றில் மிதக்கின்றன
காற்றோடு முற்றத்தை அள்ளிச் செல்கிறது.

வானம் நீல நிறமாயிருக்கிறதென்று நானும்
அதே நீல நிறம்
பரவசங்களால் ஆகர்ஷிக்கப்பட்டிருக்கிறதென்று நீயும்
ஒருவருக்கொருவர் எண்ணக் கூடும்
எனினுமென்ன,
மனதில் எழுதிய சொற்களோ இந்தக் கணம் வரை
எந்த உருவமுமற்றுப் போயின நிழலில் கரைந்து.

ii

உனது முகம் பற்றிய படிமம்
உனது புன்னகையாய் - வண்ணத்துப்பூச்சி ஒன்றின்
சிறகைப்போல - என்னுள் படபடக்கிறது.

இருவருமே தெரிந்து வைத்திருக்காத நாளொன்றில்
எப்போதோ பரிச்சயமான ஒற்றைச் சொல்லில் நாங்கள்
பேசக் கூடும் மீண்டும்.
காற்று அதில் எந்த வார்த்தையையும்
வானைநோக்கி இழுத்துச் செல்லாதிருந்தால்
மனமிடை எழுதிய சொற்களில் ஒன்றையேனும்
உன்னை நோக்கி வீசவே விரும்புவேன்
மௌனம் சிதறியுடையும் அக்கணத்தில்
எனது சொற்களோ
தேவதைகள் வாழ்ந்துபோன வனம் போல
பூத்திருக்கும் உன்னுள்.

29.04.2000 சரிநிகர், ஒக் 14 – ஒக் 27, 1999

இதுவரை யாருமே பேசிக்கொள்ளாத
பாஷைகளில் நாங்கள் பேசிக்கொண்டோம்.
மிக நெருக்கமாக.

புரிந்துகொள்ள யாருமற்ற
அந்த வார்த்தைகள்
உனக்கும் எனக்குமற்று தெருவில் கிடந்தன
அநாதைகள் போன்று.

பேசப்பட்டபோது
எண்ணப்பட்ட அர்த்தங்களை மீறி
முகங்களிரண்டிற்கும் நடுவே
முடிவற்று வளர்ந்தது சுவர்.

நீ திரும்பத் திரும்பச்
சொல்லிக் கொண்டிருக்கிறாய்
மனிதர்களை புரிந்துகொள்வதென்பது
மிகக் கடினமானதென்று.

கனவுகள் நிறைந்த கலசத்திற்குள்
கற்களும் முட்களும் வீழ்ந்து சிதைவுற்றது.

நிச்சயிக்கப்பட்ட இறப்பினை மீறி
நான் மீண்டும் மீண்டும் ஜனிப்பேன்
ஞாபகங்களாய் உன்னுள்.

ΟΟ

பூக்களின் மீதான மரங்களின் பற்றுதல்
புனிதத்துவமாயிருந்தாலும்
வெறுப்பாயிருக்கிறது.
அவை
அவற்றை
அதிகநாள் வாழவிடுவதில்லை.

ΟΟ

யாரையெல்லாம் நேசிக்கலாம்
எவற்றின் நினைவுகளையெல்லாம்
என்னுள் விதைக்கலாம்?

பனியுறைந்த ரோஜா
சிறகு முறிந்த பறவைகள்

*சுடுகாட்டு நிழல்
இவையெல்லாம் என் நேசிப்புக்குரியவை.*

*காதலை மறுதலிக்கும்
கூக்குரல்களால் காதுகள்
உயர்தல் இழந்து
சிறகுகள் மட்டும் காற்றில் மிதந்தன.*

*வரையறைகளைக் கடந்து
நான்
எல்லோராலும்
நேசிக்கப்படுவேன்
யாரின் உணர்வுகளையும்
மிதிக்காமலிருக்கும் வரை.*

செத்துவிட்ட கவிதைகளின் ஞாபகத்தில் நிற்கும் முதல் வரிகள்

வெறுமனே யோசனையில் ஆழ்ந்திருக்கின்றேன்
கருணா அண்ணனுடனும்
அவர் போல் இன்னும் நால்வருடனும்
நடந்து முடிந்துவிட்ட திருமணம்,
செந்தாவின் முகம்,
தெருவோரக் கடைகளின் ஈ மொய்க்கும் உணவு
சலிப்பூட்டும் மனிதர்களின் முகங்கள்
அவலங்களின் உரு அமைப்பிலான உறவுகள்
நரிகளோடும் எருமைகளோடும்
வாழக் கிடைத்துவிட்ட நிகழ்காலம்
ஒன்றன் பின் ஒன்றாய்
எனது ஞாபகங்களையும்
தனித்திருக்கும் கணங்களையும்
அழித்துவிட முடியுமென்று தோன்றுவதேயில்லை,
என்னை அழித்துவிடத் தோன்றுவதைப்போல்.

25.07.1997

உனது குரல் பற்றிய ரகஸியத்தில் மிதக்கும் கடல்

எல்லாக் கனவுகளும் சிதறி உடைய
என்மேல் கவிந்த இரவின் சாயலில்
சிறுபுள்ளியுமற்றுப் போனேன் நான்.
உனக்காக ஒரு வரியைத்தானும்
எழுத முடியாத இக்கணத்தில்
கரையும் மெழுகுதிரியில் தொங்கிக்கொண்டிருக்கிறது
உனது முகம்.

இன்னும் மறையாதிருக்கும் வெறுமை குறித்து
துயருறுகிறது கடல்.
எஞ்சிய வெளிச்சம் முழுவதையும்
தின்று தொலைக்கிறது பல்லி.
வெளிநிரம்பிய துயரில் திடுக்கிட்டலைகின்றன
பறவைகள்

எதிர்பார்க்கையின் தருணம் விழுங்கிய கடைசிச் சொல்லில்
யாருக்குச் சொல்ல முடியும்
மனச்சுழி இழுத்துச் செல்லும் உனது குரல் பற்றிய
ரகஸியத்தை ?

நீ இருந்த போதில்லாத மனிதர்களெல்லாம்
ரகஸியம் நொருங்கிய முகங்களோடு
பாசியாய் ஒட்டிக்கிடக்கின்றார்கள் வீடுமுழுக்க.
நூறு மனிதர்களிடையேயும்
வெறிச்சிட்டுக் கிடக்கிறது
உனது குரல் பற்றிய ரகஸியமும்
எனது மனமும்

வேரோடு நதியில் கரைத்த நம் வாழ்வின் சுவடுகளில்
மழை தனது துளிகளை நட்டுவைத்திருக்கிறது
மீளவும் உள்ளடங்கித் துயருறும் கடலோ
மணலாய் குவிகிறது மனதில்.
யுகப் பிரளயங்களின் எல்லாக் காலத்திலும்
அடிக்கடி என்னுள் தொலைந்து போகிறது
கடல்
இப்படி.

தடம், 27.11.1999

தலைப்பற்றது

இது ஒரு மரண வேதனை
எனது மூளையை
திசைகள் ஒவ்வொன்றையும் வியாபித்ததிரும்
ஒலிகளும் எண்ணங்களும் சிதைத்துவிட்டன.
நான் உணர்கிறேன்
மீண்டும் விதிக்கப்பட்டிருக்கும்
தனிமையின் கொடூரத்தால்
நான் என்னை இழந்துகொண்டிருக்கிறேன்.
எனது மூளை மாறாட்டம் நிறைந்ததாகவும்
அமைதியற்றதாகவும் இயங்கிக்கொண்டிருக்கிறது.

27.04.1998

மனசில் இல்லாத நீ

எப்பொழுது உன்னை முதன்முதலாய் பார்த்தேன்
பல யுகங்களுக்கு அப்பாலான ஒரு காலத்திலா ?
பின்னிராப் பொழுதொன்றின்
கனவொன்றாய் நிகழ்ந்தது
என் மனவெளி ஆக்கிரமிப்பின்
ஆரம்பமாய் அமைந்த உன் வருகை.

என் ஆன்மாவின் ஆழத்தில்
அழகான கவிதையை எழுதிச் செல்கிறது உன் பார்வை.

படபடத்துத் திரியும் வண்ணத்துப்பூச்சிகள்
மனசெங்கும் சிறகசைக்க சிறகசைக்க
என்றுமே அனுபவித்திராத அந்த தருணத்தில்
மெல்லக் கடந்து போகும் உன் புன்னகை
அக்காலடியின் திசையில் கைதாகிப்போனது
கண்ணிமைப்பில்
நான் கண்ட என் சொர்க்கம்.
நீ காற்றில் போகிறாய்
என்னில் நான் வெறிச்சோடி
மீண்டும்
இந்த பகல் பொழுதில்
அமர்ந்தபடியிருக்கின்றேன்.

நீ சிரித்துவிட்டுச் சென்ற
அந்தப் பகல்
என்னில் தீப்பிடித்திருந்தது.

தொடுவான சூரியனுக்காக

உன்னைப் பிரிந்து வந்தபோது
இரவின் கருமையாய் மனதில் வெறுமை

அது நீளும் நிமிடங்களால்
கிழித்தெறியப்படும்

அடுத்தநாள்
சூரியப் புலர்வின்போது உன்னைச் சந்திக்கலாம்
எனக்கும் உனக்கும் எட்டாத தொலைவிலிருந்து
என்னுள் இவ்வாறு எண்ணிக் கொள்வேன்.

கொட்டும் பனியில் தோயும் பனி நாணலாய்
சிலிர்க்கும்
எண்ண இயலாக் கணப்பொழுதில்
நான் என்னையும்
என்னிலிருந்து எல்லாவற்றையும்
அதற்காய் அர்ப்பணித்தாயிற்று.

இனி இந்த இரவையும்
உரித்தெடுக்க வேண்டும்
இருட்டிலிருந்து.

07.12.1990

நிழல் முறிந்த மரம்

நாங்கள் கடைசியாக எது பற்றிப் பேசினோம்
மதுவில் மிதந்து கொண்டிருக்கும்
பனிக்கட்டி பற்றியா
வாழ்வு சிதறிய துகள்களிலிருந்த
கண்களைப் பற்றியா ?

எனக்கு ஞாபகமிருக்கிறது
அருள் முடிந்து ஓய்ந்து விட்டான் சாமியாடி.
திட்டுத்திட்டாய் குங்குமம் சிதறிக் கிடக்கிறது
வாசல் முழுக்க.
வெற்றிலை வதங்கிப் போயிற்று நரம்புகள் சுருங்கி.
கரிய புகையில் எதையோ யாசித்தபடி
நிற்கிறார்கள் சாமியாடியின் சொற்களில்
கிறங்கிய எல்லோரும்.

எனக்கு ஞாபமிருக்கிறது
தொட்டுப் பார்க்கும் தூரம் கூட இல்லை இருவருக்கும்.
எனினும்
ஒரு தெருவில் அவர்களும்
இன்னொன்றில் இவர்களுமாய்
நீள்கின்றது எமக்கான தூரம்.

நாங்கள் கடைசியாக எது பற்றிப் பேசினோம் ?
நீ எப்போதுமே வெளியே வராத இரவைப் பற்றியா
இருள்
துயர் மிகு இருள்.

மூன்றாவது மனிதன், ஆகஸ்ட் – ஒக்டோபர் 2000

தலைப்பற்றது

துயர் மிகு இருளில் மறைந்து விட்டது வானம்
காற்று உயிரோடில்லாத துயர் பற்றிப் பாடிக்கொண்டிருக்கிறது குடுகுடுப்பை
வர்ணமே வெளியோ ஏதுமற்று இயங்கின அவளது கவிதைகள்
எல்லாமே மரணம் பற்றியதாயினும் அல்லது
முடிவு பற்றியதாயினும்.

எல்லோருமே காதலிக்கின்றார்கள்.
தாய்க்குத் தெரியாமல் பிள்ளையும்
கணவனுக்குத் தெரியாமல் மனைவியும்
மனைவிக்குத் தெரியாமல் கணவனும்
எல்லோரும் ஏதோ ஒன்றை
எவருக்கும் தெரியாது செய்து கொண்டிருக்கின்றார்கள் எப்போதும்.

காற்று உயிரோடில்லாதது பற்றிப் பாடிக்கொண்டிருக்கிறான்; குடுகுடுப்பை
இருளில் மறைத்துவிட்டது வானம்.

காலத்தை நெய்தவனைச் சபித்தன பொம்மைகள்

நாங்கள் ஒரு இரவில் நூறு கனவுகளைக் காண்கிறோம்
பிரிவு பற்றிய கனவுகள்
பிரிவு பற்றிய கனவுகள்
எல்லாமே அதுதான்.
எங்கள் கனவுகளில்
பாலைவனங்கள் எங்கள் தலைகளின் மேலே சுழல்கின்றன.
மனிதர்களற்ற தெருக்களில்
கூரைகள் இல்லாத வீடுகளில்
பயிர்களற்ற தோட்டங்களில்
காளான்கள் பூத்தன
முட்கள் பெருகிப் பெருகி வானையளந்தன.

காலத்தை நெய்தவனை
சபித்தன உக்கிப்போன பொம்மைகள்.
எங்களைக் கடந்து போகின்ற ஒவ்வொரு சுவடுகளிலிருந்தும்
பெருமூச்சு விடுகின்றன பட்சிகள்
எங்கள் கனவுகளின் காட்சிகள்
தெளிவற்றும் உருவமற்றும்
இரவில் சிதறின
திசைகளில் எது சூரியனின் திசை
எது நாங்கள் பயணிக்கின்ற திசை?

நாங்கள் பிரிந்து விட்டோம்
எமது நிலத்தை, எமது பூர்வீகத்தை
எமது பொறுமையை, எமது மௌனத்தை.

18.04.1999

வலியறியாத வார்த்தைகள்

நீ சிரித்தபடியிருக்கும் ஒரு நாளில்
அலையை வெறித்திருக்கும் எனது கண்களில்
மீன்களின் ஓலம் தெறிக்கிறது.
உனது சிரிப்பே எனதுமாயிருக்கும் காலத்தில்
உனது இருதயத்தில் நீ மறைத்து வைத்திருக்கும்
கூரிய கத்தியை
பளிச்சிடும் துப்பாக்கியை
கண்ணுக்குப் புலப்படாத பழியுணர்ச்சியை
நான் அடையாளம் கண்டதைப்போல நீயும்
எனது சிரிப்பை
எனது நம்பிக்கையின்மையை உணர்வாய்.

நீ சிரித்தபடியிருக்கும் ஒரு நாளில்
அலையை வெறித்திருக்கும் எனது கண்களில்
மீன்களின் ஓலம் தெறிக்கிறது.

நீயோ எனது சிரிப்பைக் கேட்கிறாய்
அது அவமானங்களும் இம்சையும் துயரங்களும் நிறைந்ததாயினும்
அதில் என்னால் வாழமுடியும்.
நான் நம்பிக்கையிழந்து போகிறேன்
உன் மீதான எனது பழைய நம்பிக்கையை
மீன்களின் ஓலம் தின்றுவிட்டது.

ஒரு நாள்
உனது இருப்பின் ஒளி மங்கிய என்னில்
அது கருமையாய் உறையும்
நான் காண்கிறேன்.
கருமையின் ஒளியில் ஆந்தைகள் விழித்திருக்கின்றன.
இருவருடைய கண்களிலும் ஆந்தைகள் மட்டுமே விழித்திருக்கின்றன
ஆந்தைகள்: போர்க்குணம் கொண்ட ஆந்தைகள்.

கவிதையின் ஒளி மிகு நாட்களை நான் இழந்துவிட்டேன்
ஒரு பிச்சைக்காரன் தனது கவளங்களை இழக்கும் துயரோடு
என்னுள் அது நிகழ்ந்தது.
எல்லாம் பழைய வார்த்தைகளாயின.
மிகப்பழைய வார்த்தைகள்
இப்போது உனது மண்பானை உடைந்துவிட்டது.
அது தேனால் நிறைக்கப்பட்டிருந்தாலும்

*கள்ளில் ஊறிக் கிடந்தாலும்
இசையின் வலியைச் சிதறல்கள் தரா.*

*நீ உணர்கிறாயா
காற்றிலிருந்து இறங்கும் ஒரு கழுகின், இரையாய்
வலியறியாது காத்திருக்கின்றன வார்த்தைகள்.*

கூரையற்ற மனிதனின் மூன்றாவது கதவு

உடைத்து சிதறிய கட்டிடங்களிடையே
புதர் மண்டிய தொன்மங்களினிடையே
ஜனங்களின் சிரிப்பிற்கிடையே
காத்திருக்கிறது சாக்கடவுள்.

இடிபாடுகளைக் கட்டியெழுப்பிய போதும்
சாக்கடவுளுக்கான எமது பிரார்த்தனை
பின்னிப் பிணைந்திருக்கிறது அதன் கற்களுக்குள்.
சாவின் துயரம்,
நாம் கடவுளைக் காணவில்லையாயினும்
எம்முன் கடவுளாய் ஒளிர்கிறது.

எல்லையும் இன்மையும் அற்ற மனிதர்களே
எனது மனிதர்களே !
சாக்கடவுளை, சாவின் கடவுளை
ஏன் மறந்தீர் ?
எம்முன்,
நாம் கடவுளை காணவில்லையாயினும்
கடவுளாய் ஒளிந்திருக்கிறது அது.

இருப்பும் இரத்தமுமான சாவின் கடவுள்
தனது விழிகளில் இருந்து
எந்த ஞான ஒளியையும் எமக்காகத் தரவில்லை.
ஞானம் என்பதும்
ஒளி என்பதும்
சாக்கடவுளிடம் இருந்து உங்களுக்குக் கிடையா.
வண்ணமிடப்பட்ட இந்த தேவவனத்தில்
எமக்குப் பிறகு;
எமது மதுவையும்
சிகரட் புகையையும்
விதியாயின கொஞ்சம் கூழையும்
புசிப்பதற்கு சாக்கடவுள் வருகிறான்,
நாம் கடவுளை நம்பவில்லை:
எங்களில் யாரும் அதை நம்பவில்லை.
நீரின் கீழ் ஓடிக்கொண்டிருக்கிறது
திமிங்கிலம்
கரையின் குழந்தை அதை அறியவில்லை.

மூன்றாவது மனிதன், பெப் – மார்ச், 2003

என்னை உணர்தல்

அவர்கள் என்னை
எவ்வாறு உணர்ந்து கொள்வார்கள் ?
ஒரு நிலவு கால இரவின் நிசப்தத்தில்
தோல்விகள் இதயத்தை அழுத்த
செத்துப் போவேன்
இவ்வாறா ?

இதய நிலத்தினூடே பீறிட்டெழும் உணர்வுகளை
அழுத்தி மிதித்து
மனதிலுள்ளே எரித்துவிட்டு
உருக்குலைந்து போவேன்
இவ்வாறா ?

என் பாசத்தின் தேடலை
காதலின் ஜனனத்தை
உயிரின் ஆணிவேர் வழியே
உள்நோக்கும் வேதனைகளை
அவர்கள் எவ்வாறு
உணர்ந்து கொள்வர் ?

சிலவேளை
என்னை அவர்கள்
உணரவில்லையெனில்... ?

அந்த நினைவுகளினூடே
என் கண்கள்
பனிக்கிறது
ஏனெனில்
அவர்கள் என்னால்
நேசிக்கப்பட்டவர்கள்.

பேச முடியாத வார்த்தை

பேசாமல் பிரியும் இந்த நாளில்
மீண்டும் எழுத முடியாத வார்த்தைகளை
மீண்டும் பேச முடியாத வார்த்தைகளை
விட்டுச் செல்கிறேன் உன்னிடம்.

நீ புரிந்துகொள்ளாத இந்தக் கணம்
நம்மிடமிருந்த எல்லாவற்றையும் தின்றுவிட்டது.

நான் ஒரு உயிராகவோ
ஒரு மரமாகவோ
எதுவாகவும் இல்லாத இக்கடைசி இரவில்
நாங்கள் எல்லோரும் எல்லோருடனும் கழித்தோம்,
எனினும் தனியே.

இசையின் நரம்பில் வாழ்வதற்கும்
வார்த்தைகளைப் புரிந்துகொள்வதற்கும்
கடவுளின் மொழி தேவையில்லை யாருக்கும்.

மௌனம்
ஒரு குடிகார இரவைக் கையளித்திருக்கிறது
என்னிடம்.

இந்த நாளில்
மதுக்கிண்ணங்களின் ஒலியை
நான் மீண்டும் கேட்பேன்,
வார்த்தைகளில் இல்லாத எந்த அர்த்தத்தையும்
எனக்கு அவை தரப் போவதில்லை.
எனினும்,
மரணத்தை அர்த்தப்படுத்தவும்
வாழ்வை அர்த்தப்படுத்தவும் முடியுமான
சத்தம் மிகுந்த இந்த இரவை
நீயாக மாற்ற என்னால் முடியுமானால்
நான் நம்புவேன்
பேசாமல் பிரியும் இந்த நாளில்
நான் இறந்துவிட்டதை.

வெளி

01

எங்கிருந்து தொடங்கப்போகின்றன உனது வார்த்தைகள் ?
சமுத்திரத்தின் முடிவற்ற நீட்சியிலிருந்தா ?
உடைந்து சிதறிய ஈசல்களின்
சிறகுகளிலிருந்தா ?
காடுகளின் மீது ஓயாது பாடிக்கொண்டிருக்கும்
துணையற்ற குயில்களின்
இருண்ட குரல்களிலிருந்தா ?

02

நீ யாருக்காக வைத்திருக்கிறாய்
எந்த உருவமுமற்ற அச்சொற்களை ?
ரேவதி,
சுவடுகளை அழித்துவிட்டு மீண்டும்
எழுதாமலே போய்விடுகிறது அலை
பேரிரைச்சலில் குழந்தைகள் நடுங்குகின்றன.
உனது குரலை
எந்தச் சிறகுகளுமே எடுத்து வரவில்லை இதுவரை.
ஒரு துண்டுச்சொல்லில்
இன்னும் நீ எழுதாத வாழ்வு
முற்றத்தில் பூக்கள் அனைத்தையும் உதிர்த்துச் செல்கிறது
தனது வலியால்.

03

நான் எந்த வர்ணத்திலிருந்து தொடங்குவது ?
நாளைய புலரொளிக்காலம் பற்றிய
எனது ஓவியங்களை.
౦౦

தோற்றுத் திரும்புவோர்
விட்டுச் செல்லும் நம்பிக்கை
நாங்கள் பிரிந்து செல்வோம்
குறியற்ற காத்திருத்தலின் எச்சமாய்.
யாருக்குமற்றுத் திரும்புகின்றன அலைகள்.
படகின் முடிச்சவிழ பிணைந்தபடியே மணலில் விழுகிறது
இக்கடைசித் தருணம் வரை

நிலவில் வாழ்ந்த குருவிகள் இரண்டும்.
அறுத்துப் போட்ட வயல்களின் மேலே
மஞ்சளாய்ப் பரவுகின்றது துயரம்
நெல் மணிகளில் குருவிகளின் முதிர்ந்த சிறகுகள்
தூங்குகின்றன.
ஒரு பருக்கையைத் தானும் தமக்காக காவிச்செல்லவில்லை அவை.

கடைசியில்
அழகிய வண்ணத்துப்பூச்சிகளும்
சிறகழித்து புழுக்களாகின்றன
வண்ணத்துப்பூச்சிகள் பற்றிய கனவுகளில்
யாருமே புழுக்களை அனுமதிப்பதில்லை எப்போதும்
எனினும்,
அது நிகழ்ந்து விடுகிறது.
பிணைந்தபடியே விழுந்து கிடக்கும் குருவிகளைப் போல
யதார்த்தமாய்
நாங்கள் பிரிந்து செல்வோம்

உனது சிறகுகளுக்கு மேலாய்
வெளியின் எல்லையற்ற வெறுமையில்
காற்றில் அவிழ்கிறது சூரியன்
யாருக்காகவும் இல்லாத வாழ்வின் மீது
வானம் துளிர்க்கிறது
வாழ்வின் மீதான தீராத காதலில்
அவிழும் அவற்றின் ஒலிகளையாவது
எடுத்துச் செலவோம் எம்மோடு
தலை குத்திப் பிரியும் திசைகளின் கைத்தடியாய்

மூன்றாவது மனிதன், மே – ஜூலை 2000

நிகழ் பற்றிய இரண்டு கவிதைகள்

முகம் தெறிக்க
விழி உதறி அழுகின்ற குழந்தையாக
சுழலும் காலத்தில்
புழுதியின் கால்கள் ஏறுகின்றன.
ஒவ்வொரு காலமும் ஒவ்வொரு காலமாய்

சுயம் மறைத்தழிக்கிறது
மனிதர்களின் கண்ணீரும் பெருமூச்சும் ஏக்கமும் தனித்தனி
முகங்களாகி அலைகின்றன
புழுதிப்படிவுகளில் கால்கள் புதைய
நீல வர்ணத்தை இழந்துவிட்ட வானம்
இனி எப்போதுமே
தேவதைகளிற்கு சிறகுகளைத் தரப்போவதில்லை.

மரணத்தை நினைவுறுத்தும்
புழுதிக்கும் சாம்பலுக்கும் பின்னால்
பிச்சைச் சிறுவர்கள் பரிகசித்தபடி நிற்கிறார்கள்
காலத்தை.

காலம்
புகையை விடவும்
புழுதியை விடவும்
சாம்பலை விடவும் வேகமாய் சுழல்கிறது
கண்களின் ஆழத்தில் வாழ்க்கை கரைகிறது.

○ ○

முடிவற்ற துயரத்திலும் பிரிவிலும்
காலம் என்னை அதன் விருந்தாளியாக்கி வைத்திருக்கின்றது
கோடி வருசங்களின் ஈரம் கசியும்
அந்தக் கல் மண்டபத்தின் மூலையில்
இறக்கைகளை ஒடுக்கியபடி காத்திருக்கிறேன்.

எனக்கு எப்போதுமே அறிமுகமில்லாத மனிதர்கள்
காலத்தின் மீது வடு விழுத்தி வந்தார்கள்.
எல்லோரின் இறக்கைகளினடியிலும்
துப்பாக்கிகளினதும் கைக்குண்டுகளினதும்
நிழல்கள் வரையப்பட்டிருந்தன.

காலம்
என்னையும் மீதமுள்ள எனது மனிதர்களையும்
கல் மண்டபத்தின் உச்சிமுகத்தில்
சுயத்தை மறைத்து
நூறு தடவைகள் சாகடித்திருக்கிறது
தனக்குப் பரிச்சயமான காயங்களாலும் வலிகளாலும்.

காயங்களிலும் வலிகளிலும் துப்பாக்கிகளின் நிழல்கள்

மீண்டும்... மீண்டும்...
கற்களில் உரசி உரசி தீமூட்டக் கூடிய
எனது நேற்றைய சிறகினொலி எங்கே ?
எங்கே எனது நிழல்
எங்கே எனது கனவுகள்
எங்கே எனது நிலம் ?

03.10.1999 சரிநிகர், மே 27 – ஜூன் 09, 1999

தன்னிச்சை கொண்ட ஒரு மனிதனின் இரண்டாவது உலகம் அல்லது வாழ்க்கை!

தன்னிச்சை கொண்ட ஒரு மனிதனின்
சிதைவுகள்
அனுதாபம் மிக்கவை

அவனுடைய உடைவுகள்
நசுக்கிச் சிதைத்து விடுகின்றன அவனுக்கான வாழ்க்கையை.
எப்போதோ ஒரு பொழுதில்
கரு உடைப்பு
எங்காவது சுடுகாடு
யாருக்கும் கவலையில்லை எது பற்றியும்

வெளவால்கள்
காட்டுப் பூனைகள்
விசப் பாம்புகள்
ஒரு மனிதனின் இடிபாடுகளினூடே
இடம் தேடிக் கொண்டிருக்கின்றன வசிப்பதற்காய்.

அன்பான சில வார்த்தைகளை
அல்லது முத்தங்களை
எந்த நிர்ப்பந்தங்களுக்காகவும்
இழக்க விரும்பாத ஒரு மனிதனின் உடைவுகள்
யாரும் விரும்பத்தகாததுதான்.

05.07.1997

இரங்கற் பா

எனது வாழ்வின் வலியறியா உனது கைகளில்
சிறகுகளைப் பின்னும் எனது பிரயத்தனமெல்லாம்
முடிவில்
ஒரு வேட்டை நாயைத் திருப்பிவிடுகிறது என்னை நோக்கி.
உன்னிடம் சிறகுகளாய் வருவதற்கு முன்
மலை முகடுகளிலும்
தொன்மை மிகு தீரங்களிலும்
நூற்றாண்டுத் தீயாய் உறைந்த
என் மண்ணின் மீதிருந்தும்
நானொரு பொறியாய் வாழ்ந்தேன்.
தீமிகு எனது வாழ்வு
சிறகுகளை உன்னிடம் தருவதற்குள்
நீ வெந்துபோகிறாய்.

ஒரு தவளையைப் போல
இரைந்திரைந்து செத்துப் போகும் இத்தருணம்
உன்னாலும் உனது நண்பர்களாலும் நிறைந்திருக்கிறது.

சிறகுகளின் கதகதப்பறியா தவளைகளோ
விடிவதற்குள் செத்துப் போகின்றன கத்திய வலியில்.

தமிழ் உலகம், ஜூலை 2005

அன்பு எவ்வாறிருக்கும்

நீண்ட நாட்களாய் அது பற்றிய கேள்விகள்
மனதை உலுக்கிச் சிதைக்கின்றன.

சில வேளை வர்ணங்கள் பூசப்பட்ட இனிப்பு மாதிரி,
அல்லது நான் உண்ணும்
உப்பிடாத ரொட்டி மாதிரி
புரியவில்லை.

அதனால் சிந்திக்கவும் கண்ணீர் சிந்தவும்
கொல்லவும் கூட முடியுமாம்,
அயலவர்கள் இவ்வாறு பேசிக்கொள்கிறார்கள்.

எனக்கு அன்பு பற்றி
பாசம் பற்றி
காதல் பற்றி
அயலவரோடு பேச
பயமாயிருக்கிறது.

22.08.2005

சொர்க்கத்தை நோக்கி

நான் எனக்கான ஒவ்வொன்றையும் இழந்தேன்
தலைநகரம்
வீதிகள்
பூக்கள்
சுடுகாடுகள்
எல்லாவற்றையும்.

சில மனிதர்களோடு
காடுகளை நோக்கி
எனது பயணம் தொடங்கியது
மனிதர்கள் மனிதர்களை அழித்தார்கள்
மனிதர்கள் காடுகளையும் மிருகங்களையும் அழித்தார்கள்
எங்கும் பாழ்வெளிகள் மிஞ்சின.
நான் சில எஜமான்களைப் பெற்றேன்
புதிய நகரங்கள்
புதிய வீதிகள்
புதிய தோட்டங்கள்
புதிய சுடுகாடுகள்... எங்கும் எங்கும்
அநேகமான வீதிகள் எங்குமே
வெறிபிடித்த கண்கள் அலைந்தன.

எஞ்சியிருந்த எனது இருதயம்
என்னிலிருந்து
இரத்தமும் தசையுமாகப் பிடுங்கி எறியப்பட்டது.
ஒன்பதாம் சொர்க்கத்தை நோக்கி.

23.08.2000

வேறெதுவுமன்றி

நாங்கள் எமது கைகளில் அகப்பட்ட
பயிரிடக்கூடிய ஒவ்வொன்றையும்
மிக வேகமாகப் பயிரிட்டோம்.

புதிய நகர்விற்கான உத்தி முறைகள்
ஆயுதங்கள்
கிழங்குகள்
காய்கறிகள்...
இன்னுமின்னும்...

எனக்கு ஞாபகமேயில்லை ஓய்ந்திருந்ததாகவும்
வடக்கையும், கிழக்கையும்
மீட்பது பற்றியன்றி
வேறெதையும் பேசியதாகவும்.

01.01.1998

காட்சிகள்... நிழல்கள்... மனிதர்கள்...

களம் திரிபுற்று வெவ்வேறு காட்சிகளால் நிரப்பப்பட்டிருக்கிறது
மேடை.
புன்னகையோடு முகமூடியணிந்து
அழுகை நிறைந்து
வேதனை, சலிப்பு, துயருற்று
ஆடைகளற்று
உள்ளெரியும் நெருப்போடு
இருண்மைக்குள்ளும்
ஒளிமைக்குள்ளும்
அமிழ்ந்தமிழ்ந்து
முடிவற்று நீட்சியுற்றன காட்சிகள்

சாத்தான்கள்
சிலுவைகள்
கற்கள்
கயிறு
தேவர்கள்
சிற்சில சிறகுகளும்.

புலன்கள் அனைத்தையும் சிதைத்து
இன்னுமின்னும் பல்கிப்பெருகின
மேடைக்குள் காட்சிகள்.

ஏக்கப் பெருமூச்சோடு
மேடையும் முன்னேயும்
அதற்கு அப்பாலும்
எங்கும் சூனியம்.
முடிவற்ற நித்தியத்தோடு
யாரும் உயிர்த்தெழப் போவதுமில்லை.
கல்லோடு கடலில் மிதக்கப் போவதுமில்லை.

மண்ணும் மரணவெளியும்

கனிகளை விடவும்
மரம் நின்ற மண்ணில்தான் சுவை அதிகம்
மூச்சை உள்ளிழுத்து
நிலத்தை ஆழ முத்தமிடு.

உதடுகளில் ஒட்டிக் கொண்ட
மண்ணை தட்டிவிட வேண்டாம்.
கோடானுகோடி வருசங்களாக
உன் ஒவ்வொரு வேர்களையும்
உன் உடலையும் கூட
அது பற்றிக் கொண்டுள்ளது
ஒரு தாயின் அக்கறையோடு

மண்
அதனுள்ளிருந்தே மனிதம் பிரசவிக்கப்படுகின்றது
நீ புரிந்துகொள்வாய்.

உனக்கு சோறு தந்து
விழி மூட இடம் தந்த இந்த மண்ணை
முத்தமிடு
ஒருமுறை
ஒரே ஒரு முறை
ஏனெனில் நீ அதற்கானவன்.

இறுதியாய் நீ இறந்தபின்
இந்த மண்ணை
முத்தமிடும்போது
அதன் தன்மைகளை உணர்ந்துகொள்ள
உனக்கு சந்தர்ப்பமிருக்காது
அதற்குள் உனக்கும் மண்ணுக்கும்
உள்ள பிணைப்பை
உறுதிப் படுத்திக்கொள்.

மண்ணைப் புரட்டுவோம்

மண்ணைப் புரட்ட வேண்டும்
அது
அவ்வளவு சுலபமானதல்ல
வெட்டிரும்பு
சுட்டியல்
அல்லது
எது கொண்டாவது
மண்ணைப் புரட்டியாக வேண்டும்.

வரட்சியின்
வெடிப்புப் போதாது
துளிர்கள் வெளியேற
எங்கோ தொலைந்து போய்விட்ட
ஈரம் வேண்டும்
எல்லாவற்றிற்கும்.

ஒரு கையால் முயல்வோம்
அது அவ்வளவு சுலபமானதல்ல
எல்லோரும் முயன்றாவது
மண்ணைப் புரட்டியாக வேண்டும்.

உங்களில் யாரிடம்
வெட்டிரும்பு இருக்கிறது
இல்லையென்றால்
கலப்பையாவது
இரண்டும் இல்லையெனில்
துடுப்பாவது செருகப் பட்டிருக்கும்
உங்கள்
குடிசைத் தட்டிகளில்...

எடுங்கள் எவ்வாறெனினும்
மண்ணைப் புரட்டியாக வேண்டும்
அது அவ்வளவு சுலபமானதல்ல

என்றாலும்
எல்லோரும் முயன்றாவது
மண்ணைப் புரட்டியாக வேண்டும்.

பூ மரமா பசி தீர்க்கும்

முற்றத்தில் நட்டு வைத்த
பூ மரங்கள் நிற்கட்டும்
வெட்டி எறிய வேண்டாம்.

எல்லாம் விட்டு விட்டு
புலம்பெயர்ந்த எங்களுக்கு
இப்போது பூ மரங்கள் எதற்கு ?

முகம் கழுவும் நீர்விட்டு
பலன் தரும் பயிர் நடுவோம்
பிள்ளைக்கும்
பிள்ளையின் பிள்ளைக்கும்
அது அட்சய பாத்திரம், அமுத சுரபி.

குடிசை மூலையிலும் கோயில் வாசலிலும்
பசி.
பசி வாழ்க்கையை விழுங்கி ஏப்பம் விடுகிறதே.
பூ மரமா பசி தீர்க்கும் ?
என்றாலும்
நட்டவற்றை வெட்ட வேண்டாம்.

குடியிருக்கும் நிலத்தில்
ஈர் பத்து விதை நடுங்கள்
ஓர் நாளில் காய் காய்த்து
உயிர் வாழும்
நாளெல்லாம் உணவு தரும்.

இருப்பின் அடையாளம் பற்றி...

நேற்றின் அவலங்கள்
இன்றின் துயரங்கள்
நாளையின் எதிர்பார்ப்புகள்
இவையெல்லாம் என்னை நானாகவே
இருக்கவிட்டதில்லை எப்போதும்.

ஆணவத்தாலும் அதிகாரத்தின் வழியாகவும்
கோரமாக்கப்பட்டு,
அழைத்துச் செல்லப்பட்டேன்
மனிதர்களற்ற சூனியத்தீவிற்குள்.

வேதனைகளால் கரைகின்றன நிமிடங்கள்
தமிழனின் ஆதிக்குடி பற்றியும்
இந்த மண்ணுக்கு
அவனே சொந்தக்காரனென்றும் சொல்லிக்கொண்டிருப்பதில்
சலித்துப் போயிற்று என் பேனா ?

நான் தமிழன்
எனக்கொரு அடையாளம் வேண்டும்
அதற்கு கவிதை போதாது
துப்பாக்கி, கத்தி, கோடரி
ஏதாவது ஒன்று அல்லது மூன்றும் உடனே வேண்டும்.

ஈழநாடு, ஒக்ரோபர் 1997

ஊழ்வலி

i

எப்போதுமே ஞாபகப்படுத்தக் கூடாத
ஒரு கனவு போல
எனது வரவு நிகழ்கிறது என்னுள்
எனது காலத்தைச் சூழும்
உனது தீய ஆவியை
பூமியின் ஆழத்துள் புதைத்துவிடவோ
அல்லது
நதி ஒன்றின் மூலத்தில் கரைத்துவிடவோ
விரும்பவில்லை நான்
நீ அழிவின் சாட்சியாய் நிற்கிறாய்.

ii

ஒரு சூரியனுக்காக
நீளும் எனது காலத்தில்
உனது வஞ்சகச் சிரிப்பை எனது இருப்பில்
சூழ்கிறாய்.
எனினும் உன் துயர முடிவுபற்றி
நீ அறியாதிருக்கிறாய்.

iii

உண்மையில்
ஆக்கிரமிப்பின் வேர்களிலிருந்துதான்
துப்பாக்கிகள் புறப்படுகின்றன.

ஒபரே

என் அன்பிற்கினிய ஒபரே
நேற்று எனது பயணத்தை முடித்துவிட்டேன்
நான் கவிதை எழுதுவதை நிறுத்திவிட்டேன்
இனி உனக்கு அவை ஒருபோதும் சாப்பிடக்கிடையா

புல்லாங்குழலின் சிறகை உதிர்த்துப்
பிச்சை கேட்கிறான் ஒருவன்
தண்டவாளங்களினை விட்டு
ஓடிக்கொண்டிருக்கிறது புகையிரதம்.
நான் புல்லாங்குழலின் இசையை விரும்பினேன்
அதில் அவளது துயரமும் எனதும் கவர்ந்திருக்கிறது
இசையான இத்துயரம்
முடிவுக்கு வந்துவிடும்.

பகுதி 2

சிறுகதைகள்

மீட்சியற்ற நகரத்தில் செண்பகம் துப்பிய எச்சம்

மழைக்கான ஆரம்ப அறிகுறிகள் தோன்றத் தொடங்கியிருந்த ஒரு பிற்பகல் நேரத்தில் அவனை அவர்கள் கைது செய்தார்கள்.

சன நடமாட்டம் அதிகமாயிருந்த கடைத்தொகுதியின் மாடிக்குச் செல்லும் படிக்கட்டில் புழுக்களைப் போல மிக மிக அற்பத்தனமாக அந்த நிகழ்வு நடந்தது.

கண்களின் மீது இருளடைந்த தெருக்கள் ஊர்ந்தன. மனசிலிருந்த ஓவியங்கள் சிதைந்து போயிற்று. குருதியும் தசையும் மண்டிய புதிய ஓவியங்கள் அவனுள் தொங்கின. மழை தூறத் தொடங்கி விட்டது.

கடைத்தொகுதியின் இரண்டு பக்க வாயில்களையும் ஒருவித கட்டளைக்குக் கீழ்ப்படிகின்றவர்களைப் போல அல்லது அவர்கள் தாங்களே அவற்றைப் பிறப்பித்தவர்கள் போல தங்களால் அடைத்துக் கொண்டு நின்றார்கள்.

வெளியே சூழல் கல்லாயிற்று. யாருடைய பணிகளையும் யாரையும் செய்ய அவர்கள் அனுமதிக்கவில்லை. குழந்தைகளுக்குப் பொம்மைகளை அனுமதிக்காததைப் போல எல்லாவற்றையும் அவர்கள் நிராகரித்தனர். கண்ணுக்குத் தெரியாத வலை ஒன்று இந்த மாலை நேரத்தில் அந்த நகரத்தின் மேலே எறியப்பட்டுவிட்டதை அவன் உணர்ந்தான். குழந்தைகளோ அவர்களுடைய பொம்மைகளோ கூட அந்த வலையிலிருந்து தப்பமுடியாது. பழைய இருளடைந்த தெருக்களின் மேலே காகங்கள் சிறகுகளை ஒடுக்கியபடி பறந்துபோயின.

படிகளின் வசீகரத்தில் சிதறிக் கிடந்த வெற்றிலைக் கறையும் கழிவுகளின் நாற்றமும் இன்னும் அதிகமாய் பீதி கொள்ளச் செய்தது.

இரண்டு வெற்றுத் தாள்களையும் கொஞ்சம் சில்லறைகளையும் ஏனையவற்றையும் கொண்டிருந்த காற்சட்டைப்பையிலிருந்து சகலவற்றையும் வெளியிலெடுக்குமாறு அவனை அவர்கள் நிர்ப்பந்தித்தார்கள். கொஞ்ச நேரத்தில் அதற்கு அவசியமற்ற வகையில் ஏழெட்டுப் பேர் அவனைச் சூழ்ந்துகொண்டு கேள்விகளால் நிரவினார்கள். எல்லோருடைய கேள்வியும் ஒரேவிதமாக வேறுவேறு வடிவங்களாக இருந்தன.

முரட்டுத்தனமான ஈவிரக்கமற்ற அவர்களது கண்களில் ஒரு மிருகத்தின் மீது பாய்வதற்கான வெறி பின்னிக் கொண்டிருந்தது. அவர்களுடைய விரல் நுனியில் தொங்கிக் கொண்டிருக்கும் அவனது உயிருக்கு இனி எப்போதுமே அவன் சொந்தக்காரனாய் இருக்க முடியாதென்பதை, அதற்கான அருகதை கொஞ்சம் கூட அவனுக்கு இல்லையென்பதை, அவர்கள் கல்லாகிக் கிடந்த அந்தப் பொழுதில் எழுதிவிட்டார்கள்.

காலத்தின் மீது சுற்றி இடப்பட்ட வளையம், தகர்த்து வெளியேற முடியாதபடி அவனது குரல்வளையில் நெரித்தது. எல்லாம் முடிந்ததான ஒரு வெறுமை அவனுக்கு முன்னேயும் பின்னேயும் படிகளில் ஏறியிருந்தது.

மழை தவிர மற்ற எல்லாமே செத்துப் போயிருந்த அந்த இருபது நிமிட நேரத்தில் நேரம் நகர்ந்துகொண்டிருக்கிறது. அவர்கள் பேசியதில் பாதிக்கு மேல் புரிந்துகொள்ளக் கூடியதாயிருந்தாலும், இனி அதில் எவ்வித பலனும் இல்லையென்பதை அவன் நன்கே உணர்ந்திருந்தான். அதனால், அவன் குறித்த அவர்களது மதிப்பீடுகளை ஏற்றுக்கொள்ளவோ நிராகரிக்கவோ இல்லை. அல்லது அவர்களது தோள்களில் தொங்கிக் கொண்டிருந்த ஆயுதத்தின் மீதும் கோபத்திலும் வெறித்தனத்திலும் சிவப்பேறிய அவர்களது கண்களின் மீதும் அவர்களது வார்த்தைகளனைத்தும் கட்டுண்டு போயின.

நத்தையைக் கவ்விக் கொண்டு போகும் செண்பகத்தை ஞாபகப்படுத்தின அவர்களின் செயல்கள் அனைத்தும். முரட்டுப்

பச்சைத்துணிகளால் மூடியிருந்த அவர்களது இதயத்திலிருந்து என்ன விதமான ஒலிகள் எழுகின்றன என்பது குறித்துக் கண்டுபிடிக்க முயன்றான்.

கடைசியில் எல்லா முயற்சியிலும் தோற்றுப்போய், காற்சட்டைப் பையிலிருந்த அவர்கள் ஏற்கனவே பார்க்க விரும்பிய சகலவற்றையும் பரிசோதிக்க அனுமதியளிக்க வேண்டி ஏற்பட்டது. சோர்ந்து போன அல்லது பசியில் நடுங்கிக் கொண்டிருக்கும் கந்தைத் துணிகளால் கட்டி நிறுத்தியிருக்கும் உடலமைப்பைக் கொண்டிருந்த ஒரு மனிதனிடம் அவர்கள் தேடும் எதுவும் இருக்காதென நன்கே தெரிந்திருந்தாலும் பழக்கதோஷத்துடன் கூடிய அவதானத்துடன் அவர்கள் அதனைச் செய்தார்கள்.

அவன் அந்த நகரத்துக்கு வந்த இருபத்து மூன்றாம் நாள் முன்னெச்சரிக்கையுடன் கூடிய நம்பிக்கையீனத்தால் முழுவதும் பீடிக்கப்பட்டிருந்த போது சீலனுக்கு எழுதிய கடிதத்தை, காற்சட்டையின் பின்பக்கப் பையிலிருந்து மடிப்புக்களிடையே சொற்கள் கிழிந்து தொங்கக் கண்டெடுத்தார்கள்.

ii

மண் கரைந்த தடங்களை அழித்தபடி மழை, காலத்தின் மீது சவுக்காய் விழுந்துகொண்டிருக்கிறது.

iii

நகரின் மத்தியில் மிக உயர்ந்த கூம்புவடிவச் சுவரிலிருந்த நான்கு மணிக்கூடுகளில் ஒன்று கூட மிகச் சரியாக இயங்கவில்லை என்பதை மழைப் புகாரினூடே ஏதோ கெட்ட கனவொன்றைப் போல அவன் கண்டான். கோபுரத்துக்கு இன்று காலையில்தான் வெண்ணிற வர்ணத்தைப் பூசியிருந்தார்கள். வர்ணம் சுவருடன் காய்வதற்கு முன்னர் எல்லாவற்றையும் மழை கரைத்துப் போயிற்று. அவனைச் சூழ நிலவிய சாபத்தின் நிழல் வர்ணங் கலைந்த கோபுரத்தின் மீதும் படர்ந்திருப்பதை ஒருவித நடுக்கத்துடன் அவதானித்தான்.

இப்படித்தான் மிகக் குறைந்தது ஐந்து வருடத்துக்கு ஒருமுறையாவது வர்ணம் பூச யாராவது வந்து

விடுகின்றார்களென்றும் ஒவ்வொரு தடவையும் மழையோ புழுதியோ அல்லது சூறையோ எல்லாவற்றையும் கரைத்தழித்து கோபுரத்தின் சுயசொரூபத்தை மக்களின் காட்சிக்கு - எப்போதுமே மிகச்சரியாக இயங்காத பெண்டுலங்களுடன் விட்டுச் சென்று விடுகின்றன என்றும் இதே தெருவில், காலையில் தான் யாரோ பேசிக் கொண்டு போனதைக் கேட்டான்.

ஆர்வ மேலீட்டால் எதன் பொருட்டுமற்று அப்பேச்சை அப்போது கேட்க வேண்டியிருந்தது. எந்த வகையிலும் அவசியமானதாயிருக்கவில்லை. எனினும், அவர்கள் பேசியதை - அவர்கள் பேசியதன் சாரத்தை - இப்போது நினைவு கூர்ந்தான். நேரத்தை இந்த மரண அவஸ்தையிலிருந்து மீட்கும் பொருட்டு கோபுரத்தினடியில் மாடுகள் சாணமிடுகின்றன. இரவு சலசலக்க கோபுரத்தினடியை மூத்திர நாற்றத்தால் நிறைக்கின்றன. சிலவேளை இவை எதுவுமே நிகழாவிட்டால் ஒரு கழுதையாவது தனது நாக்கால் நக்கி நக்கி வர்ணத்தை தின்றழித்து விடுகிறது. மீண்டும் வர்ணமடிப்போர் வருகிறார்கள் கோபுர முகட்டின் அடுக்குகளிலிருந்து புறாக்களை விரட்டுகிறார்கள். கூடுகளை விட்டுப் பறந்துபோன புறாக்கள் திசைக்கொன்றாய் மீண்டும் கூடு திரும்ப இயலா ஏக்கத்துடன் பறந்து போகின்றன, இனியற்று.

கோபுரத்தின் நிழலில் பூசிய வர்ணங்களில், எல்லோரும் கண்ட சீராக ஓடும் பெண்டுலம் பற்றிய கனவு கடைசிவரை பலிக்கவேயில்லை யாருடைய இரவுகளிலும்.

மழையின் இருளிலும் சூரியன் மங்கிப்போன வெறுமையிலும் நேரத்தை ஊகிக்கும் முயற்சிகூடப் பயனற்றதாயிற்று.

சுடுகாட்டு நிறத்தாலான அப்பொழுதில், ஆச்சரியப்படும் வகையில் சீலனுக்காக அவன் எழுதிய கடிதத்தை அவர்களில் ஒருவன் உரத்துப்படித்தான்.

அது உண்மையில் ஆச்சரியத்தையும் அதிர்ச்சியையும் ஏற்படுத்தியது. ஏனெனில், இதுவரை, இந்த மூன்று மணி நேரத்தில் நகரின் ஜீவனையே இரண்டு விரல்களில் துப்பாக்கியின் நுனியில் அருவருக்கத்தக்க வகையில் தூக்கி வைத்துக்கொண்டிருக்கும் இவர்களில் ஒருவன் கூட அவனுடைய மொழியில் அவனை விசாரணை செய்யவில்லை என்பதை

விட முக்கியமானது ஒருவனுடைய அந்தரங்கத்தில் எந்தக் கூச்சமும் வெட்கமும் பயமுமின்றி வெகுசாதாரணமாய் அவர்கள் நுழைத்துவிட்ட காடைத்தனம் தான்.

கடிதத்தைப் படித்துக்கொண்டிருப்பவனுக்கு முன்னர் தான் அதில் என்ன எழுதினான் என்பதை ஞாபகப்படுத்தும் அவசியம் மிகமிக முக்கியமானதாயிற்று இப்போது.

இப்படித்தான் இவையெல்லாம் நிகழ்ந்ததைப்போல எந்த முன்னறிவிப்புமின்றி இக்கடிதமும் எப்போதோ எழுதப்பட்டது.

சீலன், சமரசங்களுடன் வாழ்தல் பற்றிய எல்லாக் கோட்பாடுகளையும் தகர்த்துவிட்டு ஒரு கூட்டிலிருந்து தப்பிவந்து இன்னொரு சிறையில் வீழ்ந்துவிட்டதாகவே எண்ண வைக்கிறது இன்றைய வாழ்க்கை.

எந்த நம்பிக்கையில் நான் இந்த நகரத்துக்கு வந்தடைந்தேன்? நிச்சயமற்ற எதிர்காலத்தின் பிரஜையான உணர்வுகளுக்கும் கனவுகளுக்கும் என்ன மதிப்பிருக்கிறது இங்கே?

ஓடுகின்ற புகைவண்டியின் இரைச்சலாக அச்சுறுத்திக்கொண்டே இருக்கின்றன செண்பகத்தின் கண்கள்; அவற்றிலிருந்து தப்பித்து எந்தத் தெருவில் ஓடுவது? எந்தத் தெருவிற்கு எந்த முகம்? அல்லது எந்த உடலுக்கு? எங்களால் இனங்காண முடியாதிருப்பது எதன் நிமித்தம்? எல்லா இடங்களிலும் குப்பைத்தொட்டிகள் இருக்கின்றன. யாருமே குப்பைகளைத் தொட்டிகளில் எறிவதில்லை. நாங்களோ ஒருவித ஆற்றாமையுடன் நூறு வீதமும் புனிதத்தை விரும்புகிறோம்; எதிர்பார்க்கிறோம். இந்தச் சாத்தியமற்ற எதிர்பார்ப்பு எமது வாழ்வின் மீதே திரும்பிவிடுகிறது முள்ளாக.

இந்த வேதனையிலும் துயரிலும் யாருக்குத்தான் தெரிகிறது முட்கள் குத்தும்வரை குத்தும் என்று.

1999.08.24 செவ்வாய்க்கிழமை

நீ அவசியம் பார்க்க வேண்டிய நாட்குறிப்பின் ஒரு பகுதி:

'சே' வந்திருந்தான். இன்று பிறந்த நாளாம். நான் நினைக்கிறேன் இது அவனது இருபத்து மூன்றாவது பிறந்த நாளாக

இருக்கலாம். அவனுக்கு கொடுப்பதற்காக என்னிடம் எதுவுமே இருக்கவில்லை. நான் இன்னும் காலை உணவு சாப்பிடவில்லை. நேரம் 11:38 மதியமாவதற்குச் சற்றுமுன்பைத் தாண்டிவிட்டது.

நான்கு பக்கமும் கிழிந்த - கயிற்றால் நன்கு பிணைக்கப்பட்டிருந்த அட்டைப்பெட்டியிலிருந்த - அந்த அறை முழுவதும் நிரம்பியிருந்த ஒரே பொருள் அதுதான் - புத்தகமொன்றை வாசித்துக் கொண்டிருக்கிறான். கனமான இறுக்கம். அறைமுழுக்கப் பரவியிருந்தது - நான் எழுதுகிறேன் - நீண்ட நேரத்துக்குப் பிறகு சோர்ந்து களைத்துப் போய் அவன் இந்த அறைக்குள் வந்ததிலிருந்து மூன்றாவது வார்த்தையைப் பேசினான். இதற்கு முன் நான் அவனை இப்படிப் பார்த்ததேயில்லை - சாரத்தில். இரண்டு நாட்களுக்கு முன்பிருந்தே தேநீர் அருந்துவதற்கான பணம் கூட அவனிடமில்லை. ஊரிலேயே இருந்திருக்கலாம் என்று சொன்னான். நான் அதை எப்போதோ உணர்ந்துவிட்டேன். பசியும் வீதிகளில் இறங்கப் பயமுமாய் இந்தக்காலம் கழிகிறது. பின்னேரம் அவன் போய் கொஞ்ச நேரத்தில் எதுவுமே எழுத மனமற்று வெறுந்தரையில் படுத்துக் கிடந்தேன். இன்று முழுவதும் நாங்கள் சாப்பிடவில்லை. முகட்டு வளைக்குள்ளிருந்து பூனை ஒன்று எதையோ வெறித்துக் கொண்டிருக்கிறது. எலி பற்றிய அதன் நம்பிக்கையோடு.

•••

'சே'யை அவர்கள் கைது செய்துவிட்டார்கள். சரியாக ஞாபகமில்லாத ஒரு திகதியில். மூன்று மணிக்கும் 3:15க்குமிடையில் ஊர் பற்றிய ஞாபகங்களோடு கடற்கரையின் உப்புக்கசியும் மணலில் உட்கார்ந்திருந்த போது அல்லது கடலின் முடிவற்ற நீட்சி பற்றிய பிரமையில் மனம் வசமற்றிருந்தபோது இது நடந்தது. நான் கவனித்தேன். அவனை அந்த மணலில் இழுத்துச் சென்றபோது எல்லோருடைய கண்களும் செண்பகத்தின் கண்களையே பெரிதும் ஒத்திருந்தன.

சீலன், நாங்கள் மிகமிகச் சாதாரணர்களாகவே இருந்திருக்கிறோம். உழைத்துச் சாப்பிட்டு தூங்கிப்பின் சாப்பிட்டு... இப்படியிருந்த எங்களுக்கு அவர்களோ கண்ணீரைப் பரிசளித்தார்கள். சாவையும் அழிவையும் துயரையும் பரிசளித்தார்கள். இருப்பழித்து வீதிகளில்

அலைய வைத்தார்கள். திக்கற்றலைந்து அவர்களில் விழுந்த எங்களை விலங்குகளைப்போல இழுத்துச் சென்று சிறைகளில் அடைத்தார்கள்.

'சே' என்ற வறுமையிலும் துயரிலும் மெலிவுற்ற ஆனால் கனவுகளால் உறைந்து போயிருந்த எங்களது நண்பனுக்கு சிறிதும் பொருத்தமற்ற உடற்தோற்றத்தில் நாங்கள் கூட்டிய அந்தப் பெயர் எப்போதும் போல துரதிஷ்டம் மிக்கதாகவே ஆகிவிட்டது இப்போதும்.

அவன் கைது செய்யப்படுவதற்கு சற்று முன்னர் தரிசான வயல் வெளிகளில் நீர் வறண்ட ஆற்று மணலில் - எனினும் எப்போதாவது வரும் என எதிர்பார்க்கப்பட்ட நீர் பற்றிய கனவுகளோடு குண்டுச் சத்தங்களால் துரத்தப்பட்ட போதும், ஊரின் பழந் தெருக்களில் நடந்து போவதான பிரமையுடன் மிக மெதுவாக ஒவ்வொரு வார்த்தைக்கும் இடையில் நீண்ட இடைவெளியை அனுமதித்து சொல்லிக் கொண்டிருந்தான். இடையே கடல் பற்றியும் பேசியிருக்க வேண்டும். அவனுடைய இதயத்திலிருந்து அந்தப் பிரமைகள் வடிந்தடங்கு முன்னரே அவனை அவர்கள் இழுத்துச் சென்று விட்டார்கள்.

சீலன், இது நிகழ்ந்ததற்கான பிரத்தியேக காரணங்கள் எதுவும் இருப்பதாய் எனக்குத் தெரியவில்லை. அவன் தனது அந்திம காலத்தில் - அவனைப் பொறுத்தவரையில் இது ஒரு வகையில் அந்திம காலமாகவே இருந்தது - அநேகமான பொழுதுகளை என்னுடன்தான் கழித்தான் என்பதால் எனக்குத் தெரிந்து இக்காலத்தில் அவன் செய்த இரண்டே குற்றங்கள், வாங்கிய கடனை திருப்பிக் கொடுக்காததும் - உண்மையில் அவன் அதைக் கொடுக்கவில்லையே தவிர, அதன் வேதனையாலும் அவமானத்தாலும் குறுகிப் போனான் - நூலகங்களிலிருந்து இதுவரை மூன்று நூல்களைத் திருடியதும் தான்.

ஒரே பிரயாணப் பையுடன் இந்த நகரத்தை வந்தடைந்த எங்களை மிருகங்களைப் போல தடுப்பு முகாம்களில் அடைத்து வைத்திருந்த இருபத்திநான்கு மணிநேரத்தில் 23 ¼ மணி நேரத்தை தூக்கத்துக்கோ ஏனைய மிகவும் அவசியமான தேவைகளுக்கோ அனுமதியளிக்காமல் இரண்டு மாதத்துக்குப் பின்னர் மிக மோசமான விசாரணையின் முடிவில் நாங்கள் வெளியேற

அனுமதிக்கப்பட்டோம் எனினும், நூலகப் பத்திரத்தில் கையொப்பமிடக்கூடிய தெரிந்த மனிதர்கள் யாரும் எங்களுக்கு இருக்கவில்லை. இதனைக் காரணமாக்கி அவனுக்கான நூலக அனுமதியை வன்மையாக மறுத்துவிட்டனர் அது சார்ந்த அதிகாரிகள்.

அவன் புத்தகங்களை திருடிக்கொண்டு வெளியேறிய எச்சந்தர்ப்பத்திலும் யாரிடமும் அகப்படவில்லை என்றும் மாறாக, தான் திருடிய புத்தகங்கள் அனைத்தும் தடித்த தூசுப் படலம் நிரம்பியதாக இருந்தும் ஒரு வகையில் இப்போதைக்கு யாரும் அவற்றைத் தேடப்போவதில்லை என்ற நம்பிக்கையைத் தருவதாகவும் என்னிடம் அவன் பல தடவைகள் சொல்லியிருக்கிறான்.

இப்படியிருக்க இந்த இரண்டு குற்றங்களுக்காகவுமா அவனை அவர்கள் நாயை இழுத்துச் செல்வதைப்போல இழுத்துச் சென்றார்கள்?

எனினும் நான் நம்பிக்கையை முற்றிலும் இழந்துவிடவில்லை. நிச்சயம் அவன் எங்களை மீண்டும் எப்போதாவது சந்திப்பான். ஒன்றில் சித்திரவதை செய்யப்பட்ட, விரல்கள் பிடுங்கப்பட்ட, மொட்டையடிக்கப்பட்ட தலையோடு அல்லது பிணச் செய்தியாக. என்னதானிருந்தாலும் நாங்களும் அவனைச் சந்தித்தேயாக வேண்டும். ஏனெனில், அவன் உழைத்ததையும் சாப்பிட்டதையும் போக பட்டினி கிடந்த காலங்களே அதிகம்.

●●●

1999.06.12 திங்கட்கிழமை இரவு ஒரு மணிக்கு மேல் எழுதிய நாட்குறிப்பு:

நந்தாவிற்கு பெண் குழந்தை பிறந்திருக்கிறது. அவள் ஏற்கனவே மூன்று வருடங்களிற்கு முன் ஒரு ஆண் குழந்தைக்குத் தாயானவள் என்றும் அப்போது அவள் கணவன் கூடவே இருந்தான் என்றும் சாப்பாட்டுத் தட்டுக்களுடன் கூடியிருந்த நீண்ட வரிசையில் எனக்குப் பின்னே கேட்டது. இப்போது மட்டுமல்ல அவள் அந்த முகாமில் அடைக்கப்பட்ட சுமார் ஒன்றரை வருடங்களுக்கு மேலாக அவளும் அவளது மூத்த குழந்தையும்

தங்கள் எதிர்காலத்திற்காக நம்பியிருந்த பாதுகாவலனைச் சந்திக்கவேயில்லை என்பது உட்பட வறுமையிலும் நோயிலும் கறுத்துச் சுரண்டிருந்த இப்போது பிறந்திருக்கும் பெண் குழந்தைக்கு தகப்பனான 17 வயதே நிரம்பிய சரசுவின் காதலன் பற்றியும் பேசிக் கொண்டிருந்தார்கள்.

கிணற்றடியில் பெண்கள் குளிக்கமுடியாதபடி அது திறந்த வெளியாயிருக்கிறது. இராணுவத்தினர் தமது பச்சை உடுப்புக்களுக்கு மேலாய் செண்பகக் கண்களுக்கு மேலாய் சுடுவிரல்களின் மேலாய் அவர்களை இம்சிக்கிறார்கள்.

ஆண்களை அனுப்பி சிகரெட் பெட்டியும் லைட்டரும் சிவப்பு முத்திரைப் பழைய சாராயமும் வாங்கி வரப் பணிக்கிறார்கள். எல்லாம் திட்டமிட்டபடி. அவர்கள் முகாம்களிலும் வீதிகளிலும் மிருகங்களை ஞாபகப்படுத்தியபடி அலைந்து திரிகிறார்கள். நீயே சொல் மனிதன் தான் மிருகம் எனக் கருதும் - தீங்கு செய்யும் எந்த ஜந்துவிடமாவது ஆத்திரம் கொள்ளாமலிருக்க முடியுமா? இது நான் சொல்வதை நீ எவ்வாறு புரிந்து கொள்கிறாய் என்பதைப் பொறுத்ததெனினும் தயவுசெய்து கேள்.

அதிகாரம் தனது இருதயத்தாலல்ல துப்பாக்கிகளாலும் தோட்டாக்களாலும் தன்னை முண்டு கொடுத்து வைத்திருக்கிறது. அது அவற்றை இழக்கும் வரை - இந்த இழப்பு என்பது எப்போதும் அவர்களால் பாழில் வீழ்த்தப்பட்ட மனிதர்களைப் பொறுத்த விசயமாகவே இருந்து வருகிறதெனினும் - நாடோடி மனித வாழ்வும் அப்பாக்களில்லாத இரண்டு அப்பாக்களை உடைய குழந்தைகளும் யாருமற்ற குழந்தைகளும் சிறையும் சித்திரவதையும் சாவும் பீதியும் தவிர்க்க முடியாததாகி விடும்.

இன்றைய நடுங்கும் இரவில் எல்லோரும் தீ மூட்டுவது பற்றி யோசித்துக்கொண்டிருக்கிறார்கள். தீ தவிர்க்க முடியாத ஒரு நிகழ்வாக மாறிவிட்டது. இப்போது எல்லோர் மனங்களிலும்.

iv

கடிதம் இப்படி இடையிலேயே நின்றுவிடும் என்று அவர்களில் யாருமே எதிர்பார்த்திருக்க மாட்டார்கள். கடிதத்தில் திகதியிடப்படவில்லை. கையொப்பமே கூட இருக்கவில்லை. சிலவேளை எழுதுவதற்கு இன்னும்

நிறைய விடயங்கள் இருந்திருக்கலாம். எதன் பொருட்டோ அது முடிக்கப்பட்டதற்கான எந்த ஆதாரங்களையும் கொண்டிருக்கவில்லை.

மழை, சூழலில் நிலவியிருந்த கல்லின் மீது அதுவும் ஒரு கல்லாய் விழுந்து தெறித்தது. மிகப் பயங்கரமான ஜந்துவைக் கண்டுவிட்டதான நடுக்கம் கடிதத்தின் மீதிருந்து அகலாத அவர்களின் கண்களில் ஊர்ந்ததை அவன் உணர்ந்தான்.

இவ்வாறானதொரு குற்றச்சாட்டில் தான் கைது செய்யப்படப் போவது தவிர்க்க முடியாதென்று நினைக்குமளவிற்கு அவர்கள் எல்லோரதும் முகங்களும் மாறிப் போயின.

தான் நின்றிருந்த சூழலைக் கடந்து வீதியைத் தாண்டி வலையில் அகப்பட்ட எல்லாவற்றையும் மீறி அவனுடைய பார்வை, புறாக்கள் பறந்து போன, கடந்த சில மணிகளின் முன்னர் தான் வெள்ளையடிக்கப்பட்ட எப்போதுமே மிகச் சரியாக அல்லது அண்ணளவாகவேனும் இயங்காத கோபுரத்திலிருந்த மணிக்கூட்டின் மீது வீழ்ந்ததை அவனால் தவிர்க்கவே முடியவில்லை.

கணத்தில் எந்த முன்னறிவிப்புமின்றி, திடீரென அவன் மீது விழுந்த வலி எதன் பொருட்டு நிகழ்ந்ததென உணரும் சக்தி அதே வலியால் நிராகரிக்கப்பட்டது.

‘சே’யை இழுத்துச் சென்றதைப் போல, அவனை அவர்கள் இழுத்துச் சென்றார்கள்.

தெருவில் இறங்கியபோது, ஈக்களும் குட்டையும் நிறைந்த வலியாலான நாயொன்று இன்னொரு நாயை துரத்திக் கொண்டிருப்பதை அவன் கண்டான். ஒரு சந்தர்ப்பத்தில் துரத்தப்பட்ட நாய் வெறுமனே வந்து கொண்டிருந்த வேறு நாயொன்றைத் துரத்தத் தொடங்கியது. வீதி முழுக்கப் படர்ந்து போயிருந்த அவனது கண்களின் நிழலில் நூறு நாய்களின் கூட்டம் சொல்லிலடங்கா அருவருப்புடன் ஆனால் வெறியுடன் பிறாண்டிக் கொண்டிருந்தது. வாழ்வின் எல்லாத் தகுதிகளையும் நிராகரித்து.

பாலம்

கண்ணுக்கெட்டாத தொலைவில் வெடியோசைகள். காதுகளைக் கிழிக்கும் வாகன இரைச்சல். மின்னி மின்னி மறையும் வெளிச்சக் கோளங்கள். கவச வாகனத்தின் தீயுமிழும் கண்கள். எல்லாமுமான கோர இரவுகளின் இந்தச் சாம ராத்திரியில் இதயத் தசையை நீண்டு வளர்ந்த நகங்கொண்ட கைகளால் யாரோ பிழிந்தார்கள்.

எத்தனையோ சாவீடு, ஒப்பாரி ஓலங்கள், என்றெல்லாம் பார்த்த பாறை மனது தானிது. என்றாலும் நாய்களின் ஊளைச் சத்தத்தை சகிக்க முடியவில்லை.

நித்திரை பார்த்து
நிம்மதியாய் பாய் விரித்து
எத்தனை காலம், ஓ...
எத்தனை காலம்...

பெருமூச்சுக்களிடையே சொற்கள் விழுந்து தெறித்தபோது அவன் ஒவ்வோர் எழுத்தாய், வெகு துல்லியமாய் எழுதத் தொடங்கினான்.

இழுத்து மூடியிருந்த தட்டிக்கதவை காற்று மிதித்ததால் ஊசலாடிக் கொண்டிருந்த உயிர் உடலை விட்டுப் பிரிந்தது.

"சீ... சனியன் பிடிச்ச காத்து" அவன் காற்றை மனதுக்குள் சபித்துக் கொண்டான். நெஞ்சில் ஒரு கணம் அம்மாவின் நினைப்பு.

இருட்டு, தடுமாற்றம். விளக்கு அணைந்து போயிற்றே என்ற கவலை. மனம் கலங்கி மேலெழுந்த நினைவுகளை விரட்டியடித்தது. இனிமையாய் இருக்கும் இரவுகள் இப்படி இடை நடுவில் சிதைந்து போவதொன்றும் புதிதில்லைத்தான்.

குனிந்து எதையோ எழுதிக்கொண்டிருந்த அவனின் கைகள் இறந்து போன குப்பி விளக்கைத் தேடி இருட்டில் அலைந்தன.

“கொஞ்ச நேரத்துக்கு முந்தி என்னமாய் கொஞ்சிக் குலவி, தலை கோதி... இந்தக் காத்து, ஏன் மனுசன மாதிரி திடீர் திடீரெண்டு இப்பிடி மாறுது...?”

கேள்வி எழுந்தபோது ஆழமறிய முடியாத தொலைவில் கோபம் எட்டிப்பார்த்தது. சிலவேளை காற்று கைகளில் அகப்பட்டிருந்தால் நிச்சயமாய் அதை அறைந்திருப்பான். கோபத்தில் மனது கன்றிச் சிவந்தது.

“அப்போதே இந்த விளக்குச் சுடரைப் பாதுகாத்திருக்கலாம். என்ர அப்பா அல்லது அப்பாவின் அப்பா குடிற்சுவரைப் பலமாப் போட்டு, தட்டிய ஒழுங்கா கட்டியிருந்தா இது சாத்தியப்பட்டிருக்கும். ஆனா...”

சற்று முன்கோபத்தில் மிதந்த மனது சிறகுடைந்து வேதனைச் சேற்றில் விழுந்து... சலிப்பில் முகம்சுழித்து... என்ன மனமிது.

இமைகள் உறுத்தியபடி... முகத்துக்கு நேரே சிரிப்பு மாறாத சிடுசிடுப்பும் சினமும் கூட ஒட்டியிருக்கின்ற அந்த முகம்...

“இந்தக் காத்தும் அம்மாவப் போலத்தான். கொஞ்சிக் குலாவும். அழுது புலம்பி ஆர்ப்பாட்டம் போடும்... சீறிச் சினக்கும்... எப்படியிருந்தாலும் அம்மா அடிக்க மாட்டா. எதற்கெடுத்தாலும் திட்டுற அம்மாவுக்கும் காத்துக்கும் இதிலதான் கொஞ்சம் வித்தியாசம். காத்து நெத்தியில் குத்தி குப்புற விழுத்தும்.”

குப்பி விளக்கு நிலத்தில் உருண்ட சத்தம் அம்மாவிற்கு கேட்டிருக்க வேண்டும்.

“கிடந்த கொஞ்ச மண்ணெண்ணையும் கவிட்டுப் போட்டானாக்கும். நாளைக்கு மூத்திரத்தைப் பெஞ்சு எரிக்கட்டும்” மூலையில் சாய்ந்திருந்த அம்மாவின் கொச்சையான கோபக் குரல் காற்றில் உரசிப் பற்றியது.

அவன் திடுக்கிட்டான். மனதில் நினைவுகள் தடம்புரண்டபோது கையில் தட்டுப்பட்ட விளக்கு மீண்டும் உருண்டு திசைமாறியது.

வார்த்தைகளால் சூடேறிய காற்று முகத்தில் மோதி எரிக்கத் தொடங்கியது.

“கொஞ்ச நேரத்துக்கு மூந்தி எரிஞ்சு கொண்டிருந்த விளக்கு எப்பிடி நூந்தது.” அம்மாவுக்கு அது தேவையில்லாச் சிந்தனை. ஆனா குப்பி சரிஞ்ச போது மட்டும் சிதறிப்போனாள்.

அவனுள் எல்லாம் அறுந்து போனதாய் ஒரு உணர்வு.

“அம்மா ஏன் இப்படி?” சிந்திக்கச் சிந்திக்க தலை சிதறிவிடும் போல் ஒரு பிரமை. அறைக்குள் கூடுகட்டியிருந்த இருட்டு பயமுறுத்தியது. விளக்கைத் தேடினான். வெளியில் நாய்கள் ஊளையிட்டன. அவனால் சகிக்க முடியவில்லை. நாய்கள் குரைப்பதை நிறுத்தவேயில்லை.

தட்டுத்தடுமாறி குசினிக்குள் நகர்ந்தான். வெளியில் வந்து தீப்பெட்டி தட்டியபோது அம்மா கோழித் தூக்கத்திலிருந்தாள். வாய் எதையோ முணுமுணுத்துக்கொண்டிருந்தது.

ஆரம்பத்தில் அம்மா அன்பாய்த்தானிருந்தாள். நாட்கள் நகர நகர அவனிலிருந்து அவளோ அல்லது அவளிலிருந்து அவனோ ஒருவரிலிருந்து ஒருவர் விலகிக் கொண்டேயிருந்தனர்.

விரைவில் வீடு பிளவுபடும். சச்சரவுகளோட சுத்திச் சுத்தி வாறதவிட வெட்டி முறிச்சிட்டு எங்கயாவது ஒரு ஓரமா ஒதுங்கிப் போயிட வேணும்.

அவனுள் இவ்வாறு எண்ணிக் கொள்வான். “எண்ணை விக்கிற விலையில இந்த மாதிரி விளக்கத் தூண்டி விட்டிட்டு துலைவான் என்னத்த வெட்டி முறிக்கிறானோ...?”

அம்மா நீட்டி முழக்குவாள். ‘போராட வலுவில்லாத மனசில் தான் கோபம் வருமோ?’ அவனுள் கேள்வி எழும். விடை தேடும். முடிவில் அது கூர்மழுங்கிப் போகும்.

அடிக்க அடிக்க சுணை குறையிறமாதிரி அம்மா பேசப் பேச அந்தப் பேச்சே கதையாய் கவிதையாய் வியாபிக்கும். எல்லாம் மீறி எங்கும் ஒரு சந்தோசம் துளிர்விடும். இப்போதோ மனம் வரிந்து கட்டிக்கொண்டு ‘சண்டைக்கு’ நிற்கிறது.

எரிந்துகொண்டிருந்த தீக்குச்சி கையில் சுட்டபோதே நிகழ்கால வாழ்க்கை பூதாகாரமாய் கண்களுக்கு முன் விரிந்து உடலெங்கும் பரவியது.

“மூச்சுத் திணறுற மாதிரி கையையும் காலையும் அடிச்சு முறிச்சு இழுத்துக் கொண்டு போகிறமாதிரி... கொண்டு போய்... எதுக்குள்ளயோ... வார்த்தையால் வர்ணிக்க ஏலாத ஒரு பயங்கரத்துக்குள்ள தள்ளிவிட்ட மாதிரி... ஏன்... ஏனிப்படி...”

வெறுமையாய் சூனியமாய் இருதயம் இயல்பு மீறித் துடித்தது. கைகள் நடுங்க தீக்குச்சியை பற்ற வைத்தபோது முகத்தில் முத்து முத்தாய் வியர்வைத்துளிகள். அவனுள் போராட்டம் நடந்ததற்கு அடையாளமாய் அவை நிலத்தில் விழுந்து தெறித்தன.

“ஏனிப்படி.... இருட்டுக்குப் பயமா?” எங்கிருந்தோ எழுந்த கேள்வியைத் துரத்தியபடி தூரத்தில் வெடியோசைகள் அதிர்ந்தன.

குச்சியில் மிளிர்ந்த சுடர் காற்றில் அலைந்தலைந்து நிலை கொள்ளாமல் அணைந்து போயிற்று.

குளிர்ந்த தீப்பெட்டியை சூடாக்கி, அருகில் பூசியிருந்த மருந்தோடு உரசி, குச்சியைப் பற்ற வைத்து, ஒளிச்சுடரை கரங்களுக்குள் அணைத்துப் பாதுகாத்து நீண்ட போராட்டத்திற்குப் பின் விளக்கை ஏற்றினான். வெளிச்சம் பரவியது. அருகில் அசைவு. நீண்டதாய் ஒரு நிழல் நிமிர்ந்தான்.

“விடிய நேரத்துக்கு எழும்ப வேணும். நூத்து வைச்சிட்டுப் படு தம்பி” அம்மா தான். இத்தனை பரிவோடு வந்த வார்த்தைகளைத் தட்ட முடியாமல் தடுமாறினான். காற்று விளக்கின் சுடரை அசைத்து, அவன் தலைகோதிக் கடந்தது. மனதில் அந்தகாரமாய் இருள்.

“அம்மா இந்தக் குடிலுக்க எப்பவுமே சந்தோசமாய் படுத்தெழும்பக் காத்து விடாது. வெளியில இந்த தட்டி மறைப்புக்குப் பின்னால, திண்ணையில படுத்தா உனக்கிது புரியும்”

பொங்கிய வார்த்தைகளைக் கொட்டத்தான் எண்ணினான். “ஆனால், விளக்க நூத்தா நித்திர வருமெண்டு அம்மா நினைக்கிறா

போல... சீ... அப்பிடியும் இருக்காது. ஏனெண்டா நூத்தாப் பிறகும் நித்திரை இல்லாம எத்தனையோ இரவுகளில அம்மா புரண்டு புரண்டு படுக்கிற சத்தம் கேட்டிருக்கு. விளக்க நூத்தா நித்திரையும் வராது வெளிச்சமும் இருக்காது. ஆனா என்ன கொஞ்ச எண்ணை மிஞ்சும். வெளிச்சமில்லாம எண்ணையை வச்சு என்ன தான் செய்யிறது"

அம்மாவின் முகத்தில் எதையோ தேடினான். தூரத்தில் எழுந்த நாய்களின் ஊளைச் சத்தம் அவன் சிந்தனையைச் சூறையாடியது அம்மாவின் முகத்தில் கடந்த காலக் கவலைகளின் சுருக்கங்கள். இனி வருங்காலப் பயங்கள்... இது தவிர அவனால் எதையுமே கண்டுகொள்ள முடியவில்லை.

அவனுள் நடக்கிற போராட்டங்களை அம்மா புரிந்திருக்க மாட்டாள். பாசம்... ஒடுக்குதலற்ற உணர்வுகளை உள்வாங்கி நேசிக்கிற பாசம் அவனுக்குத் தேவையாயிருந்தது.

"எல்லா அம்மாக்களுமே இப்படித்தானா...? பிள்ளையின்ர உணர்வுகளை புரிஞ்சு கொண்டு நடக்கிற தாய்மார் ஒருத்தருமே இருக்காயினமோ?" அவனுக்கு அழுகை வந்தது.

"மனுசனுக்கு மனுசனால தான் துன்பம். அத எதிர்த்து நிக்கிறதுக்காக போராடலாமே தவிர அழக்கூடாது"

மனதுக்குள் யாரோ உரக்கச் சத்தமிட்டார்கள். இருதயத்தின் மனதால் உணர முடிந்த அதன் ஆழம் வரை அந்தக் குரல் நீண்டது. கணத்துக்கு கணம் இருதயம் இளகி இறுகி... இரும்பாகி நெருப்பாகி... விழிகளில் நீர் காய்ந்து வரண்டு போனது.

"எங்கட காலத்தில பக்கத்து வீட்டில என்ன நடக்குதெண்டு தெரியாமத்தான் வளந்தனாங்கள்" இப்படிச் சொல்லிக்கொள்வதன் மூலம் பத்தொன்பதாம் நூற்றாண்டிற்கும் இருபதாம் நூற்றாண்டிற்கும் பாலம் அமைக்கப் பார்ப்பாள் அம்மா. பாலத் தூண்களாய் பாசைகளை வீசுவாள். அப்பொழுதெல்லாம் அவன் மனதுக்குள் எரிமலைகள் சிதறிக்கொண்டிருக்கும்.

"ஈராக்கிலும் குவைத்திலும் எவனெவனோ எண்ணைக் கப்பலை எரிக்கிறான். கடல்ல எண்ணயும் புகையும் தான் கலக்குது. ஆனா இஞ்ச..." எட்டி விளக்கை அணைத்தான். நெஞ்சுக்

கூட்டில் சங்குகள் ஊதின. முரசும் அதிர்ந்தது. நட்சத்திரம் தேடும் முயற்சியில் விழிகள் வானில் மோதின. அவைகளை மூடப் பிடிக்கவில்லை. விளக்கு எரிந்து கொண்டேயிருந்ததால், அவன் தேடும் நட்சத்திரம் அவனை அவன் மனத்தை, விழிகளின் வேதனையை... மொத்தத்தில் அவனுள் நிகழ்கின்ற போராட்டம் அனைத்தும் அது உணர்ந்து கொள்ளும். சூழ்ந்த இருளினை உரிக்க அது இறங்கிவரும்.

விழிகள் இமைகளை அழுத்தின.

மீண்டும் தனிமை...

வெறுமை...

அடிக்கடி தூக்கம் கலைந்தது. ஏதோ ஒன்றால் அழுத்தப்பட்டது. உடல் திடுக்கிடும் போதெல்லாம் உள்ளே குறட்டை ஒலியும் வெளியே காற்றில் அதிர்வுகளும்... கண்களைத் திறக்கும் போதெல்லாம் புண்பட்ட காயம் புண்படுவதைப்போல சகிக்க முடியாத வேதனை. தூங்கப் பிடிக்கவில்லை. படுத்திருக்கவும் மனம் வரவில்லை. ஒளியுமல்லாத இருளுமல்லாத கலப்படமான காட்சிகள் குடிலுக்குள் ஓடிக்கொண்டேயிருந்தன.

தட்டிக்கதவை யாரோ பலமாகத் தட்டுவது போலிருந்தது. விளக்கைத் தேடினான். வைத்த இடத்தில் காணவில்லை. வானில் நட்சத்திரங்கள் மின்னின.

"காத்து பூவச் சாய்க்காத காத்துத்தான் உயிர்வாழ அவசியம். இது காத்தில்ல. எங்களச் சுத்தி வீசுறது காத்தில்ல. இத உள்வாங்கினா மூச்சு முட்டுது. செத்துப் போகிற மாதிரியும் சாகடிக்கப்படுகிற மாதிரியும்... இது ரணம். தொடத்தொட விலக்கும். எங்கட மண்ண, இந்த வீட்ட, அடுப்படிய... எல்லாத்தயுமே காத்திட்ட குடுத்திட்டு விளக்கப் பொத்திக் கொண்டு தள்ளித்தள்ளிப் போறதில அர்த்தமில்ல. ஏனெண்டா ஓடஓட காத்துத் துரத்தும். அம்மாவுக்கு இது விளங்கயில்ல. விளக்க தூக்கிக் கொண்டு போய் ஏதோ ஒரு மூலையில போட்டிட்டாள்."

மனதுக்குள் சலிப்பு நிறைந்தது. எழுந்து போய் தட்டியை தள்ளினான்.

தூரத்தில் தீ. கடல் எரிந்துகொண்டிருந்தது. நீரைக்கிழித்து தீப்பிளம்புகள் வானில் விரிந்தன. ஓங்கி அடிக்கும் அலைகளின் நுரையோடும் தெறிக்கும் நீரோடு சிவப்பாய்... கடலெல்லாம் ஒரே செஞ்சிவப்பாய்.

எண்ணை நீரில் கலந்த நிறமல்ல என்றாலும் விளக்கில் நிறைத்தால் எரியும் போல இருந்தது. திரும்பி குடிலைப் பார்த்தான். காற்றின் வீச்சால் அள்ளுண்ட மணலினுள் பாதி புதைந்து வெளித்தெரிந்த குப்பி ஒன்று தேடுவாராற்றுக் கிடந்தது. எடுத்துக் கொண்டு கடலை நோக்கி ஓடினான்.

நெருப்புக் காலத்தில் ஒரு துளிர்

ஒருநாள் மாலை - அது நீண்ட நாட்களின் பின் வந்தது - நகரின் மையத்திலிருந்த கடைத்தெருக்களிலும் வேறு சில அருகான இடங்களிலும் கொடிய விஷத்தைப் பீய்ச்சியபடி காற்றோடு வந்தன பாம்புகள்.

கட்டிடங்கள் விஷத்தின் சிதறல்களால் உருக்குலைந்து அழிந்தன; ஓட்டுக்கூரைகள், நீண்ட கோபுரங்கள், மனிதர்கள் அனைத்தும் அனைத்தும். ஒவ்வொன்றும் திசைகளின் நடுவே அந்தரத்திற் பறந்து எங்கோ வீழ்ந்து தொலைந்தன, அல்லது உயிருடனிருந்த மனிதர்களின் எஞ்சிய துடிப்பையும் எண்ணற்ற விதத்தில் நசுக்கிச் சிதைத்தன. பீதியின் கூக்குரல்களாலும் புகைமூட்டத்தினாலும் நகரம் காணாமல் போனது.

விஷம் தெளிக்கப்பட்ட காற்றும் பாம்புகளும் ஒவ்வொரு மனிதர்களையும் துரத்தித் துரத்திச் சாகடித்தன. மனிதர்கள் அதனுள் மூழ்கி மூச்சிழந்து செத்தார்கள். எஞ்சிய எல்லோரும் தமது பூர்வீக நகரத்தையும் அண்டிய கிராமங்களையும் விட்டு சாக்குப்பைகளோடு காணாமற்போனார்கள். நகரின் இடிபாடுகளுக்கு மேலாக காகங்கள் பறந்து திரிந்தன. கூரிய அலகுகளால் இறந்த ஒவ்வொன்றையும் கொத்திக் கொத்தி விஷத்தில் ஊறிச் செத்து கருகிய மரங்களின் மீதும் தெருக்களின் மேலும் புழுக்களாய் ஊர்ந்து நகர்ந்தன. பாம்புகள் பெருத்த ஓசையோடு அரைந்து நகர்ந்த அடையாளங்கள், கட்டிடச் சிதைவுகளிலும் பிணக்குவியல்களிலும் சவுக்கடியாய் பதிந்து கிடந்தன.

எஜமானர்களைத் தேடித் தேடி வெறிபிடித்து அலைந்த நாய்கள் நீண்ட நாட்களின் பின் நகரக்குவியல்களின் மீது தமது அடையாளத்தையே தொலைத்துவிட்டிருந்தன.

வார்த்தைகளில் அடங்காத வர்ண ஜாலங்களோடு கூடியிருந்த மண்ணும் வானமும் தொலைதூரத்திலிருந்து வந்து சேர்ந்த பாம்புகளின் கொடிய விஷத்தின் கருமைக்குள் ஒழிந்துபோயின.

சொற்ப நாளைக்குள் சுடுகாடாகிப்போன தமது பூர்வீக நிலத்தைவிட்டு அவர்கள் வந்துசேர்ந்த காட்டோரக் கிராமங்கள் மனிதர்களால் நிறைந்து வழிந்தன. பழைய குடியிருப்புக்களினூடே புதிய குடியிருப்புக்கள், தெருக்கள், கோயில்கள், மனிதர்கள்.

பசியும் பிணியும் ஒவ்வொரு தெருவையும் மூலை முடுக்கு ஒவ்வொன்றையும் உறிஞ்சிக் குடித்தது. அல்லது பிடரியைப் பிடித்து எதற்கோ தூண்டித் தள்ளியது. வானம் இருண்டு பூமி அதனுள் அமிழ்ந்து விடுமாற்போல இடியும் மின்னலும் எங்கும் தெறித்துச் சிதறின, வானத் துண்டுகள். மாரி காலம் வெகுவேகமாக முடிவுற வேண்டுமென்று அவன் அடிக்கடி யாரையோ வேண்டுவது போலக் கேட்டுக்கொண்டான். அநேகமாக இது முட்டாள்தனம். ஒவ்வொரு நாளும் நீண்ட கிரவல் வீதியில் பால் கலந்த தேநீரின் அல்லது கோப்பியின் நிறத்தில் சகதிச் சேறு. கூரைகள் சடசடத்து அதிர்கின்றன. சரியாக வேயப்படாத கூரை முகட்டு வழியாக ஒழுக்கு. நிலத்திற் தூங்கிக்கொண்டிருந்த ஒவ்வொன்றும் குளிரில் விறைத்து நாக்கை வெளியே நீட்டியபடி நித்திய மோனத்துள் ஆழ்ந்துபோயின. முகட்டில் தொங்கிய சாக்குப்பையை மெதுவாக அவிழ்த்து இறக்கினான். அது கைகொட்டிச் சிரித்தது. அதன்மேல் இளையவனுடைய முகத்தையும் தன்னுடையதையும் மற்ற ஒவ்வொருவருடையதையும் கற்பனை செய்தான். ஆத்திரமும் பயமும் கலந்ததான ஒரு வல்லுணர்வு அவனுள் படர எதையோ முணுமுணுத்தான். அல்லது காறி உமிழ்ந்தான்.

அவனோடு சேர்த்து ஒன்பது பேர். இளையவனுக்கு வயது மூன்று மாதங்கள். நகரத்திலிருந்த போது அல்லது அங்கிருந்து அவர்கள் வெளியேறியபோது அம்மாவினுள் அவன் இருந்தான். அது அப்பாவின் கடைசிக் காலம். நகரத்தை ஆக்கிரமித்திருந்த

பாம்புகளின், கொடிய விஷக்காற்றின் இருட்சியின் அடையாளம். அப்பாவின் மரணம் பற்றிய அம்மாவின் தீராத வேதனை போன்றவற்றின் கலவை இன்னும் அவன் முகத்தில் அழியாமலிருந்தது.

சாக்குப்பையினுள் இருந்த உணவு வேகமாகத் தீர்ந்து போயிற்று. நகரிலிருந்து கொண்டு வந்தவை எவையும் இப்போது அவர்களிடம் எஞ்சியிருக்கவில்லை. அவனுக்கு இளையவர்களில் அநேகர் தெருக்களில் உட்கார்ந்து மாங்காய்களையோ தேங்காய் போன்ற இன்ன பிற பொருட்களையோ விற்றார்கள். அல்லது மூக்கிலிருந்த சளி ஒழுக ஒழுக கைகளில் சிரங்குடன் நிர்வாணமாய் தெருவழி அலைந்தார்கள்.

பசியிலும் பிணியிலும் செத்துப்போன மனிதர்களால் காட்டோரக் கிராமங்களின் சுடுகாடுகள் எரிந்தன. மருத்துவமனைகளின் நீண்ட வரிசைகளினூடே மரணம் நிகழ்ந்தது. சண்டைகளும் சச்சரவுகளும் கூட.

பாம்புகளின் விஷக்காற்றின் சூழ்தலால் சபிக்கப்பட்ட பூமியாகிவிட்ட அவ்வாறு எண்ணப்படுகின்ற தமது பூர்வீகக் கிராமங்களையும் நகரத்தையும் மனிதர்கள் மரணப் படுக்கையில் கனவு கண்டார்கள். அநேக இரவுகளின் கனவுகளில் பூமித் தேவதை சிரித்துச் சிரித்து அவர்களைக் கையசைத்து அழைத்தாள். கனி மரங்களினூடேயும் கைவிடப்பட்ட தோட்டங்கள், வயல்களினூடேயும் தேவதையின் சிரிப்பும் கையசைப்பும் அவர்களை அழைத்துச் சென்றது.

தங்களின் தலைமுறைகளின் புதைபொருட்களாலும் தோட்டங்களிலிருந்தும் வயல்களிலிருந்தும் பெறப்பட்ட தானியங்களாலும் அவர்களுடைய சாக்குப் பைகள் நிறைந்திருந்தன. தூக்க முடியாத சுமையோடு தமது காட்டோரக் கிராமங்களுக்கு அவர்கள் மீண்டும் வந்து சேர்ந்தார்கள். பசியால் அழுத குழந்தைகளுக்கு முன்னே சாக்குப்பையை அவிழ்த்து உள்ளிருந்து சேகரித்த ஒவ்வொன்றையும் வெளியில் எடுத்தார்கள். எடுக்க எடுக்க அவை மனிதக் குடல்களாகவும் எலும்புக்கூடுகளாகவும் உதிரி எலும்புகளாகவும் இதயக்கூடுகளாகவும் மாறிக்கொண்டே போயின. குழந்தைகள்

வீரிட்டு அலறினர். வண்ண வண்ணக் கனவுகளின் ஆட்கொள்ளுதல்களோடு அவர்கள் வாழ்வு முடிந்துபோயிற்று.

மரண யுத்தத்தில் பசியையும் பிணியையும் எதிர்க்க வலுவற்ற மனிதர்கள் விட்டுவந்த சொத்து சுகங்களைத்தேடி மீண்டும் இரகசியமாகப் புறப்பட்டுப் போனார்கள்.

பழைய நகரின் இடிபாடுகளால் கட்டியெழுப்பப்பட்ட புதிய நகரின் தெருக்களில் அலைந்து திரியும் மரண பீதியையும் வதந்திகளையும் பரப்பித்திரியும் தலைகளற்ற உடல்கள் பற்றியும் பாம்புகளின் கூரிய பற்கள் மனிதர்களின் கழுத்தை முன்னரிலும் பார்க்க அதிவேகமாகவும் கொடூரத் தன்மையோடும் நெரிப்பதாகவும் காட்டோரக்கிராமங்களிலுள்ள மனிதர்கள் கேள்வியுற்றனர்.

எல்லாவற்றின் பின்பும் தனது கிராமத்தையும் குடியிருப்பையும் பார்ப்பதற்காகவும் அல்லது யாருமற்ற சூனியப் பிரதேசத்தில் விட்டுவந்த தமது சொத்துக்களையோ வேறு பொருட்களையோ எடுப்பதற்காகவும் தான் புறப்படப்போவதாக சகோதரர்களுக்கும் தாய்க்கும் பொதுவில் அவன் அறிவித்தபோது அவனை அவர்கள் அன்போடும் இயலாமையோடும் நோக்கினர். யாராலும் உணரமுடியாத உணர்ச்சிகளை மகன் என்ற ரீதியிலும் சகோதரன் என்பதனாலும் அவர்களின் முகத்தில் அவனால் படிக்க முடிந்தது அக்கணத்தில்.

அவன் தனது நகரத்தின் பூர்வீகக் கிராமத்தினுள் இதயம் பிளக்கும் பேரச்சத்தோடு நடந்து போனான். புதர்களின் மறைவிலிருந்து நரிகள் திடுக்கிட்டு ஓடி, தூரத்தில் நின்று திரும்பிப் பார்த்தன. நாக்கைத் தொங்கப் போட்டபடி கண்களில் குரோதம் பொங்க, மனசு நடுங்கியது.

மாரி காலம். விஷத்தின் நிலத்தில் ராட்சஷ மரங்கள் முளைத்திருந்தன. கருமை படர்ந்த விஷக்காற்றின் நீல ஒளி எங்கும் பரவியிருந்தது. இடிபாடுகளுக்கு மேலாக பிரமாண்டமான தோற்றத்தோடு பாம்புகளின் வாழிடங்கள்.

அவனுடைய அம்மா, அப்பா, சகோதரர்கள் தான் எல்லோரும் நடந்தும் தவழ்ந்தும் ஆயுள் முழுவதும் வாழ நினைத்திருந்த

நிலம் விஷப்பாம்புகளின் புற்றுகளுக்கடியில் முனகும் சப்தம் அவனுக்குக் கேட்டது.

பிரமாண்டமான பாம்புகளின் வாழிடங்களைத் தவிர்த்தும் இறுகிய சிலந்தி வலைகளாய் பின்னிக்கிடக்கும் இருளை ஊடுருவியும் நீண்ட தூரத்திற்குப் பார்வையைச் செலுத்தினான்.

அவர்களால் விட்டுச்செல்லப்பட்ட ஒவ்வொன்றும் கண் முன்னே தோன்றித்தோன்றி நெகிழ்ச்சியுற்றன. கண்கள் பனித்தன. சருகுகளையும் முட்களையும் மிதித்துக்கொண்டு நீண்ட தூரத்திற்கு நடந்தான். தலையிலிருந்து சாக்குப்பை தோளுக்கு மாறி நீண்ட நேரம் அதன் வெறுமை மனசை அழுத்தியது. மனித சலனமேயில்லாத தெருக்களையும் சந்துகளையும் தாண்டி நடந்தபோது முள்ளந்தண்டு சிலிர்த்தது. வழிநீளத்திற்கும் குருதியும் தசையும் உறிஞ்சி எடுக்கப்பட்ட மனிதர்களினதும் மிருகங்களினதும் எலும்புக் கூடுகள்.

நேற்று முதல் நாள் தனது காட்டோரக் கிராமத்தை விட்டு வெளியேறிய, இன்று வரை வீட்டுக்கு வந்து சேராத அவனுடைய அயற் குடிசைக்காரனையும் இரண்டு வண்டி மாடுகளையும் வண்டியையும் தனக்காக எல்லா மனிதர்களையும் என்ன காரணத்தாலோ திடீரென நினைவு கூர்ந்தான்.

தனது அயற் குடிசைக்காரனுக்கு நிகழ்ந்திருக்கக்கூடிய சிலவேளை தனக்கும் நிகழக்கூடிய பேரபாயம் பற்றிய எண்ணத்தால் அவனுடைய உடல் ஒருகணம் நடுங்கியது.

சாக்குப்பையை நிறைக்கக் கூடியவாறு அல்லது பசியைப் போக்கக் கூடியவாறு அவனது பூர்வீக கிராமத்தில் எதுவும் மீதியிருக்கவில்லை. சாக்குப்பையை ஓங்கித் தலையிலடித்தான். இதுவரை அதனுள் மறைந்திருந்த ஒவ்வொருவருடைய முகங்களும் தீராத வேதனையோடு அலறின.

அலறல் சத்தமும் பாம்புகளும் அவற்றின் விஷக்காற்றும் அவனைத் தொடர்ந்து துரத்தின. எலும்புக் கூடுகள் பாதங்களுக்குக் கீழே நெரிபட்டன. நகரமும் நகர் சார்ந்த கிராமங்களும் மிகப்பெரும் சுடுகாடாகிக் கிடக்கின்றதென்றும் பாம்புகள் வெறியோடு மனித இறைச்சிக்காகக் காத்திருப்பதாகவும் அவன்

யாரிடமோ சொல்ல நினைத்தான். அவனுடைய உடல் முழுவதும் கீறிக்கிழிக்கப்பட்டு இரத்தக் காடாக மாறியிருந்தது.

காட்டோரக் கிராமத்தை நெருங்க நெருங்க அழுகையும் ஒப்பாரியும் அவனது செவிகளில் அறைந்து மோதின.

அன்றைய பொழுதில் சாக்குப்பைகளோடு பூர்வீகக் கிராமங்களுக்குப் போன எவரும் - அவனை விட - மீண்டு வரவில்லை என்று யாரோ சொன்னது குகையின் கண்காணா ஆழத்திலிருந்து கேட்டது போலக் கேட்டது. அவன் எதையோ சொல்ல நினைத்தான். நா எழவில்லை. இரண்டாவது தடவையாகக் கண் விழித்தபோது மருத்துவமனையின் நீண்ட கட்டிலில் கிடத்தப்பட்டிருந்தான்.

அம்மா தான் முதலில் பேசினாள். இன்று காலையில் அவனுடைய சிநேகிதர்கள் சிலர் அவனைத்தேடி வந்ததாகவும் அவன் இல்லையென்று சொன்னபோது தன்னோடும் இளையவர்களோடும் பேசிக்கொண்டிருந்துவிட்டு தம்பி ஒருவனை அழைத்துக்கொண்டுபோய் விட்டார்களென்றும் காலையில் காய்ச்சிய கஞ்சியைக் குடித்துவிட்டு மற்றொருவனும் எங்கோ போய்விட்டானென்றும் இருவரும் சாக்குப்பையையோ பூர்வீகக் கிராமத்திலிருந்து பொருட்களை எடுத்துவரக்கூடிய வேறு எவற்றையுமோ கொண்டு செல்லவில்லையென்றும் இன்னும் - இரவு நீண்ட நேரமாகியும் வீடு திரும்பவில்லையென்றும் - இன்னும் எவற்றையெல்லாமுமோ தொடர்ந்து சொல்லிக் கொண்டே போனாள். மருத்துவனையின் மங்கிய விளக்கொளியில் அவள் அழுதுகொண்டிருப்பது தெரிந்தது. அவளை அழவேண்டாமென்று தானும் தன்னோடு இன்னும் பலரும் - நண்பர்களையும் இளையவர்களையும் போல - பல இரவுகளின் பின்னால் மறைந்து போன ஒளி நிரம்பிய காலங்களை நோக்கிப்போக நினைத்திருப்பதாகவும் அவளிடம் சொல்ல நினைத்தான்.

இன்னும் அவள் அழுதுகொண்டுதான் இருந்தாள். அவளுடைய மிக மெலிந்த கைகளுக்குள் கடைக்குட்டி சுருண்டு தூங்கிக் கொண்டிருந்தான்.

வெறுமனே துடித்துக் கொண்டிருந்த இருதயத்திலிருந்து நீண்டதொரு பெருமூச்சு எழுந்து ஒடுங்கியது.

கண்களுக்குள் இடிந்தழிந்து போன அவர்களின் பூர்வீகக் கிராமத்தின் இல்லாமலாகிவிட்ட அவனது வீட்டின் பின்பகுதியின் வைரவர் மேடையை நோக்கி அவனுடைய தம்பியும் இன்னும் பலரும் வேகமாக ஊர்ந்து செல்வதாகவும் எல்லாக் காலநீட்சிக்கும் அப்பாற்பட்டு இரும்பாகவும் மண்ணாகவும் மரமாகவும் அழிவற்றிருக்கும் திரிசூலத்தை எல்லோரும் ஒன்றாகித் தூக்குவதாகவும் அது பல்லுருக்கொண்டு ஒவ்வொருவர் கைகளின், கண்களின் ஜொலிப்பில் மீண்டும் மீண்டும் ஒளி பொருந்துவதாகவும் காட்சிகள் ஓடிக்கொண்டே இருந்தன, அவனது மூடிய கண்களுக்குள்.

ஒரு இரவும் ஒரு காலமும்

இரண்டு மாதத்திற்குப் பிறகு செல்வியிடமிருந்து நேற்றுத்தான் கடிதங்கள் வந்திருந்தன. கிட்டத்தட்ட எட்டுக் கடிதங்களுக்கு மேல். நண்பர்கள் நக்கலடிப்பதைப்போல நிச்சயமாக அவள் எல்லாக் கடிதங்களையும் ஒரேயடியாக எழுதியிருக்க மாட்டாள். தபால் போக்குவரத்தில் ஏதோ சிக்கல் நிகழ்ந்திருக்க வேண்டும்.

கடிதத்தை அஞ்சலிடும்போது எப்பொழுதுமே கடித உறையின் கீழ் மூலையில் தன்னுடைய பெயருக்கு கீழே அஞ்சலிடும் திகதியை எழுதுவது அவளுடைய வழக்கமாக இருக்கும். அதனால் கடைசியாக எழுதிய கடிதத்தைக் கண்டுபிடிப்பது அவ்வளவு கஸ்ரமாக இருக்கவில்லை அவனுக்கு.

அவளுடைய எல்லாக் கடிதங்களுக்கும் இரவே பதில் எழுதிவிட வேண்டும் என அவன் நினைத்தான்.

ஜுலை 25 எனத் திகதியிடப்பட்டிருந்த ஒரு கடிதத்தில் தனக்கு ஆண் குழந்தை பிறந்திருக்கிறது என்றும் இரண்டு கிலோ கற்கண்டை மட்டும் வாங்கி தெரிந்தவர்களுக்குக் கொடுக்குமாறும் எழுதியிருந்தாள். இருபது கிலோ கற்கண்டை சிறுதுண்டுகளாக்கிச் சாப்பிடக்கூடிய நண்பர்களை அவன் மிக நல்ல சிநேகிதமாகக் கொண்டிருந்தான்; இவர்கள் ஏற்கனவே திருமணத்தின் போது அழைப்பு விடாததற்கு குறைபட்டுக்கொண்டவர்கள். இப்போதும் அப்படித்தான்; கொடுத்தால் எல்லோருக்கும் கொடுக்க வேண்டும். அல்லது கொடுக்காமலிருக்க வேண்டும். அவ்வாறிருத்தல் சாத்தியமா? முகஞ்சுழிப்பார்கள்.

கடைகளில் ஒவ்வொரு சாமானும் நெஞ்சு பிளக்கிற விலை. மண்ணெண்ணை முதற்கொண்டு சகல பொருட்களையும் இராணுவமும் அரசும் மாறிமாறித் தடை செய்திருக்கிறது. இந்த

இலட்சணத்தோடு நிவாரண வெட்டும் அமுலில் இருக்கிறது. மக்கள் பட்டினியால் செத்துக் கொண்டிருக்கிறார்கள். நாடே கழுகுகளின் அலகுகளில் தொங்கிக் கொண்டிருக்க கற்கண்டு வேறு ஒரு கேடா?

வாங்கலாமா விடலாமா என்ற கேள்வி மனசைக் குடைகிறது. கற்கண்டு வாங்குகிற காசுக்கு கொஞ்சம் தேயிலையும் சீனியும் வாங்கி பக்கத்தில் அகதி முகாமிற்குக் கொடுக்கலாம். உண்மையில் அவ்வாறுதான் செய்ய வேண்டும்.

அவளுடைய ஏழாவது கடிதத்தில் இடப்பெயர்வையும் வாடகை வீட்டையும் குறித்திருந்தாள். இடம்பெயர்வுக்குப்பிறகு நகரத்திலிருந்து பத்துக் கிலோ மீற்றர் தள்ளியிருந்த ஒரு கிராமத்தின் பழங்கால மண் வீடொன்றில் அவர்களுக்கு இடம் கிடைத்தது. ஏலவே அகதி மனிதர்களால் நிரம்பி வழிந்த அந்த வீட்டில் - அடிப்படை வசதிகள் எதுவுமேயற்ற அந்த வீட்டில் - பல்வேறு நெருக்கடிகளுக்குள்ளும் சமாளிப்புக்களோடு செல்வி அவனோடு வாழ்ந்த வாழ்க்கை பற்றி கடிதத்தைப் படித்துக்கொண்டே நினைவு கூர்ந்தான்.

அந்த வீடு ஒரு கிராமத்தின் வாழ்க்கை முறைக்கேற்ற மாதிரி ஒரே காணியில் சுற்றி ஐந்தாறு சிறு வீடுகளும் சற்றுப் பெரிதாக ஒரு வீடுமாக - மிகவும் கவனிக்கத்தக்கதாக - ஈர்ப்புடையதாக அமைக்கப்பட்டிருந்தது. இது பற்றி அவர்கள் ஏற்கனவே பல தடவைகள் வியப்போடு பேசியிருக்கிறார்கள்.

இந்த இடத்தில் அவன் றொபேட், தங்கன் போன்றோரை தவிர்க்க முடியாமல் நினைக்க வேண்டியிருந்தது. தங்கன் அந்த வீட்டுக்கார ஐயாவின் இரண்டாவது மகன். றொபேட் யாழ்ப்பாணத்திலிருந்து இடம்பெயர்ந்து மாங்குளத்திலிருந்தான். மாங்குள இடப்பெயர்வின் பின் இப்போது இங்கே. அநேக நேரங்களை அவர்கள் மூவரும் ஒன்றாகவே அந்த வீட்டின் ஏதாவதொரு தாழ்வாரத்தில் உட்கார்ந்து கழித்தார்கள். யுத்தம் பற்றியும் அதன் இழப்புக்கள் குறித்தும் சினிமா, இலக்கியம் என்று இன்னும் என்னென்ன இருக்கிறதோ அது பற்றியெல்லாம் பேசியிருக்கிறார்கள்.

திருமணமாகிய பின்பும் அவன் இவ்வாறு பொறுப்பற்று வெட்டிப்பேச்சுப் பேசிக்கொண்டிருப்பது குறித்து செல்வி அலுத்திருக்கிறாள். வேலையற்றிருந்த நாட்கள் அவை. எல்லா நிர்வாகங்களும் குழம்பிப்போயிருந்தன. யுத்தம் குருதி வழியும் தனது நகங்களையும் தீயுமிழும் கண்களையும் மனிதர்களை நோக்கி கோரத்தனத்தோடு திருப்பியிருந்தது. மனிதர்கள் கருகி அழிந்தார்கள். வயல் வெளிகள் காடுகள் எங்கும்... எங்கும் யுத்தம் கருகிய முகங்கள்.

அந்த வீட்டைச் சூழ இருந்த இரண்டு ஏக்கர் நிலத்தில் இப்போது ஒரு அடிநிலம் மிஞ்சாமல் அகதிக் குடிசைகளாக நிறைந்து போயிருந்தன. கைகளுக்குள்ளும் கால்களுக்குள்ளும் திருவிழாக்கால கோயில் இருப்பதைப்போல மனிதர்கள்; அகதி மனிதர்கள்.

மூன்று மழைக் காலங்கள் வந்து போயின. இரண்டில் மழையில்லை. இப்போது நாலாவது தொடங்கப் போகிறது. அவர்கள் ஒவ்வொருவரும் ஏக்கத்துடன் அதை எதிர்பார்த்திருக்கிறார்கள்.

அவர்கள் எல்லோரும் ஒரே குடும்பத்தினரைப்போல, ஒரு தாயின் பிள்ளைகள் போல அங்கிருந்த காலம் வரை வாழ்ந்தாலும் - தொடர்ந்தும் அதே வீட்டில் தங்கியிருப்பது அவர்களுக்குச் சிரமமளிக்கும் என்றும் - தனி இருவராக இருந்த காலத்திற்கும் இப்போது குழந்தை பிறந்த பின்னான காலத்திற்கும் இனி வரப்போகும் சிரமங்களுக்கும் ஏற்ற மாதிரி சில மாறுதல்கள் அவசியம் என்றும் அவ்வாறு செய்யாத போது குழந்தையுடன் மிகவும் கஷ்ரப்பட வேண்டிவரும் என்றும் எனவே, அவசியம் புதிதாக ஒரு வீட்டை மிகவும் சின்னதாக தற்காலிகமானதாக நாட்டு நிலைமையைக் கருத்தில்கொண்டு அமைக்குமாறும் எழுதியிருந்தாள்.

அவள் ஜூலை மாதம் 12ம் திகதி பிரசவத்திற்காக தாய் வீட்டிற்குப் போன போதும் - அவ்வாறு செய்திருக்கத்தேவையே இல்லை என்றாலும் உதவியாக இருக்கும் என்று சொல்லிப் புறப்படுவதற்கு முன்னர் அவனும் அவளுமாக கிணறும் கழிப்பிட வசதியுமுள்ள இடம் ஒன்றை தெரிவு செய்திருந்தனர். இப்போது வீடு அமைப்பதற்கு பணம் தேவையாயிருந்தது.

ஓரிடத்தில் வேலைக்குச்சேர்ந்து இப்போது தான் மூன்று மாதங்களாயிருக்கின்றன. அந்த இடத்தில் நாலாயிரமோ ஐயாயிரமோ கடனானக் கேட்பது முடியாத காரியம். நேற்று முதல்நாள் தான் சம்பளம் தந்தார்கள். அதிலும் அரைவாசிக் காசுக்கு மேல் ஏற்கனவே செலவாயிற்று. சவர்க்காரம் இருபத்தைந்து ரூபா போகிறது. சன்லைட்டும் லக்சும் வாங்கினால் இருநூறோ முந்நூறோ மிஞ்சும். அவ்வாறு மிஞ்சினாலும் தேநீர் செலவு அது இது என்று பறந்துவிடும். சாப்பாடு அலுவலகத்தில் கிடைப்பதால் அது பற்றி கவலை இல்லை.

எட்டாவது கடிதத்தைப் படிக்கத் தொடங்கியபோது இரவு இரண்டு மணிக்கு மேலாகியிருந்தது. வெளியில் நாய்கள் தொடர்ந்து ஊளையிடுகின்றன. நல்ல நிலவு. நிலவின் ஒளி பூமியில் எதிரொலித்தது. இரவில் பூமியின் ஒளி மங்கலான கறுப்பு நிறம். பூமியின் ஒளியும் நிலவின் ஒளியும் நாய்களுக்கு கிறக்கத்தை தந்திருக்க வேண்டும். அவை ஊளையிட்டுக் கொண்டேயிருந்தன.

இன்று பகல் இரண்டு, மூன்று நாய்கள் ஒன்றையொன்று சூழ்ந்து உருட்டி உருட்டிக் கடித்த போதும் ஒன்றையொன்று துரத்திக் கொண்டு ஓடிய போதும், பாட்டியின் நாய்கள் பற்றிய கதை தான் ஞாபகத்திற்கு வந்தது.

நள்ளிரவுகளில் பேய்கள் சூழ பலிப் பசியோடு யமன் பாசக் கயிற்றுடன் எருமை மாட்டில் அமர்ந்து காற்றில் மிதந்தபடி வருவான். பாசக்கயிற்றின் அலைவும் எருமை மாட்டினுடைய கண்களின் தீட்சண்யமும் யமனுடைய விசமச் சிரிப்பும் நாய்களுடைய கண்களுக்கு மட்டுமே தெரியும். நாய்கள் அவலக் குரலெழுப்பி தங்களுடைய எஜமானுக்கு யமனுடைய வருகையைச் சொல்லும். நித்திரையில் யமனுடைய பாஷை எஜமானுக்கு எரிச்சலூட்டும். அவன் நாயை எட்டி உதைப்பான். பயந்து போன யமன் முருங்கை மரத்தில் ஒளிந்து கொள்வான்.

இந்தக் கதையை அநேக நேரங்களில் அவன் சாப்பிட மறுக்கும் அல்லது சாப்பிடாமல் அடம்பிடிக்கும் சந்தர்ப்பங்களில் தான் சொல்லுவாள் பாட்டி. அவனுடைய குட்டி நாய் ஊளையிடும் போது தன்னைக் கொண்டு போகவே யமன் வந்திருக்கிறான் என்று பாட்டி சொல்வதை நம்பி அவன் வேகவேகமாகச்

சாப்பிட்டிருக்கிறான். அது அவனுக்கு யமன் என்றால் யாரென்றே தெரியாத காலமாய் இருந்தது.

இப்பொழுதெல்லாம் யமன் இறக்கை முளைத்த இரும்புப் பறவைகளில் தான் திடீர் திடீர் என்று வந்து இறங்குகின்றான் என்று பாட்டிக்குச் சொல்ல வேண்டும் போல் இருந்தது. ஆனால், நாய்கள் ஊளையிடாத ஒரு பின்னிரவில் அவள் தான் செத்துப் போனாளே.

எட்டாவது கடிதம் இரவு 2:20க்கு படித்து முடிந்தது. வீடு போட்டாயிற்றா என்று கேட்டும் வேலையை விரைவுபடுத்திச் செய்து முடிக்குமாறும் குழந்தை மிகவும் சுகவீனமுற்றிருக்கின்றதென்றும் அப்பொழுதுதான் பிறந்த குழந்தையை தொடங்கவிருக்கும் பருவ மழையும் குளிரும் மிகவும் பாதிக்கும் என்றும் வெகுவிரைவில் தானிங்கு வரப்போவதாகவும் எழுதியிருந்தாள். நான்கு முழுநீளப் பக்கங்களில் எழுதியிருந்த கணவன் மனைவிக்கிடையிலான சாதாரண உரையாடல்களை இங்கு தேவையில்லை என்பதால் அவன் எழுதாமலே விட்டுவிட்டான்.

மொத்தத்தில் எல்லாக் கடிதங்களுக்குமான பதிலை இன்று சூரியன் வெளிப்பதற்கு முன்னர் எழுதி முடிக்க வேண்டுமென அவன் மீண்டும் நினைத்தான். விடிந்தால் கச்சேரியில் வேலை செய்யும் ராமமூர்த்தி வவுனியாவுக்குப் போகிறான். கடிதத்தைக் கொடுத்துவிட்டால் ஒரு சில நாட்களில் செல்வியிடம் சேர்த்துவிடக்கூடும்.

அவளை ஒரு பதினைந்து இருபது நாட்களுக்கு இங்கே வரவேண்டாமென்றும் ஏனெனில் வீட்டை அமைப்பதற்காக நண்பர்களிடம் கொஞ்சம் பணம் கேட்டிருப்பதாகவும் அது வந்தவுடனேயே வீடு அமைப்பது பற்றி முடிவெடுக்கலாம் என்றும் வீடு அமைக்காத வரை இங்கு வருவது அவ்வளவு உசிதமானதல்ல என்றும் எழுதினான். உண்மையில் அவளுக்கு அவன் எழுத நினைத்த விடயங்கள் இவையல்ல என்பதை அவன் தனக்குள்ளே ஒப்புக்கொள்ள வேண்டியிருந்தது.

கிளிநொச்சியில் யுத்தம் நடப்பது குறித்தோ காயமடைந்த போராளிகளுக்கு இரத்தம் வழங்க வேண்டிய அவசியம் குறித்தோ

சந்திரபோஸ் சுதாகர் | 121

சிலவேளை தேவை ஏற்பட்டால் களமுனையில் காயமடைந்த அல்லது வீரமரணமடைந்த போராளிகளைப் பராமரிக்க வேண்டியிருப்பது குறித்தோ எழுதவும் இன்னும் மக்கள் நிவாரண வெட்டை எதிர்த்து தொடர் உண்ணாவிரதப் போராட்டங்களை நடத்துகிறார்கள் என்றோ இவற்றில் எல்லாம் தன்னால் இயன்ற அளவுதானும் இணைந்து செயற்பட உத்தேசித்துள்ளது குறித்தும் எழுதவேண்டுமென்றும் தான் நினைத்தான்.

அவ்வாறானதொரு கடிதத்தை அவன் எழுதினால் கடிதம் கிடைத்த மறுநாளோ அல்லது உடனேயோ இங்கு வந்து சேர்ந்து விடுவாள். அவ்வாறு வந்து சேர்ந்தால் போராளிகளுக்கு இரத்தம் வழங்குவது தொடக்கம் அவர்களைப் பராமரிக்கச் செல்லத்திட்டமிட்டிருப்பது வரை தற்காலிகமாகத் தடைப்படும். குறிப்பாக நாளை மறுதினம் கிளிநொச்சி வெற்றி விழா நிகழ்ச்சிக்குப் போக முடியாது. இவற்றுக்கெல்லாம் அவள் தடை சொல்ல மாட்டாள்தான் என்றாலும் தனது கணவன் என்றும் தனக்கேயான சொத்து சுகங்களென்றும் பிள்ளை குட்டியென்றும் இவையே தனது உலகமென்றும் வாழ்கின்ற சராசரிப் பெண்ணிலிருந்து எந்த விதத்திலும் தன்னை உயர்த்திக் கொள்ளவோ தாழ்த்திக் கொள்ளவோ எப்போதுமே விரும்பாத பெண்ணாகவே இன்றளவில் அவள் இருந்திருக்கிறாள்.

இந்த விருப்பமின்மையே அநேக நேரங்களில் சிணுங்கல்களாகவும் அழுகைகளாகவும் வெளிப்பட்டிருக்கின்றன. அவன் அவளை இந்த வாழ்க்கைச் சுழலுக்கு ஈடுகொடுத்து நிற்கக் கூடியவளாக எவ்வாறெனினும் தயார்படுத்தி விடவேண்டும் என்று முயன்று முயன்று தலையால் நடந்து கொண்டிருக்கிறான். எதற்கெடுத்தாலும் அழுது வடிந்துகொண்டும் பயந்து கொண்டுமிருந்தால் இவற்றையெல்லாம் யார்தான் செய்து முடிப்பது. குழப்பத்துடன் பேனாவை மூடிவைத்துவிட்டு யன்னலைத் திறந்தான். சூரியன் கொஞ்சம் கொஞ்சம் இருளுக்குள் இருந்தது.

குகை

நிலவின் வரும் நேரம் வரவர தாமதமாகிக் கொண்டிருந்தது. மழைக்கால இருட்டு. எதிர் வீட்டிலிருந்தும் மூன்று தெருத்தள்ளிய பிரதான பாதையிலிருந்தும் ஆங்கிலத் திரைப்படமொன்றின் யுத்தச் சத்தம் ஒரு சாத்தானின் நடையைப் போல உறுமிக் கொண்டிருந்தது.

மனிதர்கள் அன்பாய் பேசும் ஒரு வார்த்தையைக் கூட வெளியில் கேட்க முடியவில்லை.

அவ்வாறான வார்த்தைகளை வீதிகளிலும் பொது இடங்களிலும் பேச மனிதர்கள் அஞ்சுகிறார்கள். இயந்திரங்களோடு அவர்கள் ஊளையிடுகிறார்கள் அல்லது மிருகங்களைப் போல. வேறு எங்கோ தீ மூண்டெரிவதற்கான அறிகுறிகள் வானத்தின் மேலே, ஜன்னலில் தொங்கவிடப்பட்டிருந்த திரைச்சீலைத்தடுப்பு விலகும்போது வெகு துல்லியமாகத் தென்பட்டது. பொழுது இருள்சூழ்ந்து மந்தமான காலநிலை கொண்டதாக இருந்ததால் வெளியில் காட்சிகள், நிழல்களாகத் தெளிவற்று தெரிந்தன.

தூறல் விழத்தொடங்கியிருந்தது. வௌவால்கள் கிறீச்சிட்டுக் கத்தின. பூனை ஒன்றின் நடை, தாவல் அவனுக்கருகில் வெகு துல்லியமாகக் கேட்டுக் கொண்டிருந்தது. பூனையின் நடையை அவை உணரும் போதும் ஜன்னலின் திரை விலகும்போதும் தலைகீழாய், விபரிக்க முடியாத விசித்திரத் தன்மையோடு தொங்கிக்கொண்டிருக்கும் வௌவால்கள் இருளைக்கிழித்து எங்கோ பறந்து போயின. அவை அவ்வாறு பறந்துபோகும் ஒவ்வொரு இரவிலும் அப்பிரதேசம் அதிர்ந்து போகிறது. அந்த அதிர்வுகளினூடே ஆயிரம் மின்னல்கள் கணத்தில் தோன்றி

மறைகின்றன. அவற்றின் ஜொலிப்பை வார்த்தைகளின் வரையறைக்குள் என்றென்றைக்குமாக முடக்கிவிட முடியாது.

வெளவால்கள் ஒன்றுக்கும் உதவாதவை என்றும் அவை அருவருக்கத்தக்க வகையில் நாறி மணக்கின்றன என்றும் வலை வைத்தோ அல்லது வேறு ஏதாவது வஞ்சக சூழ்ச்சியாலோ சாகடித்துவிட வேண்டும் என்றும் அப்பட்டமாகவே கூட்டம் போட்டுப் பேசிக்கொள்கின்றன அல்லது அறிவிப்பு விடுகின்றன பூனைகள் அடிக்கடி.

எவற்றாலும் சரிவர உணர்ந்து கொள்ளமுடியாத வெளவால்களின் உள்நடவடிக்கைகள் ஒவ்வொன்றும் உயிர்க்குலையை மனதை நடுங்க வைக்கும் பயத்தை ஏற்படுத்துகின்றது. அவை பற்றி பலர் பலவாறாகப் பேசிக்கொள்கிறார்கள். வெறுமனே ஒன்றுக்கும் உதவாமல் சுற்றிக்கொண்டிருப்பதாய் அல்லது ஒரு முனிவனின் சினத்தோடு உள்ளே குமுறிக்கொண்டிருப்பதாய் யாருக்கும் அடங்காமல் தறிகெட்டுத்திரிவதாய் அவை பற்றிய பேச்சு நாளுக்கு நாள் நீண்டு கொண்டே போகிறது. எனினும் அவை அவற்றின் தன்மையிலிருந்து கொஞ்சம்கூட நழுவிப்போகவில்லையென்றும் வார்த்தைகளால் அவற்றின் வாழ்க்கையை தீர்மானிக்க முடியாதென்றும் தோன்றுகிறது.

சிலவேளை ஆண்டாண்டு காலமாகவே எந்த மாற்றமுமில்லாமல் அவற்றின் நிலையிலிருந்து கொஞ்சம் கூட விலகாமலிருப்பதாய் தோன்றும். ஆழ்ந்து யோசித்து அவற்றின் ஒவ்வோர் அசைவையும் உன்னிப்பாய் கவனித்து மீண்டும் தூசு தட்டிப்பார்க்கின்றபோது நிறையவே மாறிப்போயிருப்பதாயுமான உணர்வே மிஞ்சுகிறது. எவ்வாறெனினும் அவற்றைச் சரிவரப்புரிந்து கொள்ளலென்பது ஒரு கனவு போல மிகமிக மங்கலான ஞாபகத்தில் நிலைத்திருக்கமுடியாத கனவினை மீளவும் மீளவும் ஞாபகப்படுத்த முயன்று தோற்றுப்போகும் நிலையோடொத்த ஒரு முயற்சியாகவே இருந்து வருகின்றது இன்றுவரை.

அவை ஒவ்வொரு அரும்பாய் வெளியேறி, புதுக்கிளை விட்டு, பல்கிப்பெருகி, ஒவ்வொரு ஜீவனிலும் வியாபித்து கொலை வெறிக்குரூரத்தோடும் பூக்களே பூக்கவிடும் போது திசைக்கொன்றாய் முட்களை வீசியபடி கீறிக் கிழிக்கும்

வக்கிரத்தோடும் காத்திருக்கும் கள்ளிச் செடிகளைத் தாக்குமா தெரியவில்லை.

இந்த வௌவால்கள் மற்றவற்றைவிடச் சற்று வித்தியாசமானவை. இருட்டை லட்சியம் செய்யாத தன்மையில்... இரை தேடித் திரும்பும் வேகத்தில் நாகம் கக்கிய இரத்தினக் கற்களில் ஜொலிப்போடு கூடிய கண்களில் - எப்போதாவது அவற்றில் ஒன்றையேனும் கைகளால் தொட்டோ தழுவியோ பார்க்க வேண்டும் என்று நீண்ட நாட்களாக மனதில் ஒரு கிளர்ச்சி உள்ளோடுவது தவிர்க்க முடியாததாகிவிட்டது. அவனுக்கு குறுக்கும் நெடுக்குமாய் அவனால் பிடுங்கி எறியமுடியாத பலத்தோடு கூடிய இரும்புக் கம்பிகளை, துருப்பிடித்து மிக மெதுவாக உக்கி உதிர்ந்து கொண்டிருக்கும் இவற்றை எப்போது பிடுங்கி எறியமுடிகிறதோ அப்போது அந்த ஆசை அநேகமாகச் சாத்தியப்படலாம்.

அவனோடு கூட இருப்பவர்களைவிட ஏதோ ஒருவிதத்தில் தான் அவற்றை அதிகமாகவே புரிந்துகொண்டுள்ளதாய் அவன் எண்ணிக் கொள்வான். அவற்றிற்கும் மண்ணுக்குமான பிணைப்பு தேகத்தைச் சிலிர்க்க வைக்கிறது. வருடத்தின் ஒரு நாளில் அல்லது நாளின் சில கணங்களில் கோரப்பசியோடு மேலேறிப் போகும் ஓநாய்கள், காட்டுப்பூனைகள் அல்லது உள்வீட்டுப் பூனைகள் கூட அவற்றைக் காயப்படுத்தி சிலவேளை கொன்று போட்டபோதும் அவற்றுக்கான பிணைப்பை அவை அறுத்துக்கொள்ளவில்லை.

இப்பொழுதெல்லாம் வௌவால்கள் இரவிலும் பகலிலும் கூட இரைதேடிப் பறந்து போய் விடுகின்றன. திரும்பிவரும்போது சிறகுகள் களைப்படைந்த உடல் களைத்து... மீண்டும் ஒரு அதிகாலையில் அல்லது நள்ளிரவில் அவை எங்கோ பறந்து போய்விடுகின்றன. அவ்வாறான நாட்களில் அவற்றின் கண்களில் தோன்றும் உக்கிரம் உதிரத்தை உறைய வைக்கிறது. பூனைகளின் ஊளையினாலும் அவற்றின் கிறீச்சிடலாலும் அந்நேரங்கள் அநேகமாக அதன்பின் வரும் கணங்கள் மயான அமைதியுடன் ஒவ்வொரு வீட்டின் கூரையையும் கடந்து போகின்றன. இவை எல்லாம் ஒரு பகலின் சூனியப் பின்னணியில் பார்த்துப் பார்த்துப் பழகிப் போன காட்சிகள்தான். எனினும் இப்பொழுது முற்றிலும்

வித்தியாசமாயிருக்கிறது. ஒரு மழைக் காட்சியோடு அவற்றை நோக்கமுடிந்ததால் இருக்கலாம் அது.

ஒவ்வொரு விசயங்களையும் எதிர்த்துப் போரிடவும் எதிர் கொள்ளவும் அவை பிரிந்து சென்றுவிடுகின்ற அநேக நேரங்களில் வெற்றிக்காக, இழப்பின்மையோடு அவற்றின் வருகைக்காக அவன் நிலை கொள்ளாமல் தொடர்ந்து காத்திருக்கத் தொடங்கினான். நேரம் ஆக ஆக அவனுள் தனிமை உணர்வும் நிலைகொள்ளாமையும் நீட்சியுறும். யாருக்கும் பதில் சொல்ல பிரியமற்று மூலையொன்றில் அடைந்து கிடக்க எப்போதும் அவன் தயாராகி விடுவதில்லை. அவனுடைய ஒவ்வொரு அசைவிலிருந்தும் நிலைகொள்ளாமையின் தவிப்பிலிருந்தும் ஒரு விசயத்திற்காக எதிர்பார்ப்புக்களோடு காத்திருக்க வேண்டி ஏற்படும் பொழுதுகள் எவ்வளவு ரணம் மிக்கவை என்று வேதனையோடு எண்ணத்தோன்றும். உண்மையில் அவை எவ்வாறு வாழ நினைக்கின்றன...? நீண்டகாலமாகவே அவன் தன்னுள் இக்கேள்வியை ஒரு நாளைக்குப் பலமுறை கேட்டுப்பார்த்திருக்கிறான். அவனுக்கு பைத்தியம் பிடித்து போய்விடுமளவுக்கு இந்தக் கேள்வி அவனை உலுக்கிக் கொண்டுதானிருக்கிறது.

இன்றளவில் தமக்கு விதிக்கப்பட்டிருக்கின்ற குரோதமான குரூரம் நிறைந்த அன்பு, பாசம், காதல் ஏதுமற்ற இந்த வாழ்க்கையை தகர்த்தெறிந்துவிட்டு அதன் அனைத்து இம்சைகளையும் தகர்த்தெறிந்துவிட்டு தமக்கென வாழும் ஒரு உலகுக்காய் வாழ்ந்து அதற்காகப் போரிட்டு தமக்கானவர்களுக்குமான பிரதேசமொன்றை எல்லையிட்டு வாழ நேரப்போகும் ஒரு நாளுக்கான காத்திருப்பு அவற்றின் முகத்தில் அப்பிப் படர்ந்து போயிருப்பதாய் சில சமயங்களில் - அவ்வாறு சொல்வதை விட - அநேக நேரங்களில் தோன்றும்.

அநேக சந்தர்ப்பங்களில் அவை தனித்து நிற்க முனைவது, இந்தப் பேரண்டத்தை தங்களுடைய எதனையும் சரிவர உணர்ந்துகொள்ளாத இந்தப் பெருவெளியை தனித்துக்கடக்க அவை முயற்சிப்பது போன்றவற்றை அவன் வெறுமனே கவனித்துக் கொண்டிருக்க வேண்டியேற்படுவதுமுண்டு. மழை முகில்களுக்கு அப்பால் வெகுதொலைவில் நிலவு

சிதைந்து ஒட்டுத்துண்டுகளிலிருந்து மந்தமான ஒளி இன்னும் மெல்லிய மழைத்தூறல்களுக்கு அப்பால் நடுவில் வீழ்ந்து கொண்டுதானிருந்தது.

இரவிலும் பகலிலும் விழிப்பு. கண்களைச் சுற்றி கருவளையம் வீழ்ந்துவிட்டது. அவனும் கூட நிறையவே மாறிப் போய்விட்டதாக பக்கத்திலுள்ளவர்கள் சொல்கிறார்கள். கருவிழிகளுக்கும் இமைகளுக்கும் நடுவில் ஏதோ உறுத்திக் கொண்டே இருக்கிறது. நிச்சயமாய் அவை கனவுகளில்லை. பின் என்னதான் அது? என்னவென்று பார்க்கலாம்! காலத்தைக் காட்டும் கண்ணாடி அவன் கைகளில் இல்லை.

அறையின் இருட்டு தலை சுற்றியது. பூமியின் அசைவு கண்ணுக்குப் புலப்படவில்லை. நிலவின் தெளிவற்ற நகர்விற்கேற்ப அவற்றின் விசித்திரமான தலைகீழாய் தொங்கும் நிழல்களும் தெளிவற்று நீண்டுகொண்டே போகிறது. அந்த நிழல்களுக்கும் நிலத்திற்கும் உள்ள பிணைப்புக்கூட ஆச்சரியப்படத்தக்க வகையிலிருந்தது. நூலளவு இடைவெளி கூட இல்லாமல் அவ்வளவு இறுக்கமாக. பாசம் என்பது இவ்வாறுதான் இருக்குமா? அவற்றையும் அதனையும் பார்க்கப்பார்க்க இந்த உலகின் மீதும் ஒவ்வோர் ஜீவராசிகளின் மீதும் அன்பாய், காதலாய், அதீத பாசமாய் இருக்க வேண்டும் என்று தோன்றுகிறது.

கண்ணுக்குப் புலப்படாத அவற்றின் சின்னச்சின்ன அசைவுகளின் பின்னால் அந்தப் பிரதேசம் முழுவதற்குமான விவரிக்கமுடியாத மாற்றங்கள் நிகழ்ந்துவிடுகின்றன. அக்கணங்களில் அவனைச் சுற்றியும் மூடியிருக்கும் இறுக்கமான இருட்டு விடுபட்டு எங்கோ அந்தரத்தில் தொலைந்து போகிறது.

அவன் உச்சி வானம் பார்த்து நீண்ட நாட்களிருக்கும். புலர் காலையில் சூரியனோடு கூடிய நேரம்தான் எவ்வளவு சந்தோசிக்கத்தக்கது. சில பொழுதுகளில் கம்பிகளுக்கு இடையே கைகளை நீட்டி எதையோ பிடிக்க முயலும் ஆர்வத்தோடு காற்றைக்கிழிப்பான். முடிவில் வேதனையாலும் ஆத்திரத்தாலும் வெட்கத்தாலும் கூட முகம் கன்றிச் சிவந்து சகிக்க முடியாததாகி விடுகிறது.

சந்திரபோஸ் சுதாகர் | 127

பூமியில் மிகப்பெரிய பிரளயம் நிகழவேண்டும். பிரளயமற்று எது நிகழ்ந்தும் தப்பிப் போதல் சாத்தியமற்றதாகவே இருக்கும். வாழ்க்கையில் இருந்தாலும் கூட. அவன் தன்னுள் இவ்வாறு எண்ணிக்கொள்வான்.

அவனுக்கு சற்று தூரத்தில் எங்கோ ஆழத்திலிருந்து எழுவதைப் போலான அவற்றின் சிறகசைவாலும் கிறீச்சிடலாலும் காற்று திணறியது. அவற்றின் மொழியில் அது விடுதலைக்குரலாக அல்லது காதல் மொழியாக சிலவேளை கோபத்தின், ஆக்ரோஷத்தின் எதிரொலியாகக் கூட இருக்கலாம்.

அவன், வீதியில் எழுந்த ஒவ்வொரு சத்தங்களையும் மழையின் பின்னான அல்லது ஒன்றிரண்டு தூறலின் பின்னான மின்னலின் தன்மைகளையும் மின்னலின் போது மட்டும் தெரியக்கூடிய ஏனையவற்றையும் கவனித்துக்கொண்டிருந்த போதே அவன் பார்வையிலிருந்தும் ஜன்னல் சட்டத்தின் நேரிலிருந்தும் நிலவு நகர்ந்துபோயிற்று. இனி அறையினுள்ளும் வானத்தின் மேலேயும் சூனியம் குடிகொள்ளும். மனசு வாழ்க்கைக்கு உதவாத கற்பனையில் லயிக்கும். அது ஆசாபாசங்களாலும் கனவுகளாலும் நிறைக்கப்படும். சிலவேளை பைத்தியக்காரனின் தன்மைகளும் ஆழ்மனதை நெருடும். இப்பொழுதெல்லாம் யாரும் எது பற்றியும் கவலைப்படுவதில்லை என்று புரிகிறது. பிரபஞ்ச நகர்வின் வேகத்திற்கே ஈடுகொடுக்க முடியாமலிருக்கும் போது அடுத்தவரில் யார் தான் அக்கறைப்பட முடியும்? வௌவால்களை, தெருவின் அப்பட்டமான போலிக்காட்சிகளை, மனிதர்களின், இயந்திரங்களில் உறுமல்களை, நான்கு சுவர்களை குறுக்கோடிய இரும்புக்கம்பிகளை வெறித்தபடி நீண்ட நாட்களுக்கு வாழ்க்கையைத் தள்ள முடியாது. நிச்சயமாக பைத்தியம் பிடித்தாலும் மறுப்பதற்கில்லை.

இருட்டு அதுவும் நிறையச் சுமைகளோடும் வேதனைகளோடும் இருக்க வேண்டி ஏற்படுகின்ற சந்தர்ப்பங்களில் சூழ்ந்து நிற்கின்ற இருட்டு எவ்வளவு பயங்கரமானது?

அவனது மேனி மிக மெதுவாக நடுங்கிச் சிலிர்த்தது. வெற்றுத்தரையில் கிட்டத்தட்ட படுத்துவிட்டதைப் போலான நிலையில் அவன் சாய்ந்து உட்கார்ந்து கொண்டான். உள் எழுந்த சலிப்பையும் குமுறல் நிறைந்ததும் முடிவற்ற

போராட்டங்களாலானதுமான வாழ்க்கையையும் மிக மெதுவாக அசைபோட்டபடி கண்களை மூடினான். இமைகளுக்குள் வெளவால்கள் பறந்தன. அவற்றைத் தாங்கி நிற்கும் பெருவிருட்சம். அதன் உள்ளார்ந்ததுமான தன்மையும் கூட.

அது கடந்த காலத்தில் அதன் தோற்றத்தை வைத்து அதனை அளவிட முடியாது. மண்ணைப்பிளந்து வெளிக்கிளம்பி எண் திசையையும் உள்வாங்கி எத்தனையாயிரம் பறவைகளுக்கு வீடு கொடுத்திருக்கும். அது பற்றி இப்போது யாரும் எண்ணிப் பார்ப்பதாய் தெரியவில்லை. அதுதான் மனித இயல்பு என்று படுகின்றது.

வெளியில் பூமியை அசைக்கும் வெறியோடு காற்று. இந்தப் பிரபஞ்சத்தின் மீதுள்ள தூசு துகள்களை எங்காவது தொலைத்துவிட வேண்டும் என்றும் விரக்தியோடும் சஞ்சலங்களுக்குள்ளும் உழன்று கொண்டிருக்கும் எல்லாவற்றையும் அழித்துவிட்டு சந்தோசங்களை பிரசவிக்க வேண்டுமென்றும் நினைத்தோ என்னவோ, அவ்வளவு பலமாக வீசியது. அதன் பலம் பலவீனம் எல்லாம் அதுவே. அதனோடு எட்ட நின்றே பேச வேண்டும். எட்ட நிற்றல் என்பது பயத்தால் விளைவதல்ல. உரிமையுள்ள பிரதேசத்தில் எதற்கும் அஞ்சாமல் தனித்துவமாய் இருத்தலே அது.

வெறுமனே இமைகள் மூடியிருந்தன. பேச்சில், செயலில், ஒவ்வொரு அசைவின் முடிவிலும் தனித்துவம் என்ற வார்த்தை மட்டுமே மிஞ்சியிருக்கிறது. எவற்றிற்கும் எவருக்கும் தனித்துவமாயிருக்க முடிவதில்லை. அவ்வாறிருக்க யாரும் யாரையும் அனுமதிப்பதில்லை. ஒன்று ஒன்றின் மீதுசார்ந்து அல்லது ஒன்றோடு ஒன்று கலந்து விருப்பமானவற்றைப் பெறுவதற்கு உயிரையும் கொடுக்க வேண்டியிருக்கிறது.

சுதந்திரமாய் இருந்தால் தனித்துவம் தானே வந்துவிடும். அவையும் கூட அவ்வாறுதான். அதனாலேயே அவற்றால் சுதந்திரமாய், தனித்துவமாய் விரும்பும் திசையில் பறக்கவும் பறத்தலுக்கு தடையாய் இருப்பவற்றை எதிர்க்கவும் முடிகிறது. எந்தச் சலனமுமற்று அல்லது எதற்கும் அஞ்சாமல் அவை அவனுள் பறந்துகொண்டே இருந்தன.

சந்திரபோஸ் சுதாகர் | 129

அவனுடைய போராட்டத்தை சிலவேளை அவை உன்னிப்பாக கவனித்துக் கொண்டிருக்கக் கூடும்.

வௌவால்கள் இருளைச் சுற்றிச் சுற்றி சுவரில் மோதின. சிறை அவர்களுக்கு மூச்சடக்கியிருக்கலாம். உள்ளே வீசிய சகிக்கமுடியாத நாற்றம் வயிற்றைக்குமட்டியிருக்கலாம். அவை வெளியேறத்துடித்தன. அவற்றின் சிறகசைப்பு இதுவரை அனுபவிக்காத ஒருவித சுகத்தை அளித்தது. அந்தச் சிறகுகளை யாரும் கட்டிப்போட முடியாதுதான். மீண்டும் வயிற்றைக் குமட்டும் நாற்றமும் யன்னலை மோதும் காற்றின் ஊளையுமாக சற்றுநேரத்தில் அறை வழமை போல் ஆகிவிட்டது.

யன்னல் சுவரிலிருந்து கழன்று அவனை நோக்கி வேகமாய் இறங்கியது. தொடுவானம் இருளைப் போர்த்தியபடி அவனுக்கு மிக அருகில் நெருங்கிவந்து பயமூட்டியது. விலகி பின்நோக்கி நகர்ந்தான். எவ்வளவு தூரம்தான் ஓடமுடியும். மூச்சு முட்டிக்கொண்டு செத்துப்போவதைப் போல உணர்ந்தான். வெளியில் மின்னல் வெட்டியது. வானமோ அல்லது பூமியோ ஏதோ ஒன்று இரண்டாய் பிளந்திருக்க வேண்டும். எங்கோ வெகுதொலைவில் இடி இடித்தது. அறை நடுங்கி கிடுகிடுத்தது.

மழைக்கான அறிகுறி தோன்றத் தொடங்கிய ஆரம்ப நிமிடங்களிலேயே அவனுடைய விழிகளுக்குள்ளிருந்து வெளியேறி வௌவால்கள் எண்திசையும் பறக்கத் தொடங்கின. கடந்து போன காலங்களில் வந்துபோன மழைநாட்கள் எவ்வளவு சந்தோசமானவை. உடலின் ஒவ்வொரு திசுக்களையும் தொட்டு, வருடி நினைவில் நிறுத்தமுடியாத ஒரு கனவுலகத்துக்குள் அழைத்துச் செல்கின்ற அந்தக் கணங்கள் மீண்டும் வருமா? அம்மா அதட்ட அதட்ட கட்டுக் கடங்காமல், ஓடும் காட்டாற்று வெள்ளத்தில் ஓடி, காகித ஓடம் விட்டு, அது காணாமல் போனது வரை எல்லாம் இப்போது பசுமையாய் இருக்கிறது.

எத்தனை வர்ணங்கள்பூசி, நாட்கணக்கான நேரத்தைச் செலவிட்டு அழகாய்ச் செய்த ஓடம் வெள்ளம் கொண்டு போனதையிட்டுக் கவலைதான். என்றாலும் கண்ணீர் விடமுடியவில்லை. அயலவர்கள் சிரித்தார்கள். கண்ணீர் சிரிப்பிற்குள்ளான விசயமாகிவிட்டது. மழையைப் பார்க்கிற போதெல்லாம் காகித ஓடம் ஞாபகத்திற்கு வரும். அவற்றை அவன் தன்னுள்

தூங்கவிடாமல் சுத்தமாய் துடைத்தெறிந்துவிட முயல்வான். கடந்த காலங்கள் வெளிறிய முகத்துடன் வந்து அவனை அச்சுறுத்திக்கொண்டே இருந்தன.

மழையோ, மழையில் சிலிர்த்தபடி உள்ளே பறந்து திரியும் அவையோ அவனை லட்சியம் செய்யவில்லை. எதையோ எதிர்பார்த்து தொலைவை வெறித்துக்கொண்டோ அல்லது எதிர்பார்த்தவற்றை அடைவதற்கு யுத்தமிட்டுக்கொண்டே இருந்தன. எதையோ எதிர்பார்க்கும் தீவிரத் தன்மையையும் அவற்றின் மன உளைச்சலையும் மின்னலொன்று காட்டிற்று. அவனுக்கே புரியாத சிலிர்ப்போடு ஏதோ ஒன்றை உரக்க ஆனால் அவனுக்குள்ளாகவே சொல்லிக் கொண்டான்.

மனிதர்களின் எரிச்சலான, பயம் கலந்ததான, அவரவர் மன நிலைக்கேற்றவாறு ஒவ்வொருவரும் சத்தமிட்டுக்கொண்டதையும் இயந்திரங்களின் இரைச்சல்கள், இடியின், காற்றின் பாடல்கள், தவளைகளின் பேரிரைச்சல், புள்ளினங்களின் பாடல் போன்ற எல்லாவற்றையும் கேட்டபடி அவன் அசைவற்றுக்கிடந்தான். சலிப்பாக இருந்தது.

ஒரு எரிமலையின் பேரமைதியான தன்மையோடும் ஆழம் காணமுடியாத வானத்தைப் போலவும் இருந்த அவற்றை நோக்கிப் பார்வையைச் செலுத்தியபடி அவன் மெதுவாக எதையோ எண்ணமிட்டான். அவை கிறீச்சிட்டுப் பறந்தன. அவற்றின் கண்களில் எப்போதும் போலவே சூரியத்துண்டுகள். அவை புன்னகை மாறாமலேயே பேசிப் பறந்து மறைந்தன. அவை மிக நெருக்கமாக - அப்போது நிகழ்ந்தவற்றை வார்த்தைகளால் வர்ணிக்க இயலவில்லை - கிட்டத்தட்ட மனிதர்கள் கைகுலுக்கிக் கொள்வதைப்போலவும் பிரியப்போகும் கடைசி நிமிடத்தில் முத்தமிட்டுக் கொள்வதைப்போலவும் இருந்தது. அவை இயங்கிக் கொண்டிருந்தன.

அவை வெகு வேகமாகப் பறந்து சென்றன. அவன் பார்வையில் இருந்து தப்பி, எல்லாத்திசையிலும் பறந்துபோயின. மிக நீண்ட நேரத்திற்கு, அவை வெவ்வேறு திசைகளில் பறந்து சென்றதிலிருந்து, அடிக்கடி பழக்கப்பட்டுப் போன சத்தங்களால் அந்தப்பிரதேசம் முழுவதும் அதிர்ந்தது. பாளம் பாளமாய் நிலம் பிளந்து போகிறதோ என்று எண்ண வைத்த சத்தங்கள்,

கிட்டத்தட்ட அவன் விழித்திருந்து களைத்துச் சோர்வடைந்து விழி செருகுமட்டும் அந்தச் சத்தங்கள் கேட்டுக்கொண்டேயிருந்தன.

அவனாகவே சமைத்துக்கொண்ட உணவுகள் உறியில் இன்னும் தொங்கிக் கொண்டிருந்தன. அவன் வெளியேறிப் போவதையும் அல்லது தான் நினைத்த எதையாவது செய்வதற்கும் யாரும் தடைபோட முடியாது தான். ஆனால், ஏதோ ஒன்று, கண்ணுக்குப் புலப்படாத மாபெரும் சக்தி அவனைக்கட்டிப் போட்டிருக்கிறது. அதன் தோற்றம் சுதந்திரத்தை நேசிக்கும் மனிதர்கள் விரும்பத்தக்கதல்ல. விரும்பத்தகாத அந்த எண்ணத்தால் அவன்முகம் அவனையும் அறியாமல் சகிக்க முடியாதவாறு கோணிப் போயிற்று. உதடுகள் அருவருப்போடு எதையோ முணுமுணுத்தன. அவனுக்குள்ளாகவே நிகழ்ந்த அந்த வேதியல் மாற்றங்கள் அவனுள், அவன் விரும்பக்கூடாத எண்ணங்களையும் யார் மீதோ கோபத்தையும் ஏற்படுத்தின. - தூக்கத்தில் பொறுமையற்று அல்லது நிம்மதியற்று அவன் உழல்வதையும் முகத்தின் இறுக்கத்தையும் மீறி அறையிலிருந்த வெறுமையைக் கிழித்தபடி, மின்னல் மின்னிற்று. எங்கும் அதிர்வுகள் வியாபித்தன. பார்க்கக்கூடாத சம்பவமாய் - பார்க்கக்கூடாத சம்பவம் என்று ஏதாவது இருக்கிறதா? அவ்வாறெனின் அது ஏன் சிருஷ்டிக்கப்பட்டது? யாரோ எதற்காகவோ இவ்வாறு வரையறையிட்டிருக்கிறார்கள். வரையறைகள் - குழப்பங்களுக்கும் வெறுப்புக்கும் வெறுமைக்கும் வரையறைக்குட்படாத ஒவ்வொரு சம்பவங்களுக்கும் இதுவே காரணமாய் இருக்கிறது. நிலைக்கக்கூடாத எண்ணமாய் அவனுள் அந்த அதிர்வுகள் ஓடிக்கொண்டிருந்தன.

வெளியிலிருந்து மழைச்சத்தம் வெகுதுல்லியமாயும் அதிகமாகவும் கேட்டுக்கொண்டிருந்தது. ஜன்னலின் அப்பாலிருந்து வெளிச்சம், முழுவதும் அறைக்குள் வராவிட்டாலும் உள்ளிருக்கும் பொருட்களை உற்று உணரக்கூடியவாறு யாருக்குமே இதமளிக்க முடியாத ஒரு வெம்மையோடு உள்ளே சுழன்று கொண்டிருந்தது. அந்த வெளிச்சம் அனைத்தையும் சேகரித்து மிகக் கனமான ஒரு உருண்டையாக்கி, அவன் முன்னே உடைக்கமுடியாத பலத்தோடு இருக்கும் இரும்புச்சட்டங்களை நோக்கி விட்டெறிய முடிந்தால்... இவ்வாறு அவன் சிந்திக்க நேர்ந்த கணங்களில் வாழ்நாளிலேயே அவனால் மறக்கமுடியாத சிரிப்பொலியொன்று

அவனுள் எதிரொலித்தது. அந்தச் சிரிப்பலைகளின் அதிர்வால் வெளவால்கள் சிறகடித்துப் பறந்தன. அந்தச் சிரிப்பலைகள் எங்கிருந்து வந்தன என்று எண்ணிக் கூடப்பார்க்க மனமற்று, அவன் வெறுமனே நாக்கை நீட்டியபடி இரைக்காக காத்திருக்கும் பல்லியொன்றைப் பார்த்துக் கொண்டிருந்தான். பல்லிக்குப் பின்னால் தான் நகர்ந்து கொண்டிருப்பதைப்போலவும் தன்னை அது மிகவும் ஏளனமாகக் கவனிப்பது போலவும் அவன் எண்ணினான். பல்லியைக் கொன்று விடவேண்டும் என்று எந்தக் காரணமுமே இல்லாமல் தோன்றிய எண்ணத்தின் விளைவால் கையில் கிடைத்த கனமான ஏதோ ஒன்றை எடுத்து அதனை நோக்கி எறிந்தான். துடித்துக்கொண்டிருந்த பல்லியின் வாலையும் நசிந்து இரத்தமும் தசையுமாகக் கிடந்த தலையையும் நெடுநேரமாகப் பார்த்துக்கொண்டிருந்துவிட்டு, பல்லியைக் கொன்றதற்கான காரணத்தை தன்னுள் தேடமுயன்றான். கொல்ல நினைத்த கணங்களில் எதுவுமே தோன்றாததைப் போலவே இப்போதும் எதுவும் அவனுள் தோன்றவில்லை.

மழை முன்னரிலும் அதிகமாகி இருந்தது. மழைத்துளிகள் கூரைத் தகரத்தில் வீழ்ந்து வெறுப்பேற்றிக்கொண்டிருந்தன.

வெளியில் மழையில் நனையாமல் இருப்பதற்காக பிரயத்தனப்பட்டுக் கொண்டு அங்குமிங்குமாக மனிதர்கள் ஒதுங்கி நிற்பார்கள். மழையைச் சபித்தபடி நாளாந்த அலுவல்கள் தடைப்பட்டுப் போன ஆத்திரம் முகத்தை விகாரமாக்க அவர்கள் நிற்கும் காட்சி அவனுள் சிரிப்பை மூட்டியது. மழையில் நனையக் கூடாதென்று அம்மா சொல்லியிருக்கிறாள். காய்ச்சல், தலையிடி, அல்லது உடம்பை வருத்தும் ஏதோ ஒன்று வந்தே தீரும் என்று அவள் உறுதிபடக் கூறுவாள்.

இதயம் குளிரக் குளிர மழையில் நனையும் சுகம் பற்றி அம்மா விளங்கிக் கொள்ள முயற்சிக்கிறாளா என்று அவன் எப்போதாவது எண்ணிப் பார்ப்பான். அவ்வாறான சுகத்தை அவள் அனுபவிக்க விரும்புவதை அவள் தவிர்த்தாள் அல்லது வெறுத்து ஒதுக்கி விட்டிருந்தாள்.

கடைசி வரைக்கும் அம்மா விளங்கிக் கொள்ளமுடியாத புதிராகவே அவனுக்குத் தோன்றினாள். சிலவேளை அவனைப் புரிந்துகொள்ள முடியாதென்றும் அவன் தன்னுடைய

மகன் போல் நடந்துகொள்வதே இல்லையென்றும், அவள் வயதையொத்த அவளுடைய மனநிலையோடு இருக்கின்ற பெண்களோடு பேசிக்கொள்வதாய்ச் சொல்கிறார்கள். அவ்வாறானதொரு நிலை இன்றிலிருந்து மிக நீண்ட நாட்களுக்கு முன்னராகவே இருந்து வருகிறது. இப்போதெல்லாம் இந்த நிகழ்வுகள் தெளிவில்லாமல் கனவில் வந்துபோகும் உருவங்களின் தன்மையை ஒத்து, கிணற்றின் ஆழத்திலிருந்து எட்டிப்பார்ப்பதைப்போல எட்டிப் பார்க்கின்றன.

எதிலாவது வாழ்க்கைக்கு இல்லாவிட்டாலும் அந்த நிமிடத்திற்காவது உதவக்கூடிய எதிலாவது ஈடுபட அவன் விரும்பினான். அதன் பிரதிபலிப்புத்தானோ என்னவோ தன்னுடைய நாற்றம் பிடித்த அழுகி மணக்கின்ற நாளாந்தம் பற்றியும் அல்லது குறுக்கோடிய தன்னால் தகர்க்கச் சாத்தியமற்ற துருப்பிடித்த இரும்புக்கம்பிகளைப் பற்றியும் கவலைப்படுவதிலிருந்து விலகியிருக்க முடியாமல் அவன் தத்தளித்தான்.

பகுதி 3

விமர்சனங்கள் பதிவுகள்

றஷ்மியின் 'ஆயிரம் கிராமங்களைத் தின்ற ஆடு' கவிதைத் தொகுப்பைப் பற்றிய சிறு பதிவு

இந்தக் கவிதைகளை முன்வைத்து எதைப் பேசுவது? நாம் எமது கவிதைகளுடன் உண்மையாக வாழ்கின்றோம் என்பதைத் தவிர.

நமது கவிதைகள் பற்றிய உண்மைகளையும் அதன் சூக்குமங்களையும் மற்றவர்கள் புரிந்து கொள்ளும்போது அவர்களே தத்தமது புரிதல்களின் அடிப்படையில் நம்மை எதிரிகளாகவும் துரோகிகளாகவும் நண்பர்களாகவும் விபச்சாரர்களாகவும் மாற்றிவிடுகிறார்கள்.

நமது கவிதைகளோடு நாம் உண்மையாக வாழ்வதைப்போல இந்த சமூகத்தோடும் மனிதர்களோடும் உண்மையாக வாழ முடியுமா?

நான் நினைக்கின்றேன், சக மனிதர்களிடம் நம்மை மறைக்கவும், குறியீடுகளாகவும் படிமங்களாகவும் ஒடுக்கிக் கொள்ளவும் ஆன தேவை, கைதுகளின், சித்திரவதைகளின், காணாமல் போதல்களின், கொலைகளின் மீதிருந்த தப்பிப் பிழைத்தல்களின் பாற்பட்டது. இந்த அடிப்படைகள் சமகாலக் கவிதைகளில் மிகவும் வேரூன்றியிருந்ததை அவதானிக்க முடியும்.

கவிதைகளில் உள்ள உணர்வும் அதன் சிலிர்ப்பும் கவிஞனது உண்மையான வாழ்வில் நிலைகொண்டுள்ளது. படைப்பாளன் தனது வாழ்விலிருந்து நீங்கி, தான், ஆன்மாவால் உணராதவை பற்றி படைப்பாக்க முயற்சியில் ஈடுபடும்போது விடுபட்டுப்போகிறது.

இந்தப் போக்கிலிருந்து முற்றிலும் நீங்கி ஐயவுணர்களில் இருந்து விடுபட்டு புதியவாறான கவிதைத்தனத்தை தான் வாழும் சமூகத்திற்கு, தனக்கு உள்ள தீராத உறவை இத்தொகுப்பிலுள்ள கவிதைகள் ஊடே தந்திருக்கிறார் றஷ்மி.

கருணாகரனின் ஒரு பொழுதுக்குக் காத்திருத்தல்: கவிதைத் தொகுதி

கருணாகரனின் ஒரு பொழுதுக்குக் காத்திருத்தல் கவிதைத் தொகுதி அவருடைய முதல் தொகுப்பாகவும் அவர் எழுதத் தொடங்கிய காலத்திலிருந்து நீண்ட இடைவெளி கொண்டதாகவும் வெளிவந்திருக்கின்றது.

பொருளாதாரத் தடை, இடப்பெயர்வுகள் கூரை மடிப்புக்களில் தொங்கிக்கொண்டிருக்கும் யுத்தத்தின் கொடூரம் இவற்றை யெல்லாம் ஊடறுத்து நவீன அச்சுச் சாதனங்கள் மறுக்கப்பட்ட நிலையிலும் பழுப்பேறிய அச்சுத் தாளில் (News Print) அழகிய முகப்பு ஓவியத்துடன் நாம் எல்லோரும் சுதந்திரமான ஒரு பொழுதுக்கு காத்திருத்தலை ஞாபகப்படுத்திக் கொண்டு கருணாகரனின் ஒரு பொழுதுக்காய் காத்திருத்தல் வெளியாகி இருப்பது இன்றைய காலத்தின் மிக முக்கியமான பதிவு என்பது தவிர்க்க முடியாத உண்மை.

எண்பதுகளிலிருந்து ஆரம்பித்து இன்றுவரை அவர் எழுதிய கவிதைகளின் ஒரு பகுதியாக இத் தொகுப்பிலுள்ளவற்றைக் கொள்ளலாம். எனினும், இத்தொகுப்பிலுள்ள அநேகமான கவிதைகள் 90களின் பின் எழுதப்பட்டவையாக அல்லது பிரசுரமானதாகவே இருக்கின்றது. கவிதைகள் கால ஒழுங்கில் தொகுக்கப்படவில்லை. அல்லது காலம் குறிப்பிடப்படவில்லை என்றபோதும் இந்தக் காலப்பகுதிகளில் வெளிவந்த சஞ்சிகைகளில் படித்தபோது கவனம் கொள்ள முடியாத பல விடயங்களை தொகுப்பின் பின் அவதானிக்கக் கூடியதாக இருக்கின்றது.

கவிதைகளின் ஒரே தன்மையும் படிமங்களும் ஒரேவிதமான சொல் வழியும் இங்கு கவிதைகளை எழுதத் தூண்டிய காலமும் காரணமுமாகிறது.

யுத்தம், சாவு, மரணபீதி, பிரிவு, இருப்பு, பெயர்த்தெடுக்கப்பட்ட துயரம் கவிஞனுக்கு வாய்த்த அல்லது நிர்பந்திக்கப்பட்ட அரசியல், கவிதைகளின் சொல்லும் முறையிலும் தன்மைகளிலும் ஒரேவிதமான அனுபவங்கள் குறியீடுகளிலும் படிமங்களிலும் மொழியிலும் ஒருவித மரபுத் தன்மை இவற்றிலிருந்து மீளமுடியாமைதான் இன்றைய வாசகனின் வாசிப்புத் தன்மையிலும் எழுத்து முறைமையிலும் கோட்பாட்டுத்தனமும் யாத்திரீகத் தன்மையும் புரையோடிப்போயுள்ளதற்கு காரணமாயிருக்க முடியும்.

இன்னொரு கவிதை எழுத உந்தும் நிகழ்வுகளுக்கு உணர்தல், முகம்கொடுக்காமல் மூன்றாம் தரப்பின் மூலம் அதாவது சம்பவங்கள், செய்திகளை ஊடகங்களின் மூலம் கேட்டல் அல்லது பார்த்தல் மூலம் ஒருவித மங்கிய உணர்வு நிலையை எய்துதல், அநேக பொழுதுகளில் நடந்தவற்றுக்கும் தனக்கும் எந்தவித சம்பந்தமும் இல்லை என்பதான போக்கில் படைப்பில் இருந்து விலகிநின்று படைப்பாக்கத்தில் ஈடுபடுதல் போன்றவையும் படைப்பாளர்களை குறிப்பாக கவிஞர்களையும் வாசகர்களையும் ஒருவரிலிருந்து ஒருவரை நெருங்கவிடாமல் அந்நியப்படுத்தி விடுகின்றது.

இந்தத் தளைகளை எப்போது அறுப்பது அல்லது எதிலிருந்து? மிக அவசியமானதும் உடனடித் தேவையானதுமான இத்தனையுறுப்புக்களால் தான் இற்றுக் கொண்டிருக்கும் கவிதையின் ஜீவனை தழைக்காமல் செய்யலாம். என்றாலும் போரும், 'போரின் முகங்களும்' கட்சிகளின் அரசியலும் இதனைச் சாத்தியங்கொள்ள வைக்குமா?

யாரை ஏற்றுக்கொள்வது அல்லது யாரை நிராகரிப்பது என்பதான மிகக் கீழான பார்வைக்குள் ஒவ்வொரு படைப்பாளரின் படைப்புக்களின் ஊடாகவும் வெளித்தெரிய வேண்டிய அவசியம் படைப்பாளருக்கு நிர்ப்பந்திக்கப்பட்டிருக்கின்றது.

அரசியலற்ற இலக்கியமோ வாழ்வோ இன்றளவில் சாத்தியமில்லைதான் என்றாலும் கவிஞர்களுக்குரித்தானது அரசியல்வாதிகளினுடைய வேலை அல்லவே? கோசமிடுவதும் கொள்கைப் பிரகடனமும் இலக்கியத்தை அதன் சொல்வழியிருந்து திசைமாற்றிவிடும். 'ஒரு பொழுதுக்கு காத்திருத்தல்' தொகுப்பிலும் இடையிடையே இந்த அபாயம் நிகழ்ந்திருப்பது தேவையின் பாற்பட்டதா?

காவலாண்டிகளுக்கு கீழே நசியுண்டு சிதையும் ஒருவன் பைகளில் ரோஜாச் செடிகளை செருகி வைத்திருப்பது பற்றி எழுத முடியாதுதான் எனினும் இரத்தமும் தசையுமானதாக இழுத்துப் போடுவது கவிதையாக இருக்க முடியாது.

மாறாக,
நிலவு பெருகும் இந்தப் பௌர்ணமி
நாளில்
ஜயதிலக
இராணுவத்திற்கு ஆட்சேர்க்கும்
அரச விளம்பரத்தைப் படித்துக்
கொண்டிருக்கும்
(ஞானம் கலைத்த பூமி, பக். 15)

இடைவிடாது இரண்டு ஹெலிகளும் சுட்டுத் தள்ளின
ஒரு கனவுபோல
அல்லது விறுவிறுப்பான
ஆங்கிலப்பட வர்ணனைபோல
இவை உமக்குத் தோன்றும்
ஆனால், அது நடந்துவிட்டது
எங்களின் தலைகளின் மேலே
ஹெலிகள் சுற்றவும்
இரண்டிரண்டாக அணிவகுத்து
குண்டுவீச்சு விமானங்கள்
பீதியூட்டும் கிறீச்சிடலுடனும் வட்டமிட்டன!
(சுடுநிழல், பக். 45)

வனத்தின் ஆழத்தில்
புலியின் கண்கள் மின்னுகின்றன
கெமுனுவே எச்சரிக்கை,
நரமாமிசம் மணக்கிறது உன்னில்
எலும்புக்கூடுகளும் மண்டையோடுகளும்

குருதி சிந்தும் விழிகளும்
நாறித் தொங்குகின்றன.
கெமுனு
திரும்பு!
வனத்தின் ஆழத்தில் சிக்காதே
புலியின் கண்களைச் சீண்டாதே
வேட்டை உனக்கு வேண்டாம்!
உன்னுடைய குதிரைகளைக் காப்பாற்று
(பாறைகளின் சிதைவு, பக். 03)

என்பன போன்ற சம்பவ விபரிப்புகளாகவும் கோசங்களாகவும் மாறிவிடும் தொகுப்பிலிருக்கும் இப்படியான பல கவிதைகள் கருணாகரனின் இருபது வருட கவிதை ஆளுமையில் பல கேள்விகளை எழுப்பிச் செல்கின்றன.

இவ்வாறான கவிதைகள் சம்பவங்களை ஞாபகப் படுத்துகின்றனவே ஒழிய வாசகர் மனதில் கவிதை இரசனையை சிறிதளவேனும் தரவில்லை. உணர்வு மொழியிலிருந்து கவிதை நிராகரிக்கப்படும் போதெல்லாம் தவிர்க்க முடியாத சிறுகதைக்கான மொழியும் சித்திரங்களும் சொற்களும் கூடிவிடுகின்றன அவரது கவிதைகளினூடே.

இருப்பினும்
மழையில் கரைகிறது இரவு
சாம்பலைக் கழுவி
இரத்தமாய் ஓடும் வெள்ளத்தில்
மூழ்கிப் போயிற்று எனது முற்றம்.

காடுகளின் வாழ்க்கையை ஒளித்திருக்கும்
குழந்தைகளும் பெண்களும்
கலவரமுற்ற அமைதியில்
உறைந்து போயிருக்கையில்
சூரியனின் முகத்தின் முன்
மன்றாடல்களையும் நிராகரித்துக்
கொண்டனர்
...என்றோ
(பல மார்கழி 25)

எனக்கு கவசங்களில்லை
மனதில் அமைதியுமில்லை

என் மனம் கழன்றுவிழுந்த
என் சப்பாத்துக்களிலேயே நசிந்தது
(ஒரு படைவீரனின் நாட்குறிப்பிலிருந்து, பக். 39)

என்ற கவிதையுடன்,

காற்றே
நம்மைத் தூக்கிச்செல்
வெளிக்களக்கப்பிலே வீசிவிடு
எல்லாத் தழும்புளையும்
அழித்து
மீண்டும்
மணலின் முகத்தில்
உன் கவிதையை எழுதிவிடு
(காற்றின் மணல் முத்தம், பக். 50)

என்பதும்

போய் விழுந்தாய்
புகை மூடிய சிறு இடுக்கில் குடல் பெருத்து
கலங்கலாய் விழித்திரை விரிய
மாயக் கிழவியின் ஓவியம் பார்த்தாய்
...
கலங்கள் விழித்திரையினூடு ஊறி
மெல்லப் பாய்கிறது உன் மனதில்
மாயக் கிழவியின் ஓவியக் கவர்ச்சி
(பக். 55)

என்பது போன்ற பல நல்ல கவிதைகளும் இத்தொகுப்பில் இடம்பெற்றிருப்பது ஒரு விதத்தில் ஆறுதலையும் நம்பிக்கையையும் தருகிறது.

முடிவில்,

'போதிசத்வா
மீந்திருக்கிறதே இன்னும்
ஞானம் பெற வேண்டிய நிலை'

என்று முடியும் நிழல் கவிதையுடன் ஒரு பொழுதுக்காகக் காத்திருத்தல் பற்றிய இக்குறிப்பையும் முடித்துவிடலாம். இக்கவிதை யாருக்கு சொல்லப்பட்டிருந்தாலும்.

நிசப்த வெளிகளில் பூசிய நிறங்கள் பிளியப்படுகின்றன: சித்தாந்தனின் காலத்தின் புன்னகையை முன்வைத்து

1

எண்பதுகளின் பின் எமது வாழ்வில் போர் ஏற்படுத்திய அவலம்நிறைந்த வலிகள் குறித்து ஏராளமான படைப்புக்கள் வெளிவந்திருந்தாலும் யுத்தப் பிரதேசத்துக்குள் வாழும் கவிஞர்கள், படைப்பாளிகளின் படைப்புக்கள் இதுவரை காலமும் யுத்தப் பிரதேசம் தாண்டி வெளியே வரவில்லை. அல்லது மிகவும் கணிசமானவையே வெளிவந்திருக்கின்றன.

ஆயுதப் போராட்டத்திலும் அரசியலிலும் ஏற்பட்ட விருப்பு வெறுப்புக்கள் காரணமாக சகிப்புத் தன்மையை இழந்தோ அன்றி தனிப்பட்ட பார்வையில் ஆயுதப் போராட்டத்தையும் அரசியலையும் நோக்கி அதன் மூலம் எடுக்கப்பட்ட தனிநபர் முடிவுகளின்படியோ அல்லது போராட்டக் குழுக்களிடையே ஏற்பட்ட விரிசல்கள் காரணமாகவோ சுயதேவைகளின் பொருட்டோ யுத்தப்பிரதேசத்தை விட்டு வெளியேறி இராணுவக்கட்டுப்பாட்டுப் பிரதேசங்களுக்குள் அல்லது புலம் பெயர்ந்து வெளிநாடுகளிலே இலக்கியத்திற்காகச் செயற்பட்டுக் கொண்டிருக்கும் படைப்பாளர்களுடன், யுத்தப் பிரதேசத்தில் அதன் அழிவையும் இன்னல்களையும் நேரடியாக அனுபவித்து வரும் படைப்பாளர்களிடையே நிலவிவந்த, நிலவிவரும் புரிந்துணர்வு கொள்ளமுடியாத இடைவெளி இருசாராரது இலக்கிய முயற்சிகளையும் ஒருவரையொருவர் அணுகவிடாமல் தடுத்திருக்கின்றது.

இது எதுவுமே இல்லையென்றால் யுத்தப் பிரதேசத்திற்குள் இருக்கும் படைப்பாளர்கள் மறுதரப்பினரால் புலிகளின் ஆதரவாளர்களாக நோக்கப்பட்டமையும் இந்த நோக்கம் தந்த புறக்கணிப்பு அல்லது அதனால் விளைந்த அச்சமும் நிச்சயம் காரணமாகலாம்.

இந்த நிலைமாறி - பல ஆண்டுகளுக்கு முன்னமே நிகழ்ந்திருக்க வேண்டிய மாற்றம் தற்போது கொஞ்சம் கொஞ்சமாக நிகழ்ந்து கொண்டிருப்பதை சந்தோசத்துடன் அவதானிக்கக் கூடியதாக இருக்கின்றது.

கருணாகரனின் 'ஒரு பொழுதுக்குக் காத்திருத்தல்' தொடங்கி ஊழிப்பிரளயம் ஒன்றின் துயரங்களைப் பற்றியும் சந்தோசங்களைப் பற்றியும் சொல்லிக்கொண்டே கிளிநொச்சி, முல்லைத்தீவு சார்ந்த பிரதேசங்களிலிருந்து 'இயல்பினை அவாவுதல்' (அமரதாஸின் கவிதைகள்), 'மனமும் மனத்தின் பாடலும்' (முல்லைக் கமலின் கவிதைகள்), 'ஆனையிறவு' (ஆனையிறவு வெற்றி குறித்து 42 கவிஞர்கள் எழுதிய தொகுப்பு) 'அந்த நாளை அடைவதற்காய' (சுஜந்தனின் கவிதைகள்), 'காலவெளி' (மயன்-2 என்ற பெயரில் கவிதைகள் எழுதிவரும் சு. மகேந்திரனின் சிறுகதைத் தொகுப்பு), 'இரண்டாவது காலம்' (முல்லைக் கோணேசின் சிறுகதைகள்) ஆகியவற்றோடுதான் 48 பக்கங்களையும் 48 கவிதைகளையும் கொண்ட சித்தாந்தனின் 'காலத்தின் புன்னகை'யும் சேர்கிறது.

இத்தொகுப்புகளின் மீது தென்னிலங்கையிலிருந்தும் ஈழத்தின் பிற பகுதிகளிலிருந்தும் வெளிவருகின்ற பத்திரிகைகளும் சஞ்சிகைகளும் காட்டிவரும் ஆர்வமும் அக்கறையும் ஈழத்து இலக்கியத்திற்கு விமோசனத்தைக் கொடுக்கும் என்று நம்ப வைக்கிறது. இந்த நம்பிக்கையின் தொடர்ச்சிதான் 'காலத்தின் புன்னகை' கவிதைத் தொகுப்பிற்கான இக்குறிப்பும்.

உண்மையில் காலத்தின் புன்னகை மட்டுமல்ல எமக்கான காலமும் கூட படிமங்களாலும் குறியீடுகளாலும் தானே கட்டப்பட்டிருக்கின்றது. இத்தொகுப்பிலுள்ள அநேக கவிதைகளும் இப்படி இயங்கிக் கொண்டிருப்பதால் இத்தொகுப்பிற்கு முன்னுரை வழங்கியுள்ள கருணாகரன் அவர்கள் குறிப்பிடுவதுபோல இக்கவிதைகளை உணர்ந்து

கொள்வதற்கு புதிய முறையிலான வாசிப்பு அவசியமாகிறது. படைப்பைப் புரிந்துகொள்ளல் என்பது வாசகனுடைய உள்வாங்குதலிலும் படைப்புத் தொடர்பான ஈடுபாட்டிலும் வாசிப்பவர் அப்படைப்புத் தொடர்பாக எய்தியிருக்கும் பக்குவ நிலையிலிருந்துமே ஆரம்பிக்கின்றது.

ஒரு படைப்பு எம்மால் புரிந்து கொள்ள முடியாததாயிருக்கிறது என்று தோன்றும்போது அதற்கான பங்கை எழுதுபவர் மேலே செலுத்திவிடுதல் பொருத்தமானதா? மாறாக அதற்குரிய கணிசமான பொறுப்பை வாசகரும் ஏற்றுக் கொள்ளத்தானே வேண்டும்.

காலத்தின் புன்னகைக்குப் பின்னே இருக்கும் துயரமும் அழுகையும் பிரிவும் அவலமும் இயல்பாய் இறங்குகின்றது கண்களிலும்.

எல்லையற்ற காலத்தின் மீது பயணம் செய்யும் அவரது கவிதை மொழி மூன்று ஆண்டுகளில் அபரிதமான வளர்ச்சி கொண்டிருக்கிறது. இந்த அபரிதமான வளர்ச்சியில் அடிச்சறுக்கல்களோடுதான் நகர்ந்து செல்கின்றன கவிதைகள். எனினும், ஒரே பிரதேசத்திற்குள் ஒரே காலத்தில் ஒரே பிரச்சினைக்குள் வாழும் எல்லாக் கவிஞர்களையும் போலவே இவரது உணர்தலும் இப்பிரபஞ்சத்தின் விடிவு நோக்கி விரிவதை நாங்கள் உணரலாம்.

இக்காலம் தனது புன்னகையால் தனது வலியால் தனது கண்ணீரால் எல்லோரையும் கட்டி வைத்திருப்பதைப் போலவே சித்தாந்தனையும் பிணைத்திருக்கிறது தனது விலங்கால்.

'இரவு சூரியனை
மெல்ல மெல்லத் தின்று கொண்டிருக்கிறது.
நீ இரவின் மடியை நிறைத்து
உறங்கிக் கொண்டிருந்தாய்.
நான் குழப்பங்களில் மனம் மோதிட
விழிகள் பெருத்துக் கிடந்தேன்
இரவு ஏளனம் ததும்பச் சிரித்தது'
            (குழம்பிப்போன மனத்தின் இரவு. பக்.17)

இப்படித்தான் ஒவ்வொரு முறையும் நடக்கிறது. அவரது கவிதைகள் நிகழும் எல்லாக் காலங்களிலும் ஒரு பொறிக்கான காத்திருப்பிலும் தேடலிலும் கிடைத்த சந்தோசத்திலும் கிடைக்காத துயரத்திலும் சறுக்கிச் சறுக்கியாவது எட்டிவிடத் துடிக்கும் அவரது வானம் காலத்தின் விதம்விதமான வர்ணங்களாலானது.

2

படைப்பின் மூலம் தீர்வு சொல்லுதல் அல்லது தீர்வை வாசகருக்காக விட்டுவிடுதல், படைப்பொழுங்கை வலியுறுத்துதல் என்பவற்றுக்கெல்லாம் அப்பாற்பட்டு படைப்பின் முதல் உரு படைப்பாளருக்காயிருத்தலே - படைப்பில் இயங்குவது படைப்பாளரின் மனவெளியே - இங்கு முக்கியமானது. தொகுப்பாக்குதல், பத்திரிகைகளுக்குப் படைப்பை அனுப்புதல் போன்ற நிகழ்வுகளின் போது படைப்பாளர் வாசகர்களுக்காகி விழுகிறார். சித்தாந்தனின் 'காலத்தின் புன்னகை'யிலும் சிலர் மனவெளியில் பயணம் செய்து வாசகர்களுக்கானவராக வருகிறார். தனது அநேகமான கவிதைகளில் வாசகர்களின் - அது தான் உணர்ந்த தன்னுடைய சமூகம் அனுபவித்துணர்ந்த பிரச்சினைகளாய் இருந்தாலும் பிரச்சினைகளுக்குத் தீர்வு சொல்லிக் கொண்டே நம்பிக்கையூட்டுகின்றார்.

'...ஒன்றை மட்டும் உணர்ந்திரு
பூமியின் சுழற்சியாய் காலமாற்றம்
இது உனக்கான காலமாயிருக்கிறது
நாளை நமக்கான காலம்
திசைகளைக் கிழித்து நிமிரும்'

(சக்கரம், பக்.28)

இப்படியும்

'...வாசல் வரை வந்து
நீட்டிய என் கைகளில்
நீ விரல் பதிக்க மறுத்துத் திரும்பியது
ஞாபக ஊசிகளாய்க் குத்துகின்றன
இப்போது நீ உயிரில் தீ பற்றிக் கொள்ள
வெளிக் கிளம்பும் விருப்புற்று இருப்பதாயறிந்தேன்
வருவதற்குள் நீயும் உன்

தடயங்ளைப் பொறித்துவிட்டு வா’

(நித்தியப்படுத்தல், பக்.29)

என்று கூறிக் கொண்டே சமூகத்தின் துரோகத்தனங்களுக்கும் போலியான வாழ்விற்கும் தன்னை ஆட்படுத்த விரும்பாத ஒரு மனிதர் எவ்வாறு அதனுடன் தன்னைச் சமரசம் செய்ய மறுக்கிறார். அதன் விளைவாகச் சமூகத்திலிருந்து விலகிப்போகிறார். அல்லது சமூகம் எவ்வாறு அவரைப் பின்தள்ளிப் புறக்கணிக்கிறது என்பது குறித்தெல்லாம் விசாரணை செய்துகொண்டு சித்தாந்தன் தனது காலத்தின் புன்னகையூடே எங்களைப் பயணிக்க வைக்கிறார். பல சந்தர்ப்பங்களில் தனது இருப்பை நிலைநிறுத்துவதன் மூலம் வாசகரை நோக்கியும் இவ்வாறு இருத்தல் மூலமே உன்னைத் தற்காத்துக் கொள்ள முடியும்.

‘என்னோடு உனக்குச் சமரசமில்லை
உலைத்தீயை உமிழும் உனது இதயத்தில்
வெண்சாமரம் வீசும் எனது வார்த்தைகள்
எடுபட நியாயமில்லை
… … …
… … …
உன்னை வதைப்பதை
நான் ஒருபோதும் விரும்பியதில்லை
நீயே உனது அழிவுக்கு
என்னைக் காரணமாக திணித்தும் இருக்கின்றாய்.
நான் நெருப்பானது உன்னால்
நீ எனது பயணத்தில்
கல்லாயும் முள்ளாயும் இருக்கும்வரை
நானும் நெருப்பாகவே இருப்பேன்’

(கொதிப்பு. பக்.41)

என்று சொல்கிறார்.

யுத்தப் பிரதேசத்துக் கவிஞர்கள் தங்கள் காத்திருப்பின் எல்லையை, காலத்தின் கொடூரங்களை, சிங்கள அரசு மக்கள் மீது பிரயோகிக்கும் வன்முறைகளை உணர்த்துவதற்கு பிரயோகிக்கும் குறியீடுகள், படிமங்கள், சொற்களின் ஒழுங்கு எல்லாம் மிகவும் வித்தியாசமான தளத்தினைக் கொண்டமைந்தவை.

சித்தாந்தனின் ‘பிணந்தின்னி’ என்ற கவிதையும் நல்ல உதாரணம்.

'கரிய வானத்தில்
தன் சிறகுகளின் படபடப்புடன்
வட்டமிடுகிறது பிணந்தின்னி.
பரவசத்தில் தோய்ந்த
அதன் கனவுகளில் துர்நாற்றம்
பிசிறிப்படர்கிறது.
அதன் கரிய அலகுகளில்
குருதி எப்போதுமே வழியும்.
பிணந்தின்னி ஒரு பாலைநில வாசி.
அது நீண்ட தன் இறக்கைகளை
விரிக்கும் போதெல்லாம்
அக்கினி ஜுவாலையாய் உதிரும்
அதிலிருந்து எழும் உயிர்களின் ஓலங்கள்
இருள் வானச் சுவர்களில் எதிரொலிக்கும்.
பிணந்தின்னி எல்லாப் பறவைகளையும் போலல்ல
ஆனால், அது ஒரு பறவையும் கூட அல்ல
அதன் உந்துதலின் ஒலியில்
உயிர் குடித்தலின் விகார ராகம்
பிளிற்றியபடி இருக்கும்'

இதைவிட சித்தாந்தனின் நம்பிக்கையும் எமது நம்பிக்கையுமாகிய 'ஆதியிலிருந்து என் வருகை' தான் இங்கு ஒளியாயிருக்கின்றது. எமது காத்திருப்பிற்கெல்லாம் மீண்டும் மீண்டும் உத்வேகமளித்தபடி

ஆதியிலிருந்து நான் வருகின்றேன்
என் வருகை முதலில்
நந்தவனங்களுக்கூடாய் நிகழ்ந்தது.
பின், எரிந்த வனங்களுக்கூடாய் நிகழ்கின்றது.
சாம்பல் மண்டிய மேடுகளில்
என் சுவடுகள் முளைத்திருக்கின்றன.

யௌவனம் சுருங்கி துயர் கீறிய
என் முகம் விழிகளை
நந்தவனக் கனவுகளுக்குள்
தொலைத்திருக்கிறது.

வெப்பம் வழியும் பொழுதுகளுக்குள்ளும்
என் வருகை நிகழ்கிறது.

வீச்சு நிரம்பிய என் பாதங்கள்

அனலில் நனைந்து நனைந்து
வீறடைந்து சுவடுகளைப் பெருக்குகின்றன.

ஆதியிலிருந்து நான் வருகின்றேன்
என் வருகை நந்தவனங்களுடாய் நிகழும்
கனவுகளில் திளைத்திட நான் வருகின்றேன்...

இந்த நம்பிக்கையோடு கிளிநொச்சி, முல்லைத்தீவு பகுதிகளிலிருந்து வெளிவரவிருக்கும் எஸ். உமாஜிப்ரானின் கவிதைத் தொகுப்பு, காக்கா அண்ணரின் நினைவுப் பதிவுகள், போராளி பெண் கவிஞர்களான ஆதிலட்சுமி, அம்புலி ஆகியோரின் நூல்கள் போன்றவற்றோடு நிலாந்தனின் மண்பட்டினங்கள், கருணாகரனின் இரண்டாவது கவிதைத் தொகுதி, இளம் பெண் சிறுகதை எழுத்தாளராகிய ரஜனியின் சிறுகதைத் தொகுதி ஆகியவற்றிற்காகவும் ஏனையவற்றிற்காகவும் நாங்கள் காத்திருக்கலாம்.

'நிலம்' - ஆசிரியர் தலையங்கங்கள்

மொழி அந்தந்த மொழிக்குரிய எல்லா மனிதர்களாலும் புரிந்து கொள்ளக்கூடிய ஒன்றாகவே வந்திருக்கிறது எப்போதும்.

கவிதை மொழி நாங்கள் பேசுகின்ற மொழி. நாங்கள் அனுபவிக்கின்ற உணர்ந்து கொள்கின்ற மொழி. மொழியின் ஆளுமையும் உணர்திறனும் கருத்தாழமும் கூடி கவிதை முழுமை பெறுகிறது. ஒரு படைப்பு உருப்பெறுகிறபோது அதற்குரிய மொழி தன்வழியே கூடிவருகிறது. அந்த மொழியே படைப்பின் மொழியாகவும் வாசகனுக்கும், படைப்பாளிக்கும் இடையேயான இணைப்பியாகவும் தொழிற்படுகிறது.

மனம் உணர்ந்துகொள்கின்ற சந்தோசங்களையும், துயரங்களையும் தனக்கு கூடிவரக்கூடிய மொழியில் படைப்பாளன் படைப்பாக்குகிறான்.

கவிஞன் தேவலோக மனிதனல்லன். அவன் எங்களுக்குள் இருந்து, எங்கள் துயரங்களுக்குள் இருந்து, எங்கள் கண்ணீரில் இருந்து பிரவாகிக்கிறான், வாழ்கிறான். இந்த வாழ்வுதான் நாம் உணரும் கவிதை.

கவிஞனுடைய வாழ்வு பாமர மக்களின் வாழ்வு. இந்த மக்களின் இன்னல்களில் இருந்து அவனுடைய கவிதை பிறப்பதால் அந்தக் கவிதை அவர்களிடையே கோடி வருடங்கள் வாழ்கிறது.

அவர்கள் - எதிரியால் - அரசால் ஒடுக்கப்படும்போதும் சித்திரவதை செய்யப்படும்போதும் சிறைக் காலங்களில் இருந்து கொல்லப்படும் போதும் அந்தக் கவிதைகள் அவர்களால் ஞாபகம் கொள்ளப்படுகின்றன. சந்தோச காலங்களிலும்

கவிதை சொற்களின் வழியாக சொற்களைக் கடந்து அப்பால் இயங்குகிறது.

கவிதை எழுதும் ஆர்வமுடைய நூற்றுக்கணக்கான இளம் கவிஞர்களை இன்று நம்மிடையே வெகுசாதாரணமாக காணக்கூடியதாக இருக்கிறது.

அவர்கள் ஒவ்வொருவரையும் இனம் கண்டு அவர்களின் ஆர்வத்திற்கு களம் அமைப்பதோடு இயன்றவரை அவர்களுக்கு தரமான இலக்கிய பிரக்ஞையை ஏற்படுத்துவதையே 'நிலம்' தனது தலையாய பணியாகக் கொள்ளும். இதற்கு அனைவரின் ஆதரவையும் வேண்டி நிற்கிறது 'நிலம்'.

வணிக மயப்பட்ட எழுத்து மட்டத்தில் இருந்து நடத்தி படைப்பாளனை காத்திரமான இலக்கியப் படைப்பு நோக்கி அழைத்துச் செல்லவே 'நிலம்' விளைகிறது. தற்போது வெளிவந்திருக்கும் இந்த இதழ் இந்த வருடத்தின் தொடக்கத்திலேயே வெளிவர வேண்டும் என்ற முனைப்பினால் இக்காலத்திற்குள் தொடர்பு கொள்ளக்கூடிய கவிஞர்களுடன் தொடர்பு கொண்டு படைப்புகளை பிரசுரிக்கிறோம். ஏற்கனவே. அ. யேசுராசா அவர்களால் கவிதைகளுக்காக, கவிதை சார்ந்த விடயங்களுக்காக 'கவிதை' என்ற இரு திங்கள் இதழ் வெளியிடப்பட்டிருக்கிறது.

பொருளாதார நெருக்கடி, இடப்பெயர்வு போன்ற பல காரணங்களினால் ஒன்பது இதழ்களுடன் நின்றுவிட்ட அந்த 'இதழ்' தமிழ் படைப்புலகில் நிறையவே சாதித்திருக்கிறது. இதில் பல முன்னணிக் கவிஞர்கள் எழுதியிருந்தார்கள் பல கவிஞர்கள் புதிதாக உருவாகி இருந்தார்கள். இது சந்தோசத்துடன் ஞாபகப்படுத்திக்கொள்ள வேண்டிய விடயம்.

சிங்கள அரசு இந்த மண்ணின் மீது தனது ஆதிக்கக் கால்களை முட்கம்பிகளைப் போல் பரப்பி விட்டிருப்பதால் படைப்பாளர்கள், கவிஞர்கள், பொதுமக்கள் என எல்லாத் தரப்பினரும் அந்த முட்கம்பிகளை அகற்றி இந்த நிலத்தின் பூரண விடிவிற்காகப் பாடுபடும், போரிடும் கடப்பாடுடையவர்கள். சுதந்திரத்திற்காகப் போரிடும் இந்த மக்கள் இனம் விரும்பியோ விரும்பாமலோ போரின் மூலமே சுதந்திரத்தைப் பெறவேண்டிய

சந்திரபோஸ் சுதாகர் | 151

இனமாக சிங்கள அரசால் மாற்றப்பட்டிருக்கிறது. இதனை உணர்ந்து ஒன்று கூடுவோம்.

இந்த இதழின் வெளிவருகைக்காக படைப்புகளை வழங்கியும் அவ்வப்போது ஆலோசனைகளை வழங்கியும் ஊக்குவித்த என் இனிய நண்பர்கள் அனைவருக்கும் என் நன்றிகள்.

விளம்பர உதவிகளை வழங்கிய வர்த்தக நண்பர்களுக்கும் இருநூற்றைம்பது ரூபா மற்றும் ஆயிரம் ரூபா பணத்தினை அன்போடு வழங்கி உதவிய 'ஸ்கைறோஸ்' ஒலிப்பதிவு கூடத்தினர் மற்றும் நண்பர் பு. சத்தியமூர்த்தி ஆகியோருக்கும் என் நன்றியைத் தருகிறேன்.

நிலம், இதழ் 01, ஜனவரி, மார்ச் 1999

கைதுகளுக்கும் சித்திரவதைகளுக்கும் எதிராக...

எல்லாமே மிக வேகமாக மாறிக்கொண்டிருக்கின்றன. எனினும் எமது காலமோ இன்னும் அதே வன்மத்தோடும் துயரத்தோடும் கண்ணீரோடும் தான் நகர்ந்து கொண்டிருக்கிறது. நிலம் இதழின் வெளிவருகையில் ஏற்பட்ட தாமதம் காலத்தின் இந்த வன்மம் நிறைந்த நகர்வுதான் என்பதை நீங்கள் புரிந்து கொள்வீர்கள்.

விடிவு பற்றிய ஏக்கமும் தவிப்பும் எல்லா மனிதர்களிடத்திலும் தேசம் கடந்து விரவிக்கிடக்கின்ற போதிலும் இரத்தச் சகதியான இந்த வாழ்வின் மீதான பயணம் குறித்த பீதி எல்லாவற்றையுமே தின்றுவிடுகிறது.

நாங்கள் பயத்தின் மீதும் சிலுவையின் மீதும் அறைந்தறைந்து ஒளியிழக்கச் செய்த எமது சொற்களை மீட்டெடுப்பது எப்போது? இன்று எழுதப்பட்டவை பற்றியல்ல எழுதாமல் விடப்பட்டவை பற்றியே பேச வேண்டியிருக்கிறது. எல்லாம் எழுதப்பட்டுவிட்டது என நாங்கள் கருதினால் படைப்பின் மூலம் அநீதிகள் என திரும்பத்திரும்ப வலியுறுத்தப்பட்டவை மீளவும் மீளவும் தலைவிரித்தாடுகிறது எனின் எமது எழுத்தின் மூலம் சிறிதளவேனும் சமூக மாற்றமோ அரசியல் மாற்றமோ நிகழவில்லை என்ற எண்ணம் எம்முள் மூளும் எனில் அது பற்றியே நாங்கள் சிந்திக்கவும் பேசவும் வேண்டியிருக்கிறது.

மிகுந்த அடக்குமுறைக்குள்ளாகும் ஒரு சமூகத்திலிருந்து அல்லது ஒரு சிறுபான்மை இனக்குழுமத்திலிருந்து இன்றுவரை எழுதப்பட்ட எல்லாப் படைப்புகளுமே அதனதன் தளத்தில் நின்று சமகால வாழ்வையும் அவற்றின் அரசியல் பரிமாணங்களையுமே பேசி வந்திருக்கின்றன. ஒரு சில

சந்திரபோஸ் சுதாகர்

படைப்புகள் இதற்கு விதிவிலக்காக இருந்த போதிலும் இது நடந்தே வந்திருக்கிறது.

வாழ்வு குறித்தான இந்தப் படைப்பு முறைமையை அல்லது படைப்பாளனைச் சகித்துக்கொள்ள முடியாத ஒரு துப்பாக்கியையோ அல்லது கத்தி, கோடரியையோ கூடக் கையில் எடுக்கத் துணியாத, அவற்றின் வருகைக்காக அஞ்சி ஒடுங்கும் அப்பாவி மக்களின் மீது அடக்குமுறைகளைக் கட்டவிழ்த்து விடும் அரசோ அல்லது அது சார்ந்த இராணுவமோ அது சார்ந்த அமைப்புகளோ பலி கொண்ட உயிர்களின் எண்ணிக்கை சொல்லில் உயிர்ப்பிக்க முடியாதவை.

இவை குறித்த கண்டனங்களும் குற்றச்சாட்டுகளும் தொடர்ந்த வண்ணமிருக்கின்றன. எனினும், படைப்பாளர்கள் சுட்டுக் கொல்லப்படுகிறார்கள். பத்திரிகையாளர்கள் சுட்டுக் கொல்லப்படுகிறார்கள், கவிஞர்கள் சுட்டுக் கொல்லப்படுகிறார்கள். தொடர்ந்தும் படைப்பாளர்கள் கைது செய்யப்படுகிறார்கள், பத்திரிகையாளர்கள் கைது செய்யப்படுகிறார்கள், கவிஞர்கள் கைது செய்யப்படுகிறார்கள் இவற்றிற்கெதிராக மீண்டும் மீண்டும் குரலெழுப்பவும் போராடவும் வேண்டிய நிலைக்கு ஊடகத்துறையிலும் படைப்புத் துறையிலும் இயங்கிவரும் சகலரும் முன் வரவேண்டும்.

இன்றைய தமிழ்ச் சூழலில் குறிப்பாக இலங்கையில் ஏராளமான எழுத்தாளர் சங்கங்களும் ஒன்றியங்களும் இலக்கிய அமைப்புகளும் இயங்கி வருகின்றன. இந்த இயக்கம் வெறுமனே கலை, இலக்கிய ரீதியாக மட்டும் அமையாது தனிப்பட்ட முறையில் எழுத்தாளனுக்கோ பத்திரிகையாளனுக்கோ கவிஞனுக்கோ ஏற்படக்கூடிய அரசியல் மற்றும் வாழ்வியல் நெருக்கடிகளுக்கு முகம் கொடுக்கவும் அவற்றிற்குத் தீர்வு காணவும் முன்வர வேண்டும்.

இந்தக் காலத்தின் மீதும் சூழலின் மீதும் மிகப் பெரிய மாற்றம் வேண்டி, விடிவு வேண்டி தமது வாழ்வை நமக்காக அர்ப்பணித்த நமது மூத்த தலைமுறை எழுத்தாளர்கள் பலர் தமது கடைசிக் காலத்தில் அநாதைகளாகவோ அல்லது இது தமது மரண காலம் என்று அறியாமலே சாகடிக்கப்பட்டோரையோ நாங்கள் மிக நன்கு

அறிவோம். இதில் துயரமானது என்னவெனில் அது இன்றும் நிகழ்ந்து கொண்டிருப்பதுதான்.

அடக்குமுறையாளர்களின் கொடூரம் ஒருபுறம், இடப்பெயர்வும் வறுமையும் நோயும் மறுபுறம் என சீரழிக்கப்படும் ஒரு எழுத்தாளனது குரலை நாங்கள் இந்தத் தேசம் முழுவதும் எடுத்துச் செல்ல வேண்டியிருக்கிறது. இதற்காக ஒன்றிணையவும் குரல் கொடுக்கவும் உங்கள் ஒவ்வொருவருக்கும் உரிமை இருக்கிறது. இந்த உரிமைக்கான குரலாக நிலம் உங்கள் முன் வருகிறது.

நிலத்தின் வருகையில் ஏராளமான நண்பர்களின் பங்களிப்பு அதுவும் முகம் தெரியாத நண்பர்களின் பங்களிப்பு முன்வைக்கப்பட்டுள்ளது. நிலம் புதிய புதிய படைப்பாளர்களை இனங்காணவும், ஊக்குவிக்கவும் தயாராக இருக்கிறது. அது உண்மையின் குரலாகவும், வாழ்வின் குரலாகவும் உங்கள் முன் ஒலிக்கும். நீங்கள் நடக்கும் போதும் தடுமாறி வீழ்கிற போதும் மீண்டும் மீண்டும் எழுந்திருக்கின்ற போதும் உங்களை ஆரத்தழுவிக்கொள்கிறது.

நிலம், பிரச்சினைகளின் முடிவு நோக்கிச் செல்லச் செல்ல அதற்கான பிரச்சினைகள் வலுவடைந்தும், அதிகரித்துக் கொண்டுமிருக்கின்றன. எனினும், உங்களது ஆதரவையும், ஒத்துழைப்பையும் அது வேண்டி நிற்கிறது.

நிலம், இதழ் 03, 2001 நவம்பர்
ஆசிரியர் தலையங்கம்

சுதாகரின் நாட்குறிப்பு வடிவிலான குறிப்புகள்

இந்தக் குறிப்பை நான் எழுத விரும்பியது ஒரு விபத்து அல்ல. எனது வாழ்வியல் அனுபவங்களில் ஒரு பொதுப் பகிர்வாக இது அமையும். இதன் தூண்டுதலாக நான் பெற்றது சேகுவேராவின் "வாழ்விலிருந்து போராட்டத்திற்கு" என்ற மிகப்பெரும் குறிப்பேயாகும். சேகுவேரா விமர்சனத்திற்கு அப்பாற்பட்டவனல்லன். எனினும், ஒரு மதிப்பு வாய்ந்த மனிதனாக ஒடுக்கப்பட்ட மக்களின் பார்வையில் தேசம் கடந்து தனித்தலையும் ஒரு மனிதனின், மனிதர்களின் மன வலிமையில் மிகப் பெரும் தாக்கு சக்தி. சேயை ஆதரிப்பவன் - போரை ஆதரிப்பவனல்லன். அவன் இந்த சமூகத்தின் மூச்சை நேசிப்பவன்.

இந்தக் குறிப்பை எழுத விரும்பிய போது நான் பலவாறு யோசித்தேன். அதற்குக் காரணம் இந்த சமூகத்தில் உண்மையின் மதிப்புப் பற்றி எனக்குள்ள தீராத மனக்கசப்பு பற்றியதேயாகும். நான் இதன் மூலம் சாதிக்க நினைப்பது என்ன? இந்த உண்மை தரும் வலி ஜீரணிக்கக் கூடியதா? எதிர்கொள்ளக் கூடியதா? எனினும் நான் எதனையும் திட்டமிட்டு நடாத்தப்போவதில்லை, திட்டமிட்டு எழுதப்போவதில்லை. இது மதிப்பீடுகளால் ஆன ஒரு வரலாற்று சித்திரமாய் இருக்க வேண்டும் என்று நான் விரும்பவில்லை. நான் விரும்புகிறேன் ஒரு மனிதனாக இந்தக் காலங்களில் எதிர்கொள்ளும் சவால்கள் மற்றும் சறுக்கல் குறித்த ஒரு விமர்சனத்தை முன்வைக்கவே. சில நேரம் நான் எதிர்கொள்பவை எழுத்தின் முன் வலுவிழந்தோ அல்லது அதிவலுவற்றதாகவோ மாறிவிடக்கூடும். எனினும் எனது வாழ்வெனும் கவிதையை இருண்மையுடையதாக எழுத விரும்பவில்லை.

நான் கொழும்புக்கு வந்திருப்பது ஒரு எதிர்காலத்தை நோக்கிய பயணமேயாகினும் நிகழ்காலம் கொஞ்சமும் சந்தோசப்படக்கூடியவாறு கிடக்கவில்லை. கிட்டத்தட்ட இதழியல் - ஊடகவியல் கற்கை நெறியை பூர்த்தி செய்ய வேண்டும் என்பதே எனது பேரவாவாக இருக்கின்றது. இலட்சக்கணக்காக பணத்தைச் செலவழித்து இந்த பாடத்தை படிப்பது குறித்து மனதளவில் திகிலே பரவி வருகிறது. இந்த நிறுவனத்தினரால் கேட்கப்பட்ட தொகை எனக்கு - எனது நிலைமைக்கு ஏற்புடையதாக இருக்கவில்லை. எனினும் இதுவரைக்கும் பணம் செலுத்த வேண்டும் என்ற நிபந்தனையை சிறீலங்க பிரஸ் இன்சிரியூட் நிறுவனம் வழங்கவில்லை. அந்த நிபந்தனை வரும் என்ற நிலையே நெருப்பாய் உறங்குகிறது. ஆர்வமும், துடிப்பும், விவேகமும் உள்ள இளைஞர்கள் இலங்கையில் பத்திரிகைத்துறையில் பணியாற்றாத வெறுமை எல்லா பத்திரிகைகளிலும், ஊடகங்களிலும் படர்ந்திருக்கின்றது. சமூக மாற்றத்திற்காக மாற்றுக் கருத்தியல் கொண்ட ஒரு ஊடகம் இலங்கையில் தோன்ற வேண்டிய தேவை பெருகி வருகிறது. "மக்கள் விரும்புகிறார்கள் நாங்கள் கொடுக்கிறோம்" என்று கூறிக்கொண்டு அநேகமான ஊடகங்கள் மக்களை, அவர்களின் சிந்திக்கும் ஆற்றலை மழுங்கடித்து வருகின்றன. காலங்காலமான ஒரு மரபில் பத்திரிகைத் தோற்றம், வளர்ச்சி பற்றிய ஒரு மதிப்பீட்டை அல்லது புதிய விடயங்களை மாணவர்களுக்கு கொடுப்பது அவசியம்.

இலங்கை பத்திரிகைத்துறையில் 'நேரடியாக எதிர்கொள்ளல்' என்ற பதம் பல்வேறு உயிரழிவுகளையே தந்திருக்கிறது. இந்த அச்சம் சரியானபடி ஒரு பத்திரிகையாளனை இயங்க விடாமல் தடுக்கிறது. ஆயினும் இதையே சாட்டாகவும் கொண்டு அநேகமானோர் தப்பிவிடுகின்றனர். இந்த நிலையில் இருந்து ஒரு மாற்றத்தை விரும்பிய நான் இந்தத் துறையை கற்கத் தேர்ந்தெடுத்திருக்கிறேன். ஒருவித எதிர் மனோபாவத்தினுடனேயே நான் வளர்ந்துவிட்டதால் தர்க்க நியாயங்களைப் பற்றி ஒரு உடனடி விவாதத்தை நண்பர்களுடன் நடாத்த முனைகிறேன். சில நேரம் அது பாதகமான சாத்தியப்பாடுகளைக் கொண்டு வருகிறது. யுத்தம் எங்களுக்கு தந்தவை பற்றி, அதை நிகழ்த்தி வந்த அரசுகளின் பலிகடாக்களாக மக்கள் ஆனதைப் பற்றி இங்குள்ளவர்களுக்கு அதிகம் தெரியாது.

சந்திரபோஸ் சுதாகர் | 157

பொதுவில் சிறுபான்மை இனங்கள் பெரும்பான்மை இனங்களால் அடக்கப்படும்போது புரட்சி ஏற்படுவது - புரட்சியின் சாதக பாதகங்களுக்கு அப்பாற்பட்டு சாத்தியமானதே. இந்தப் புரட்சியே வலுவடைந்து இலட்சக்கணக்கான உயிரழிவுகளுடன் 30 வருடங்களாக இலங்கையில் யுத்தமாக நிகழ்ந்து கொண்டிருந்தது. இதில் பாதிக்கப்படுவது இரு இனங்களேயாயினும் யுத்தத்தை நிரந்தரமாக நிறுத்திவிட அரசாங்கமே முன்வர வேண்டும். எனினும் இன்றைய நெருக்கடி நிலைமை இதன் சாத்தியப்பாடுகளைக் குறைத்தேயுள்ளது. இந்த யுத்த நிறுத்த காலப்பகுதியான இரண்டரை வருடங்களில் அரச உளவாளிகளாலும், விடுதலைப் புலிகளின் உளவாளிகளாலும் இரு தரப்பைச் சேர்ந்தவர்களும் சுட்டுக் கொல்லப்பட்டுள்ளார்கள். கடந்த சனிக்கிழமையும் வவுனியாவில் ஒருவர் நான்கு துப்பாக்கிச் சூட்டுக் காயங்களுடன் பிணமாகக் கிடந்ததைக் கண்டேன். இதன் சூத்திரதாரிகள் யார் என்பது பற்றியோ இந்தக் கொலைக்கான காரணம் பற்றியோ தெளிவாக அறிய முடியவில்லை. கொல்லப்பட்டவர் தேசவிரோத குழுவொன்றில் (புளொட்) நீண்டகாலமாக உறுப்பினராக இருந்தார் என்று கூறப்படுகிறது. அந்த அமைப்பைச் சேர்ந்தவர்கள் கொல்லப்பட்டவரது உடலுக்கு உரிமை கோரியிருக்கிறார்கள். இந்த நாட்களில் அரசுடன் இணைந்து செயற்படும் தமிழர்களும் - தமிழ்க் குழுக்களும், முஸ்லிம்கள், கிறிஸ்தவர்கள் அடங்கலாக எல்லோரும் விடுதலைப் புலிகளாலும் மக்களாலும் தேசவிரோதிகளாக இனங்காணப்பட்டு வருகின்றனர். இவ்வாறானவர்கள் இனம் தெரியாது .படுகொலை செய்யப்படுவது இலங்கை அரசியல், போர், போர் நிறுத்த வரலாறுகளிலும் ஒன்றும் புதிய விடயமில்லை. எனினும் இது தொடர்ந்து கொண்டிருப்பது துர்ப்பாக்கியமானது. நான் நம்புகிறேன் வரலாற்று ரீதியாக அரசு எதிர்கொள்கையுடையோரும் அரசு ஆதரவுநிலை கொண்டோரும் இலங்கையில் மட்டுமல்ல உலக நாடுகள் முழுவதிலும் கொல்லப்பட்டும் காணாமலாக்கப்பட்டும் வந்திருக்கும் நடைமுறை யுத்தத்தில் தவிர்க்கப்பட முடியாததே. நான் இங்கு யுத்தத்தில் என்று குறிப்பிடுவது இந்த யுத்தம் இன்றுவரை ஓயவில்லை என்பதான ஒரே தோற்றப்பாட்டை மட்டுமே கொண்டிருக்க முடியும்.

இந்த யுத்தத்தை ஊடகங்களால் நிறுத்த முடியாது. பத்திரிகையாளர்களின் - ஊடகவியலாளர்களின் கருத்தியலால் இந்த யுத்தத்தை உடைத்தெறிய முடியாது. ஏனெனில் ஆயுதங்களுக்கு கருத்தியல் முக்கியமானதல்ல. ஆயுதங்களுக்கு எனது உயிர் பற்றிய அக்கறை கிடையாது. அது தட்டும் திசையில் மனிதன் நானாக மட்டுமல்ல கடவுளேயாயினும் சாவு மட்டும் தீர்ப்பு. எனினும் நான் எனது பேனாவை நம்புகிறேன். போர்க் குணம் மிக்க எனது இருதயத்தில் இருந்து எழும் வார்த்தைகளை நம்புகிறேன். இந்த வார்த்தைகள் ஒடுக்கப்படும் மக்களுக்கான வார்த்தைகள். எனக்கும் பத்திரிகைத் துறைக்குமான தொடர்பு இந்த நாட்களில் அதுவும் இந்த கற்கை நெறியைத் தொடங்கிய பின்னர் இன்னும் தீவிரமடைந்து வருகிறது.

நான் மிகுந்த வறுமையில் இருக்கின்றேன். நேற்று வவுனியாவில் இருந்து கொழும்புக்கு வரும்போது நண்பர் ஒருவரிடமிருந்து 200 ரூபாய்களைப் பெற்றுக்கொண்டே புறப்பட்டேன். இதுவரை காலமும் செய்த சகல வேலைகளையும் நிறுத்திவிட்டேன். உண்மையில் ஒரு விதத்தில் ஆத்மார்த்தமற்ற வேலை. அதைவிட முக்கியமானது ஏமாற்றும், பொய்யும், பித்தலாட்டமும் நிறைந்த உலகில் அதேயளவு போட்டி மனப்பான்மையுடனும் ஏமாற்று, பொய், பித்தலாட்டத்துடனும் என்னால் இயங்க முடியாமல் போய்விட்டது. நான் ஏமாற்றினேன், பொய் சொன்னேன், பித்தலாட்டம் நிறைந்ததான வாழ்வை நானும் வாழ்ந்து முடித்திருக்கிறேன் என்றுதான் சொல்ல வேண்டும். அது உண்மைதான். என்னால் சரியானபடி போட்டி போட முடியாது போய்விட்டது. எல்லா ஏமாற்றுத்தனங்களையும் விட்டு ஒரு புதிய உலகில் ஒரு புதிய மனிதனாக பிரவேசம் நிகழ்த்துவதென்பது நெருப்பிலிருந்து உதிர்வதான மனநிலையைத் தருகிறது. எல்லாம் முடிந்து ஒரு பொறியாக மீண்டும் என்னால் மாறமுடிந்தது குறித்து நான் பெருமை கொள்கிறேன். இந்த என்னுள்ளான பொறி சுடருமா? ஒளிமங்கிப் போகுமா என்ற கேள்வி மனசைக் குடைகிறது. ஏனெனில் இருக்கும் பண நெருக்கடி, என்ன எதிர்வு கூறலில் இந்த வாழ்வைத் தொடங்கியிருக்கிறேன்? இந்த நம்பிக்கையின் உண்மைத் தன்மை புரிந்துகொள்ளப்படுமா? என்பதான பல கேள்விகளைத் தூண்டுகிறது.

தொடர்ந்து நான் தங்கியிருக்கும் இந்த வீட்டில் தங்கியிருக்க முடியாது, இவர்கள் எனக்கு உறவுக்காரர்களேயாயினும் இவர்களுடைய மன உணர்வுகளோடு என்னால் போட்டியிட முடியாதுள்ளது. என்னை அவர்கள் ஒரு பிரச்சினையாக எதிர்நோக்கலாம். ஏனெனில் இவர்களுடைய பாவனையில் உள்ள ஒரு அறை மற்றும் கிச்சின், விறாந்தை முதலானவற்றைக் கொண்ட ஒரு சிறிய வீடு, ஒரு அறை அவர்களின் பிரத்தியேக பொருட்களுக்கான அலுமாரி, கதிரை, மேசை போன்றவற்றையும் இன்னொரு அறை கட்டில், மேசை, கதிரை, கொஞ்சம் சின்னப்பிள்ளைகள் படிக்கும் புத்தகங்கள் ஆகியவற்றால் நிறைந்துமிருந்தது. நான் கதிரையை மேசையினடியில் தள்ளி விட்டு அந்த வெளியில் பாயைப் போட்டு படுத்துக்கொள்வேன்.

காலையில் குளிப்பது குழாயில் வரும் தண்ணீருக்கு அரசாங்கத்திற்குப் பணம் செலுத்த வேண்டியிருப்பது இங்கே நடைமுறை. அவ்வாறே மின்சாரக் கட்டணம் போன்ற சின்ன பிற விடயங்களுக்கும் பணம் செலுத்த வேண்டியிருந்தது. நான் குழாயை அதிக நேரம் திறந்துவிட்டுக் குளிப்பதற்கு அஞ்சினேன். ஏனெனில் தண்ணீர் அதிக நேரம் ஓடினால் நான் அவர்களுக்கு பாரமாக மாறிவிடும் சாத்தியம் உண்டு. வீட்டுச் சொந்தக்காரர் குளித்தபின், அவர் சாப்பிட்டபின் நான் குளித்துச் சாப்பிட வேண்டியிருந்தது. மொத்தத்தில் இவை ஒரு சங்கடமான நாட்கள்.

எனக்கும் அல்லது எனது குடும்பத்திற்கும் இந்தக் குடும்பத்திற்குமான உறவு என்பது எனது அப்பாவின் மரணம் 1975 ஆம் வருடம் நிகழ்ந்தபோது நான் பிறந்து 6 மாதங்களே ஆகியிருந்த போது விடுபட்டுப்போயிருக்கலாம். அநேகமாக எனது தந்தை வழி உறவுகள் எவையும் எனது தாய் வழியினரால் சரியாகப் பேணப்படவில்லை. அதற்கு அப்பாவின் மரணம் அது தந்த இடைவெளி காரணமாயிருக்கலாம். நான் நம்புகிறேன் திடீரென ஒருநாள் என்னைத் தேடிவந்த அத்தை - அப்பாவின் சகோதரியின் தலையீடுதான் நமது 28 வருட பிரிவின் முடிவின் தொடக்கமாயிருக்கலாம்.

நான் அத்தையிடம் பணம் கேட்டேன். எனக்கு அதுதான் தேவையாயிருந்தது. 28 வருடங்களின் பின் நிகழ்ந்த ஒரு சந்திப்பு முழுவதுமாக 10 நாட்களைக்கூட எட்டியிருக்கவில்லை.

நான் கூச்சமடைந்தேன். இந்த உறவை தேவைக்காகப் பயன்படுத்திக் கொள்வதற்கான எண்ணம் என்னை தலைகுனிய வைத்துவிட்டது. நான் அச்சுத் தொழிலில் நிலைக்க முடியாமல் உள்ளதற்கான காரணத்தைக் கூறி அச்சு இயந்திரம் ஒன்றை வாங்க உதவுமாறு கேட்டேன். அநேகமாக எல்லா உறவினரும் வெளிநாடுகளில் நல்ல வேலையில் இருப்பதால் இது சாத்தியம் என நான் நம்பினேன். இல்லை என்றும் சொல்லாமல் சரி என்றும் சொல்லாமல் இன்றுவரை இந்த கண்ணாமூச்சி ஆட்டம் தொடர்கிறது. இடையில் அச்சு இயந்திரம் வாங்கும் எண்ணம் அற்றுப்போய் பத்திரிகை இயலைப் படிக்கலாம் என்று தீர்மானித்தபோதும் பணம் பிரதான பங்கையே வகிக்கிறது. சேமிப்புப் பழக்கம் சிறிதும் இல்லாத எனது கடந்த காலங்களுக்காக நான் மிகவும் வெட்கமடைந்தேன். இது தவிர்க்க முடியாதது. இனியும் சேமிக்கும் வாய்ப்பு கிட்டாதெனினும் பத்திரிகை இயலை எங்கே இருந்துகொண்டு படிக்கப் போகிறேன். கொழும்பில் வீடு ஒன்றை, ஒற்றை அறையை வாடகைக்கு எடுக்க செலுத்த வேண்டியிருக்கும் 21,000 ரூபாவையும் எப்படி செலுத்தப் போகிறேன். கல்லூரிக்குச் செலுத்த வேண்டியதையும் நாளை சாப்பிடவும் என்ன செய்வது?

கையிலிருக்கும் பணம் முழுவதுமாக 500 ரூபாவை அல்லது அதற்கு சற்றும் கூடுதலாக இருக்கும். உண்மையில் அதை நான் கணக்கிடவில்லை. காலையில் சாப்பிடவில்லை. எனினும் நான் பசியைச் சமாளிக்கப் பழகிவிட்டேன். பேரூந்துக்குச் செலுத்திய 6 ரூபாயைவிட மேலதிகமாக சில்லறை இல்லை. நான் முட்டாள்தனம் பண்ணுவதாக நீங்கள் எண்ணக் கூடும். 50 ரூபாவிற்கு பிற்பகலில் இன்ரர்நெற் பார்த்தேன். இன்ரர்நெற் ஒவ்வொருவருடைய தெரிவையும் பொறுத்துப் பயன்படுகிறது. நான் செய்திகளைப் பார்க்கிறேன். மிகவும் சிக்கலான கட்டுரைகளை மணிக்கணக்கில் இருந்து வாசிக்க முடியாது. அவை பிறின்ற் எடுத்துப் படிக்க வேண்டியவை. எனினும் சேவ் பண்ணி எடுத்திருக்கிறேன். செக்ஸ் படங்களைப் பார்ப்பதல்ல அதுகுறித்து அறிய முயல்வது இன்றைய இளைஞர்களின் பொழுதுபோக்காக இருக்கிறது. இந்த சமாதான முயற்சி அல்லது நழுவல் போக்கு நான் இன்ரர்நெற்றில் செக்ஸ் படங்களைப் பார்ப்பதை நியாயப்படுத்த அல்ல. பணத்தை அதன் நாளைய தேவை பற்றிய அவசியத்தை கருத்தில் கொண்டு

ஒரு வேளை சாப்பிடாமல் அதனை மிச்சப்படுத்தி புத்தகங்களை வாங்குவதும் அல்லது இன்ரர்நெற் பார்ப்பதும் என்னுடைய வாடிக்கையாகிவிடுமோ என்ற அச்சத்தில் எனக்குள் ஒரு மீள் வாசிப்பை நிகழ்த்த எத்தனிக்கிறேன். சரி பிழைகளுக்கு அப்பால் மிகச் சிக்கனமாக வாழ்க்கையை நகர்த்த வேண்டிய தேவை எனக்கிருக்கிறது.

காலையில் நான் 'ஜட்டி' அணியாமல் ஜீன்சை மாட்டிக்கொண்டு பஸ்ஸில் ஏறிப் புறப்பட்டேன். இது தற்செயலாக நிகழ்ந்தது அல்ல. நேற்று நான் அணிந்துகொண்டிருந்த ஜட்டியை அது மிகப் பழையதாகிவிட்டதால் குப்பையில் போட்டு அதை எடுத்துச் செல்லவந்த நகரசபை சுத்திகரிப்புத் தொழிலாளியிடம் கொடுத்துவிட்டேன். பெண்கள் நாகரிகம் என்ற பெயரில் பிறா வெளியில் தெரியவும் நிக்கர் வெளியில் தெரியவும் ஆடைகளை அணிகிறார்கள். அநேகமாக கொழும்பு போன்ற பெரிய நகரங்களில் இவை சாதாரண விடயம். விதிவிலக்கான உடல் முழுவதையும் மூடி உடை அணியும் பெண்களும் இருக்கிறார்கள். மேலே நான் குறிப்பிட்டபடி பிறா, நிக்கர் தெரிய உடை அணிவதை மற்றவர்கள் கவனிக்க வேண்டும். தங்களது உடலின் அந்தரங்கங்களை என்று விரும்பி அணிகிறவர்களை அல்லது கொழும்பில் பிறந்து வளர்ந்தவர்கள் கணக்கில் எடுக்கமாட்டார்கள் என்ற எண்ணத்தில் அணிகிறார்களா என்பது தெரியவில்லை. எனினும், சடுதியாக கொழும்பிற்குள் பிரவேசிப்பை நிகழ்த்தியிருக்கும் 'கலாசாரத் தூய்மை'யைப் பேணுவதற்கு வளர்க்கப்பட்ட எமது மனநிலையால் அதனை ஜீரணிக்க முடியாது. தமிழர்களுடைய கலாசார சமூக அமைப்பு மிகவும் விதிவிலக்கானது. அந்நிய ஆண்களுடன் பக்கத்திலிருந்து பயணிக்கவே பெண்கள் அஞ்சுவார்கள். அவர்கள் சகஜமாகப் பேசும் பழக்கம் தெரியாதவர்களுடன் - அற்றவர்களாக அப்போது பெற்றோர்களால் வளர்க்கப்பட்டவர்களாகவே வெளியே வருவதால் இது நிகழக்கூடும். உண்மையில் இந்த பெண்கள் சமூகத்தில் ஆற்ற வேண்டிய கடமைகள் ஏராளமாக உள்ளன. எனினும் எமது பெண்கள் துணிச்சலுடன் வெளிப்படுவதில்லை. போரில் பெண்கள் பங்கெடுக்கிறார்கள் என்றாலும் ஒரு சிலர் இன்றும் கீழ்மைப்பட்டே உள்ளனர். அவர்கள் வெளி உலகை நோக்கும் கருத்தியல் மிகவும் மூடத்தனமானது.

பெண்களுக்குத் தங்களை மோகப்பொருட்களாகக் காட்டிக் கொள்வதிலேயே அதிக அக்கறையும் நாட்டமும் உள்ளதாக நினைக்கத் தோன்றுகின்றது. ஒருபுறம் போர் அதில் பங்கெடுக்கும் பெண்கள், சமூக அமைப்புகளில் வேலை செய்வோர் போக மறுபுறம் மிகுந்த ஆபத்தானது. நான் காண்கிறேன் கொழும்பு நகரத்தில் நிறுவனங்களில் மற்றும் பிற இடங்களில் வேலை செய்யப்போவோர் எவ்வாறாக தங்களது உடலை மற்றவர்களின் கண்களுக்கு விற்கிறார்கள் என்பதை அல்லது சஞ்சலத்தை உண்டாக்குகிறார்கள் என்பதை. நான் குறை சொல்லவில்லை. இது என்னுடைய மனநிலையில் இருந்து மட்டுமே எழுதப்படுகிறது.

இந்த இடத்தில் என்னுடன் படிக்கும் தமிழ் பெண் நண்பர்களைப் பற்றியும் ஆண் நண்பர்களைப் பற்றியும் சொல்லியாக வேண்டும். சஜிதரன் மரபு ரீதியான வாழ்வை நேசிக்கும் போக்குடைய இளைஞன், கவிதை பற்றியும் ஏனைய விடயங்கள் பற்றியும் ஒருவித மென்போக்கான தன்மையுடன் விவாதத்தில் ஈடுபடுகிறோம். நான் விட்டுக் கொடுத்துப்போக வேண்டும் என்றும் எல்லாவற்றையும் உள்வாங்கி நல்லவற்றை மட்டும் எடுத்துக்கொள்ளப் பழகுவதுடன் முக்கியமானது எதிர்விளைவுகளைப் பற்றியே யோசிக்காது சாதகமானவை பற்றியும் யோசிக்க கற்றுக்கொள்ள வேண்டும் என்றும் சொல்கிறான். அன்சிர், அஸ்கர்கானா இவர்களைப் பற்றி அதிகம் எழுத ஒன்றுமில்லை. எனினும் எல்லோரும் கொழும்பையும் அதன் புறநகர்ப் பகுதிகளையும் வாழ்விடமாகக் கொண்டதால் விடுதலைப் புலிகளால் யாழ் நகரை விட்டு வெளியேற்றப்பட்டோம். அவர்கள் எம்மை அகதிகளாக்கி விட்டார்கள் மற்றும் முஸ்லிம்கள் தமக்குரிய உரிமைகளை வென்றெடுக்க அரசுடன் செயற்படுவது தவிர்க்க முடியாதது போன்றதான கருத்தைக் கொண்டிருக்கிறார்கள். நான் நினைக்கிறேன் முஸ்லிம் மக்களுக்கு மிகச் சரியானபடி இன்றைய அல்லது கடந்தகால அரசியல் நிலைமைகளை விளங்கிக் கொள்வதற்கான சாத்தியப்பாடுகளை உருவாக்க வேண்டும். நாம் தமிழ் இனமாக மட்டுமே இலங்கையில் வாழ முடியும்.

முஸ்லிம்கள் அவர்களுடைய மதத்தால் மட்டுமே வேறுபடுகிறார்கள். மொழியால் அல்ல. கிறிஸ்தவர்கள்

அவர்களுடைய மதத்தால் மட்டுமே வேறுபடுகிறார்கள் மொழியால் அல்ல. ஒட்டுமொத்தமாக தமிழர்கள் ஒடுக்கப்படும் போது ஒடுக்குவோருக்கு எதிராக குரல் கொடுப்பதை எல்லோருக்கும் உள்ள கடமையாகவே கருதுகிறேன். இன்று பத்திரிகைச் செய்தி எழுதுவது பற்றிய வகுப்பை நடாத்திய டெய்லி நியூஸ் பத்திரிகையைச் சேர்ந்த பாலசிங்கம் குறிப்பிட்ட பல விடயங்களில் சவுதி அரேபியர்களைப் பற்றியது ஒன்று. அந்த நாட்டில் உள்ள முஸ்லிம் மக்கள் அவர்கள் தங்கி வாழ்கிறார்கள் என்றும் இதற்கு உதாரணமாக பணிப் பெண்களையும், வேலையாட்களையும் இலங்கையில் இருந்து இறக்குமதி செய்கின்றார்கள் என்றும் குறிப்பிட்டார். தங்கி வாழ்தல் மற்றும் சோம்பேறிகளாக இருத்தல் போன்ற விடயங்கள் சரியானவைகளுடன் கூடிய விமர்சனத்திற்குரியவை. அவர் அதை என்ன அர்த்தத்தில் வெளிப்படுத்தினார் என்பது குறித்த விமர்சனமாக இது அமையாது. எனினும் பொதுவான ஒரு விடயத்தை மனம் கொள்வது அவசியம். அது ஆளும் தரப்பினர்களுக்கு சார்பாக அவர்களுக்கு விசுவாசமாக இருத்தல் என்பது முஸ்லிம்களுக்கு மதத்தால் விதிக்கப்பட்ட ஒன்று. இதனால் அவர்கள் தனித்தன்மையை இலங்கையில் இழந்துவிட்டார்கள் என்றே சொல்ல வேண்டும்.

பத்திரிகையாளர்களைப் பொறுத்தவரையில் அரசியல் செல்வாக்கிற்கும் அச்சுறுத்தல்களுக்கும் அடிபணியாது பணிபுரிய வேண்டிய அவசியம் குறித்து நாம் புரிந்துகொள்ள வேண்டும். நேற்று பத்திரிகையாளர் நடேசன் சுட்டுக்கொல்லப்பட்டு விட்டார். அவர் ஏன்? யாரால் கொல்லப்பட்டுவிட்டார் என்பது தெரியவில்லை. இது இலங்கையின் ஊடகத்துறைக்கு மீண்டும் மீண்டும் சாவுமணி. பத்திரிகைச் சுதந்திரம் பற்றி மீண்டும் மீண்டும் ஏன் வாய்கிழியக் கத்தவேண்டும்? ஒருவித அலட்சியப் போக்கால் அல்ல. இது தவிர்க்க முடியாதது என்பதான ஒரு எண்ணமே வளர்ந்துவிட்டது. அரசை எதிர்ப்போரை மண்டையில் போடவும் புலிகளை எதிர்ப்போரை மண்டையில் போடவும் இலங்கை அரசியலில் யாரும் யாருக்கும் பாடம் நடாத்தத் தேவையில்லை. நான் நம்புகிறேன் தன் மனதளவில் நியாயம் எனப் பட்டதை பேசும், எழுதும் சுதந்திரத்தை இவ்வளவு அச்சுறுத்தலுக்குப் பின்னும் பத்திரிகையாளர்கள் இழந்துவிடக்கூடாது. இங்கே புலிகளை எதிர்ப்போர்

அரசை ஆதரிப்போராகவும், அரசை எதிர்ப்போர் புலிகளை ஆதரிப்போராகவும் இனங்காணப்படுகின்றனர். முடிவில் ஒரு உறுதியான விடயத்தை நாம் கவனிப்போம். அரசு தன்னை ஒடுக்குகிறது, கல்வி, கலாசார விழுமியங்களை நசுக்குகிறது. தனது இறைமையை சூறையாடி பொருட்களையும் சொத்துக்களையும் உயிர்களையும் பலிகொள்கிறது என உணரும் ஒரு மனிதன் அந்த அரசுக்கு ஆதரவாளனா? எப்போதும் இந்த மனிதனிடம் இருந்துதான் புரட்சிக் கவிதை மண்ணை நோக்கி ஊன்றப்படுகிறது. புரட்சி யுத்தமாக மாறி ஒடுக்குவோரையும் தின்று தீர்க்கிறது. ஒடுக்கப்படுவோரின் பெயரில் ஒடுக்குவோருக்கு எதிராக நிகழ்த்தப்படுகிறது.

ஒடுக்கப்படுவோருக்கு எதிராக பத்திரிகையாளர்கள் குரல் கொடுக்கும்போது அல்லது அது யாராக இருந்தாலும் அது பாதிப்படைவது தவிர்க்க இயலாதது. இலங்கையைப் பொறுத்தவரையில் இரு அரசு இரு நாடு என்ற ஆட்சிமுறைதான் சாத்தியமெனினும் இலங்கை அரசியலமைப்பு இதை ஒருகாலமும் ஏற்றுக்கொள்ளப்போவதில்லை. ஏனெனில் இலங்கை தேசியக் கூட்டமைப்பு நிர்வாகக் கட்டளைப்படி, கலாசார பண்பாட்டு கட்டளைப்படி அனைத்தும் இலங்கையை ஒரு பௌத்த சிங்கள நாடாகவே உருவகித்து வருகின்றன. இதற்கு நல்ல உதாரணம் தேசிய சுவடிகள் கூட்டுத்தாபனம். இங்கு தமிழ் மக்களுடைய அடையாளத்தை பிரதிபலிக்கக்கூடிய எந்தவொரு ஆவணங்களும் காட்சிக்கு வைக்கப்படவில்லை. முற்றுமுழுதாக இருட்டடிப்பு செய்யப்பட்ட நிலையில் தமிழ் பேசும் உத்தியோகத்தனும் அங்கு பணியாற்றாத நிலையில் ஒரு சிங்கள மாணவனுடைய மனநிலையில் தமிழர்களுடைய வரலாறு எவ்வாறான பிரதிபலிப்பை ஏற்படுத்தும்? இந்த விடயம் குறித்த விரிவான பார்வையை பின்வரும் நாட்களில் நான் கட்டுரை வடிவில் எழுத வேண்டும் என விரும்புகிறேன்.

20.06.2004

இந்த இருபது நாட்களுக்குள் மிகப் பயங்கரமான வைரஸ் காய்ச்சலாய் - டெங்கு - நான் பாதிக்கப்பட்டுவிட்டேன். நான் தங்கியிருக்கும் வீட்டில் இரவு நள்ளிரவுக்குப் பின் அநேகமாக காய்ச்சல் தொடங்கிவிட்டது. யாரையும் நான் நித்திரையால்

எழுப்பவில்லை. போர்வைக்கு மேலால் குளிர் எனது உடலைத் தாக்கிவிட்டது. காலை தலையில் அள்ளி முழுகிவிட்டு வகுப்பிற்குப் போனேன்.

25.11.2004

எவ்வளவோ நடந்து முடிந்துவிட்டது யாருடையதோ பணத்தில் வாழ்வது எவ்வளவு கொடூரமானது என்பதை உணர நான் 30 வயது வரை காத்திருக்க வேண்டியிருக்கிறது. அலைந்து நொந்து மற்றவர்களுடைய நகைப்பிற்குள்ளாகி. எனினும் நான் மரம் போல உயர்ந்து கொண்டே போகின்றேன். எல்லோருடைய முகத்திலும் காறி உமிழவும், எதிர்த்து நிற்பதுமான ஒரு நாளை நான் சென்றடைவேன். வாழ்வு முழுக்க பணம் பிரச்சினையாக இருக்கிறது. யாரிடமிருந்தும் கையேந்தவும் அதைக் கொடுக்க முடியாமல் அவமானப்படவுமான நாட்களுடன் வாழ்வதென்பது எவ்வளவு கடினமானது என நீங்கள் உணர வேண்டும்.

23.06.2004

செந்தாவைத் திருமணம் செய்த பிறகு இவ்வளவு நெருக்கடிகளுக்குள்ளும் இந்தக் குறிப்பையும் எழுவது அதற்கான மனநிலையைப் பெறுவது என்பது மிகுந்த சிரமமாகவுள்ளது. இன்றைய வகுப்பில் எதுவும் முக்கியமாக இருக்கவில்லை. எல்லோருடைய கருத்துக்களும் ஆங்கிலத்தில் அல்லது சிங்களத்தில் இருந்ததால் ஒன்றும் கிரகிக்க முடியவில்லை. அல்லது கிரகித்திருந்தால் திரும்பத் திரும்ப வலியுறுத்தப்பட்டிருந்தால் ஒருவித சலிப்பு மேலிட்டது. தமிழில் பேசுமாறு சிவநேசச்செல்வன் பணிக்கப்பட்டாலும் அவர் அதை சரிவரச் செய்யவில்லை. சிவநேசச்செல்வன் பற்றிப் பேச நிறைய விடயங்கள் இருந்தாலும் அவர் பேசிய விடயங்களை மீண்டும் மீண்டும் பேசுவதால் சலிப்படைய வைக்கிறார். ஒன்று அவர் எம்மை குறைத்து மதிப்பிட்டிருக்கலாம் அல்லது மதிப்பீடே செய்யாமல் இருக்கலாம், எதுவாக இருந்தாலும் அவரிடமிருந்து நாங்கள் பெற வேண்டிய விடயங்களை அவர் எமக்கு சரிவர வழங்கவில்லை.

இன்று எமக்கான மாணவர் அறிமுக அட்டைகள் வழங்கப் பட்டுள்ளன. அது அமைக்கப்பட்டிருக்கும் விதம் அச்சு

சாதனங்கள் வளர்ந்துவிட்ட அல்லது மக்கள் தொடர்பூடகங்களின் பரிணாம வளர்ச்சியின் உச்சக்கட்டத்தில் உள்ள இன்று மிகவும் கவலையளிப்பதாகவே உள்ளது. நான் நினைக்கிறேன் இங்கு கணனியைப் பயன்படுத்தும் நபருக்கு அல்லது நபர்களுக்கு பக்க வடிவமைப்பில் சரியான தேர்ச்சி இல்லை. எனினும் யாரை நோக முடியும்? எங்களது திருப்தியின்மையை ஓரளவு வெளிப்படுத்தினோம்.

பிற்பகலில் கருணா குழுவினரால் இவர் விடுதலைப் புலிகள் அமைப்பில் இருந்து 1500 போராளிகளாக இருக்கலாம் என்று சந்தேகப்பட்டு அதிகமான தொகையினரோடு வெளியேறி மட்டக்களப்புப் பகுதியில் பதுங்கியிருந்தார். விடுதலைப் புலிகளுக்கும் இவருக்கும் இவரது குழுவினருக்கும் இடையே மட்டக்களப்பில் சண்டைகள் - ஆயுத மோதல்கள் நடைபெற்று வருகின்றன. இதன் நிமித்தமாக தனி நபர்களும் சுட்டுக் கொல்லப்படுகிறார்கள். இவ்வாறு கொல்லப்படுவோர் ஒன்றில் விடுதலைப் புலிகளின் ஆதரவாளர்களாகவோ அல்லது கருணாவின் ஆதரவாளர்களாகவோ இனம் காணப்படுகின்றனர். இவ்வாறு இனங்காணப்பட்ட ஒரு தமிழ்த் தேசியப் பத்திரிகையாளரின் - நடேசனின் சுட்டுக் கொல்லப்பட்டமைக்கான 21 ஆம் நாள் நிகழ்வு பம்பலப்பிட்டி அரசகட்டளைத் தொகுதியின் - அவரது அரசாங்க ஊழியர்களுக்காக அரசால் வழங்கப்பட்ட கட்டடத் தொகுதி அது இப்போது தனியாரினால் பராமரிக்கப்பட்டு வருகிறது. இந்த இடத்தின் கேட்போர் கூடத்தில் - நடந்த நிகழ்விற்குப் போயிருந்தேன். என்னுடன் ரூபன் வந்திருந்தான்.

நேரம் இரவு 10 மணியைத் தாண்டிவிட்டது. அதிக நேரம் மின்விளக்கு எரிவதால் கௌரி அக்காவோ அல்லது அவரது கணவரோ ஏதாவது பேசக்கூடும். ஏனெனில் மின் கட்டணம் செலுத்துவது அவர்களுடைய பணம். நானோ பணம் எதனையும் கொடுக்காது வெறுமனே தங்கியிருக்கிறேன். இன்றும் நேரடியாக என்னிடம் வேறு அறை பார்க்கவில்லையா என்று கேட்டனர். நிச்சயமாக தங்குமிடத்தை விரைவில் மாற்ற வேண்டியது அவசியம். அவ்வாறு செல்லவில்லை எனில் தொடர்ந்து மனச்சங்கடத்தையும் அசௌகரியங்களையும் நிம்மதியின்மையையும் அவமானங்களையும் அது தரும்.

இந்த நிகழ்வு பற்றி அதாவது நடேசனின் நிகழ்வு பற்றி முதலில் நடேசனின் மரணம் குறித்தும் அது நிகழ்ந்திருந்த பின்னணி பற்றியும் ஆழமான விமர்சன ரீதியான கருத்தியலை முன்வைப்பது மிகவும் அவசியம்.

இந்த நினைவஞ்சலிக் கூட்டத்தின் பின்னணியில் என்னால் நேரில் அவருடைய சாவைக் காணமுடியாமல் போனதால் அதனை நோக்குவது மட்டுமே இன்று என்னால் செய்யக்கூடியது. மக்களுடைய இறைமையை இந்த நாட்டினுடைய இறைமையைக் காப்பாற்றுவதாகக் கூறிக்கொண்டு அல்லது அதனை மீட்டெடுக்கப்போவதாகக் கூறிக்கொண்டு ஆட்சிக்கு வந்துள்ள இலங்கையின் இருவேறு பிரதான கட்சிகளின் - பொதுஜன ஐக்கிய முன்னணி, ஐக்கிய தேசியக் கட்சி தலைவர்களைக் கொண்டிருக்கும் எல்லாச் சந்தர்ப்பத்திலும் ஒன்று ஆளும்கட்சி இன்னொன்று எதிர்க்கட்சி - அரசால் இவ்வாறான மனிதப்படுகொலைகள் நிகழ்த்தப்பட்டிருக்கின்றன. இடப்பெயர்வுகளை ஏற்படுத்துதல், நகரங்களை அழித்தல், மக்களைக் கொன்றொழித்தல், கைது செய்தல், சித்திரவதை செய்தல் என இது தொடர்ந்திருக்கிறது. இந்த பின்னணியில் நிகழ்த்தப்பட்டிருக்கும் நூற்றுக்கணக்கான பத்திரிகையாளர்கள், புத்திஜீவிகள், விரிவுரையாளர்கள் போன்றோரின் கொலைகளும் அடங்கும்.

இந்த இடத்தில் இன்னொன்றையும் ஞாபகப்படுத்திக் கொள்வது அவசியம். அதாவது விடுதலைப் புலிகளாலும் மாற்றுக் குழுக்களான புளொட், ஈ.பி.டி.பி, ரெலோ, ஈ.பி.ஆர். எல்.எவ் மற்றும் இப்பொழுது கருணா குழு போன்றவர்களால் கொல்லப்பட்ட பத்திரிகையாளர்கள், புத்திஜீவிகள், விரிவுரையாளர்கள் மற்றும் பிறர் பற்றிய மதிப்பீட்டை நிகழ்த்த வேண்டியது அவசியம் ஒரு பத்திரிகையாளன் கொல்லப்பட்ட பிறகு இவ்வாறான நினைவுக் கூட்டங்கள், இரங்கல் கூட்டங்கள், ஊர்வலங்கள் என நிகழ்த்தப்படுவது ஒன்றும் புதிய விடயமல்ல. நிமலராஜன் கொல்லப்பட்டபோதும் தமிழ் ஊடகங்களும், ஊடகவியலாளர்களும் எதிர்ப்புக் கூட்டங்களையும், அஞ்சலிகளையும் கொலைக் கலாசாரத்திற்கெதிரான செய்திகளையும் பிரசுரித்திருக்கின்றன. எனினும் அது நடேசன் வரை அதாவது சென்ற மாதத்தின் கடைசி

நாள் வரை தொடர்ந்துகொண்டிருக்கிறது. நடேசன் சுடப்பட்டு வீதியோர சாக்கடையில் மூழ்கிக் கிடந்ததாகவும், அவரது உடலை சாக்கடையில் இருந்து வெளியில் எடுத்துப் போடவும் அம்புலன்ஸ் வண்டியில் அதை ஏற்றவும் எந்தவொரு தமிழ் மகனும் முன்வரவில்லை என்றும் குறிப்பிடப்பட்டிருந்தால் இங்கு சில விடயங்களை ஆழ்ந்து நோக்குவது பொருந்தும்.

மக்களுக்கும், ஊடகவியலாளர்களுக்குமான தொடர்பு என்ன? இவர்கள் ஏன், யாருக்காக கொல்லப்படுகின்றார்கள்? போன்ற கேள்விகளை நெஞ்சழுத்தம் உள்ள யாராவது ஒருவர் கேட்க முன்வந்தால் மொத்தத்தில் மக்களுக்காக ஒன்றும் அவர்களுடைய சிந்தனையில், கருத்தியலில், செயற்பாடுகளில், வாழ்வில் மிகப் பெரிய மாற்றத்தையும் விடிவையும் கொண்டிருக்க வேண்டும் என்பதற்காகவே கொல்லப்பட்டிருக்கிறார்கள் என்று பதிலளிக்க முடியும். எனினும் மக்கள் யாரும் அவனுடைய இறப்பைப் பற்றி கவலை கொள்வதில்லை. அவன் கொல்லப்பட்டமை பற்றிய பிரக்ஞையற்று தமது பணிகளை திறம்படவும் செயலூக்கத்துடனும் செய்யத் தயாராகி விடுகின்றனர். அவர்கள் இவனால் வாழ்ந்தனர் என்பதையும் வாழப்போகிறார்கள் என்பதையும் மறந்துவிட்டு.

இந்தக் கொலைகளை நடத்துபவர்கள் எதனை மனங்கொண்டு செயற்படுகின்றார்கள், மக்களை பீதிக்குள்ளாக்க வேண்டும். அவர்களது உறைவின் மூலம் அவர்களுக்குள் ஒருவனாக வாழும் ஊடகவியலாளனை நசுக்கி விடலாம் என்றும் அவ்வாறு அவனும் மக்களும் அஞ்சி ஒடுங்கியிருக்கும் சந்தர்ப்பத்தில்தான் நினைத்தவற்றை தன்னுடைய சர்வாதிகாரப்போக்கை மக்களிடம் திணித்து விடலாம் என்றும் எண்ணியே இது நடைபெறுகிறது. இன்று மக்களுடைய தனிப்பட்ட கருத்து நிலையில் ஏன் நீ ஒரு ஊடகவியலாளனாகப் போய் சாகப்போகிறாய்? பத்திரிகையாளருக்கு நடப்பது குறித்து நீ ஒன்றும் அறியவில்லையா? போய் படுகுழியில் விழப்போகிறாயா? என்பது போன்றதான கேள்விகள் எழத்தொடங்கிவிட்டன. ஊடகத்துறை என்பது உயிராபத்து நிறைந்ததாகவும் அதேநேரம் விலையற்றதுமானதாக மாறிவிட்டதாகவும் என்றும் அதேநேரம் வாழ்வு பற்றிய நம்பகத்தன்மையை - அதாவது பத்திரிகையாளனின் - குறைத்து விட்டதாகவும் அவர்கள்

கருதுகிறார்கள். இதை நிரூபிப்பதைப் போல இன்று நடேசனின் (23.06.2004) கூட்டத்திற்கு வந்திருந்தோரின் எண்ணிக்கை இருந்தது. வெறும் 15 பேருடன் கொழும்பு அரச கட்டட மண்டபத் தொகுதியில் நடந்த இந்தக் கூட்டம் கருத்தியல் ரீதியில் வெற்றி பெற்றிருக்கிறது. பாராளுமன்ற உறுப்பினர் மனோகணேசன் உட்பட பலர் கலந்துகொண்டிருந்தார்கள்.

24.06.2004

இன்று காலை நித்திரையிலேயே பிரச்சினை தொடங்கிவிட்டது. வேறு றூம் பார்க்குமாறு நேரடியாகச் சொல்லப்பட்டது. இன்று முழுவதுமாக 1500 ரூபாவை செலவழித்துக் கொண்டு வீதிகளில் வீடு தேடி அலைந்தேன். ஒவ்வொரு வீட்டிற்கும் முற்பணம் மற்றும் வாடகை என பெருந்தொகையான பணத்தை கேட்கிறார்கள். 11 மணிக்குப் பிறகு நானும் சஜிதரனும், றூபனும், பிரதீபாவும், அஞ்சனாவும் செய்தி ஒன்றைத் தேடி செல்ல வேண்டியிருந்தது. நேற்று செய்தியை எப்படி யாரிடமிருந்து எவ்வாறு பெறுவது என்பது குறித்த படிப்பிதலின்போது கொடுக்கப்பட்ட விடயங்களை பூர்த்தி செய்ய வேண்டும் என்பது இன்றைய இந்த வேலை. கோட்டை புறநகர்ப் பகுதியில் நான்காம் குறுக்கு வீதியில் ஒரு மாடிக் கட்டடம் இடிந்து விழுந்துவிட்டிருந்தது. அந்த இடத்திற்குச் சென்றோம். எமது மாணவர் அடையாள அட்டைகளை பொலிஸாரிடம் காண்பித்து இடிபாடுகளைப் பார்ப்பதற்கு அனுமதியைப் பெற்றோம். பார்த்து விபரங்களைச் சேகரித்தோம். இரண்டு பேர் இறந்திருந்தனர். 8 பேர் வைத்தியசாலையில் அனுமதிக்கப்பட்டுள்ளனர் மற்றும் முக்கியமானது இந்தக் கட்டடம் கட்டப்பட்டது நான்கு மாடிகள் மிகக் குறுகிய 8 - 15 நாட்களுக்குள் என்பதுதான்.

பலமற்ற அடித்தளம் மற்றும் கலவை இவைதான் இந்த அனர்த்தத்திற்கு காரணமாக உள்ளது. இது குறித்து கோட்டை பொலிஸ் நிலையத்தில் விசாரித்தோம். திரும்பி வரும்போது செல்போன், சாச்சர் ஒன்றை வாங்கினேன். அது பஸ்சில் தவறவிடப்பட்டுவிட்டது. 150 போன் காட் 400 திருப்பதி மாஸ்ரருக்கு கொடுத்தது. 5000 திருப்பதி மாஸ்ரருக்கு சிவரூபன் கொடுக்க வேண்டிய பணத்தை நான் கொடுக்க வேண்டி ஏற்பட்டது. மிகவும் துர்ப்பாக்கியமான நிலைமை. அவனிடம்

10,000 ரூபாவை மாஸ்ரர் கொடுத்திருக்கிறார். நான் ஒரு சந்தர்ப்பத்தில் அதை அவனிடமிருந்து வாங்கித்தருவதாகவும் பணம் குறித்து அவனைத் துன்புறுத்த வேண்டாம் என்றும் நான் மாஸ்ரரிடம் கேட்டதன் பலாபலன்தான் இது. மாஸ்ரர் நான் தங்குவதற்கு இடம் பார்த்துத் தருவதாகக் குறிப்பிட்டிருந்தார். அவர் செய்து தருவார் என்ற நம்பிக்கையே இன்றைய ஆறுதல்.

12.01.2004

இன்று எதுவும் சுயமாக நிகழப் போவதில்லை என நான் உணர்ந்து கொள்கிறேன். கடின உழைப்பு மற்றும் பொறுமை இவை குறித்து நான் அதிகம் சிந்திக்கத் தொடங்கியிருக்கிறேன். இன்று எனக்குள்ள பிரச்சினை எல்லாம் படிக்க வேண்டும் என்பதே. ஒரு எல்லையுடன் தேங்கிவிடும் நிலைக்கு நான் போய்விட விரும்பவில்லை. தொடர்ந்து நான் என்னை அவமானப்படுத்தி உள்ளே சுருக்கிக் கொண்டேன். ஆங்கிலம் தெரியவில்லை என்பதே அதற்குக் காரணம். எனினும் உடனடியாக அதை விரைவில் கற்றுத்தேற வேண்டியது அவசியம்.

டிசம்பர் 26 கிறிஸ்மஸ் தினத்திற்கு மறுநாள் கடல் மக்களைத் தின்றுவிட்டது. ஆயிரக் கணக்கில் மக்கள் கொன்றழித்த கடலின் அடியில் சிக்குண்டு இறந்து போயினர். இன்னும் கடல் ஓயவில்லை. உலகம் பூராகவும் இது நடந்துகொண்டிருக்கிறது. நாடு முழுவதும் கரையோரங்களில் வாழ்ந்த மக்களில் பெருந்தொகையினர் தொழிலுக்குப் போனவர், தூங்கிக் கொண்டிருந்தவர், கடலைக் காணச்சென்றவர் என எல்லோரையும் சுருட்டித் தன்னுள் ஆழ்த்திக்கொண்டுவிட்டது கடல். நான் விரும்புகிறேன் இலக்கழிந்த அந்த மனிதர்களுக்கு உதவ வேண்டும். அந்த மனிதர்களின் உருக்கமான துயரத்தின் அருகிலிருந்து அவர்களைத் தேற்ற வேண்டும். யாராவது சேர்ந்து பயணிக்க முன்வந்தால் அந்த மக்களுக்கு உதவலாம். பணம் எப்போதும் பிரச்சினையாகவே இருக்கிறது. இன்றுகூட என் நம்பிக்கையெல்லாம் பொய்த்துப் போகும்படி ஜேர்மன் சென்று திரும்பிய அத்தை எனக்கு குறிப்பிட்டபடி பணத்தை தரவில்லை.

அங்குள்ள மற்றும் வெளிநாடுகளில் உள்ள எனது உறவினர்கள் யாரும் உதவவில்லை எனக் கூறி 1000 ரூபாவை மட்டும் தந்தார்.

அதை செந்தாவிற்கு கொடுப்பதா? அல்லது பிள்ளைகளின் தேவைகளை பூர்த்தி செய்வதா? எனது தேவைகளைப் பூர்த்தி செய்வதா? என்ன செய்வது? இரவில் வேலை செய்யலாம் என்று முயற்சிக்கிறேன். அது கூடிவர வேண்டும் என்பதே இன்றைய எதிர்பார்ப்பு. வெள்ளவத்தை மற்றும் கொழும்பின் கரையோரப் பிரதேசங்களுக்குள் கடல் சூழ்ந்து மக்களை பீதிக்குள்ளாக்கிவிட்டுத் திரும்பிப் போய்விட்டது. கடலை எனது தலைமுறையில் நான் இவ்வாறு கண்டதும், கற்பனை செய்ததும் இல்லை. இன்றே நேரில் பார்க்க நேர்ந்துவிட்டது. நாடு முழுவதும் அல்லலுறும் மக்களால் நிறைந்து வழிகிறது. யுத்தம் ஓய்ந்த பிறகு மழை அழிவு, அது ஓய்ந்த பிறகு இப்போது கடல் மக்களைத் தின்றுவிட்டது. இந்தியாவிலும் அதன் கரையோரங்களில் ஆயிரக்கணக்கில் மக்கள் இறந்துவிட்டதை தொலைக்காட்சிகள் காண்பித்துக்கொண்டிருக்கின்றன.

மக்கள், ஆடு மாடுகள், மரங்கள், குழந்தைகள், சிறுவர்கள், பெண்கள், ஆண்கள் எதுபற்றிய வேறுபாடும் கடலின் கொந்தளிப்பிற்குத் தெரியாது. அதன் அகலத் திறந்த வாய்க்குள் பிணங்கள் மிதக்கின்றன. எல்லாம் மழை எதுவும் இல்லாமல் - மின்னாமல் - முழங்காமல் கடல் மட்டும் ஏன் இவ்வளவு ஆக்ரோசப்பட்டு கரையை மோதுகிறது. 24 ஆம் திகதி கிறிஸ்மஸ் தினத்திற்கு முதல் நாள் நான் கடலுக்குச் சென்றிருந்தேன். கடற்கரை - கோல்பேஸ் காதலர்களால் நிரம்பியிருந்தது. குழந்தைகள் குதிரைகளில் ஏறி விளையாடின. பலூன்களையும் விளையாட்டுப் பொருட்களையும் விற்றபடி தெரு வியாபாரிகள் கூவிக்கொண்டிருந்தனர். கரை மனிதர்களுக்கு குதூகலிக்கும் விடயமாக இருந்தது. சுண்டல், பொரி வடை என அந்த இடத்திலேயே அடுப்பை மூட்டி பொரித்து விற்றுக் கொண்டிருந்தனர். அந்த வாசனையால் காற்று மணம் மாறியிருந்தது. எல்லோருக்கும் - கோல்பேஸ் ஒரு சொர்க்க புரியாக காதலர்களின் லீலைகளால் நிறைந்த ஒரு இந்திரபுரியாக இருந்து வருகிறது. நான் அதனை அன்று அவ்வாறு காணவில்லை. கடலை மக்கள் ஒரு திருவிழாக் காட்சியைக் காணவருவதைப் போல காணவந்து திரும்பிச் சென்றனர். அந்தக் கரை மக்களாலும் வியாபாரிகளாலும் அழகேயற்று அதன் மணமும் அழகும் மாறி ஒரு இயந்திரத்தைப் போல வந்தும் போயும் கொண்டிருந்தது.

அங்கு காதலர்கள் வந்து பேசிச் செல்ல முடியும் என்று எனக்குத் தோன்றவில்லை. மனம் முழுக்க இருக்கும் அந்தக் காதல் அந்தக் கரைக்கு வந்தால் அழிந்து போய்விடும். அலையை ரசிக்கவோ மணலில் கால் அழிய நடக்கவோ அங்கு யாரும் வருவதில்லை. கடலை நேசிக்கும் தனிமையை அந்தக் கரையில் மனிதர்கள் யாரும் கொண்டிருக்கவில்லை. நான் பட்ட கோபம் - கோல்பேஸ் பற்றி சாதாரண மக்களுக்கு அதனை தம் வாழ்நாளில் ஒரு தடவையேனும் பார்த்திராத மனிதர்களுக்கு இருக்கும் மனப்படிமம் கொழும்புப் பகுதியில் இருக்கும் இளைஞர், யுவதிகளின் காமலீலைகள் சார்ந்தது. இந்த கடற்கரைக்குப் போனால் பகலிலேயே உடலுறவு கொள்ளும் காட்சியையோ உதட்டைச் சப்பியபடி மார்பகங்களை சுவைத்தபடி யாராவது இருப்பார்கள் என்றோ அந்த மக்கள் பேசியதை நான் கேட்டிருக்கிறேன். அது உண்மையா இல்லையா என்பது பற்றி நான் ஒரு முடிவுக்கு இன்று வரப்போவதில்லை. ஏனெனில்... கிட்டத்தட்ட 9 மாதங்களுக்குப் பிறகுதான் நான் அந்தக் கரைக்குச் சென்றிருந்தேன். ஒன்றைச் சொல்லியாக வேண்டும். அதன் அமைப்பும் புறச் சூழலும் மனிதர்களால் உருவாக்கப்பட்டவை. அவற்றில் ஒன்றுகூட எனது மனதைக் கவரவில்லை. வெறுமனே கரையும் கடலுமாயிருக்கும் இடங்களில் இருக்கும் உண்மையும் அங்கு இல்லை. கடல் கொந்தளித்து அவற்றை அழித்துவிட்டது. அல்லது எச்சத்திலிருக்கிறது. எனினும் மனிதர்கள் கடலை நம்பி வாழும் ஏழைகள். கடலைத் தாய் என வணங்கும் கரைவாழ் மக்கள் கடலை சபிக்க வந்தார்கள். கடலால் அழிய, நகரில் ஆணும், பெண்ணுமாக தோளில் கை போட்டபடி வாகனங்களில் வந்திறங்கி வேடிக்கை பார்த்தபடி நிற்கின்றனர்.

28.12.2004

அழிவு பற்றிய செய்தியை வானொலியும், தொலைக்காட்சியும் உரக்கச் சொல்லிக் கொண்டிருக்கிறது. கடலின் சூறை மனிதர்களையும் சொத்துக்களையும் துவம்சம் செய்து விட்டது. நான் நினைக்கிறேன் 10,000 இற்கும் மேல் மனிதர்கள் மாண்டழிந்து போயிருப்பர். இறப்பு இன்னும் சரிவர கணக்கிடப்படவில்லை. மக்கள் அகதிகளாயினர். நாடு முழுவதும் இந்த துயரம் பனித்தபடியிருக்கிறது. சஜி சொன்னான் இலங்கையில் முதன் முதலில் தனது

வாழ்நாளில் அரசியலற்ற இயற்கையான செய்தி ஒன்றை முழு இலங்கையும் மனிதநேயத்துடன் பார்க்குமாறு பத்திரிகைகள் பிரசுரித்திருக்கின்றன என்று நான் நம்பவில்லை. அது நிச்சயம் அவற்றுக்கு வாய்ப்பில்லை. வடக்கிலும் கிழக்கிலும் இறந்தோர் அல்லது இழந்தோர் அதிகம் என ஒருசாராரும், தென்பகுதியில் இறந்தோர் அல்லது இழந்தோர் அதிகமென இன்னுமொரு சாராரும் கட்சி கட்டிக்கொண்டு அறைகூவல் விடுத்தலாயிருக்கின்றனர். அரசு பாராமுகமாக இருப்பது ஏன் எனக் கேள்வி எழுப்பப்படுகிறது. விடுதலைப் புலிகள் மற்றும் அரசு என மட்டுமல்ல எல்லாக் கட்சிகளும் இதிலிருந்து அரசியல் இலாபம் தேட முயற்சிக்கின்றன.

இதற்கு ஊடகங்களும் ஒத்துழைக்கின்றன என்றுதான் சொல்ல வேண்டும். மக்கள் இறந்தழிந்தனர். வீடுகள் மற்றும் எஞ்சிய உடமைகள் அனைத்தையும் இழந்தனர். போயிருக்க வீடுகள் இல்லை. மாற்றி அணிவதற்கு துணியில்லை. உணவு கிடையாது. இவற்றினிடையே மீண்டும் கடலடிக்கு தமது - தமது புண்ணிய - நிலங்களுக்கு திரும்ப மக்கள் அஞ்சி ஒடுங்குகின்றனர். மக்களின் இருதயங்களில் இன்னும் அலை ஓயவில்லை. கடல் மீண்டும் தமது நகருக்குள் புகுந்துவிடும் என எல்லோரும் காத்திருக்கின்றனர். கடல் தனது குழந்தைகளை தனது மடியிலிருந்து உதறிக் கீழே வீழ்த்திவிட்டது. கடல் தண்ணீர் காவுகொண்ட இடங்களில் இனி புற்கள் முளைக்கப் போவதில்லை. நெல் மணிகளோ தானியங்களோ இனி எமக்கு அங்கிருந்து கிடையாது. நாட்டில் பஞ்சம், பசி, பட்டினி, கொடுநோய் என இன்னொரு பிரளயம் பிறருக்கு சாத்தியம் இருப்பதை நான் உணர்கிறேன்.

எல்லாவற்றிற்கும் மேலாக நான் உணர்கிறேன். எல்லாவற்றிற்கும் மேலாக நான் விரும்புகின்றேன். இழக்கப்பட்ட சொத்துக்கள், உடமைகள் சரியாக மதிப்பிடப்பட வேண்டும். பாதிக்கப்பட்டவர்களின் அதிகம் பேர் கடற்றொழிலாளர்கள் என்ற அடிப்படையில் கடற்றொழிலாளர் ஒன்றியங்கள் அவர்களின் நலன்களில் அக்கறை கொள்ள சமூக அமைப்புகள் மற்றும் தொண்டு நிறுவனங்கள் என சகல தரப்பினரும் பாதிக்கப்பட்ட மக்களிடமும் இது குறித்துப் பேசவேண்டும். வலைகள், வள்ளங்கள் மற்றும் இயந்திரங்கள் என இன்னும்

என்னவெல்லாம் ஒரு தனி மனிதப் பாவனையில் இருந்தனவோ அவை குறித்தெல்லாம் விபரங்கள் சேகரிக்கப்பட வேண்டும். அவற்றுக்கான இழப்பீட்டை வழங்குவதற்கு அரசும் உதவி வழங்கும் நாடுகளும் பகிர்ந்தளிக்கும் அமைப்புகளும் மிகச் சரியாக நேர்மையுடனும் கண்ணியத்துடனும் நடந்துகொள்ள வேண்டும். எல்லா இழப்புக் காலங்களிலும் நிவாரணங்களாலும் திருப்தியடையக் கூடிய மனநிலையிலேயே மக்களை இந்த நாட்டு அரசியல் வளர்த்து விட்டிருக்கின்றது.

ஈடுசெய்யப்பட முடியாத ஒரு தலைமுறையின் இழப்பு அதாவது இந்த அனர்த்தம் பலி கொண்ட சிறு குழந்தைகளின் இழப்பு இந்த நாட்டின் ஒட்டுமொத்த பின்னடைவு. இதற்கு நிவாரணி தீனி போட முடியாது. எனினும் எஞ்சிய வாழ்வை வாழ்வதற்கு மக்களைத் தயார்படுத்த வேண்டியதே மிகத் தலையாய பணியாகும். நான் இங்கே புள்ளி விபரங்களைத் தரப்போவதில்லை. புகைப்படங்களை இணைக்கப் போவதில்லை. எனக்குத் தெரியும் குகைக்குள் சிக்கிய குஞ்சின் அலறல் போல இது உலகம் முழுக்க எதிரொலித்துக் கொண்டிருக்கிறது. இந்தோனேசியாவில் தொடங்கிய இந்த அலை இரண்டு மணிநேரம் கழிந்த பின்னர் இலங்கைக்கு வந்திருக்கிறது. தகவல் யுகம் கணங்களாய் சுருங்கிவிட்ட இந்த நாட்களில் ஏன் இலங்கைக்கு இந்த செய்தி இரண்டு மணிநேரமற்ற போதிலும் தகவலின்படி இலங்கை இயற்கை அனர்த்தங்களுக்கான ஒப்பந்தத்தில் கைச்சாத்திட்டிருக்கவில்லை, என்பதில் அது குறித்து இலங்கைக்கு சட்டபூர்வமாக அறிவிக்கப்படவில்லை என்பதாகும். இது ஒரு போதுமான உதாரணம்.

நான் நினைக்கிறேன் கடல் நீர் உள்ளே - நாட்டின் ஏனைய விளை நிலங்களின் உள்ளே - நுழைந்ததால் பெருமளவில் வடக்குக் கிழக்கில் விவசாய நிலங்கள் பாதிக்கப்பட்டிருக்கும். அது குறித்து ஆராய வேண்டும். எல்லா விடயங்கள் குறித்து உண்மையான தகவல்களைத் திரட்டுவது மிகவும் முக்கியமானது. யாராவது யாருடைய நலன் சார்ந்தாவது உண்மைகளை மறைத்து விடுகின்றார்கள். ஒன்றில் காரணகாரியங்கள் சாதகமாயிருக்கும் போது தகவல்களை அதிகப்படுத்தியோ அல்லது குறைத்தோ மதிப்பீட்டுக்கு வழங்கி விடுகிறார்கள். இது செய்தியின்

நம்பகத் தன்மையை இழக்கச் செய்துவிடுகிறது. குறைந்தபட்சம் எல்லாச் சம்பவங்கள் குறித்து சகல தரப்பினரிடம் இருந்தும் விசாரணைகளை மேற்கொண்டு தகவல்களை உறுதிப்படுத்த வேண்டும்.

இன்று நாங்கள் நீர்கொழும்புக்குப் போயிருந்தோம். இது திருப்திகரமற்ற பயணம். நாங்கள் சேகரித்த மூலங்கள் போதாது. இது செய்திக்கு தகுந்த மதிப்பைத்தராது. இது ஒன்றிரண்டு சனங்களுடனும் சனங்கள் தங்கவைக்கப்பட்டிருந்த தேவாலயத்தின் ஒரு மூத்த சகோதரியுடனும் பேசி விட்டுத் திரும்பினோம். தனித்து இயங்க வேண்டியதன் அவசியம் குறித்து நான் ஏற்கனவே பல தடவைகள் வலியுறுத்தியிருக்கிறேன். என்னால் குழு ஒன்றில் உடன்பட முடியாது. குழு பல்வேறு மன இயல்புகளைக் கொண்டோரால் கூட்டப்படுகிறது. இந்த கூட்டு பின்னடைவுகளையும் தடங்கல்களையும் எற்படுத்துகிறது. ஆயுதங்களாலும் அதட்டல்களாலும் அதிகாரத்தாலும் வழிநடத்தப்பட்ட மனிதர்களாக மக்கள் பழக்கப்பட்டதால் அந்த மனோபாவம் நான் சார்ந்த நண்பர்களிடமும் ஒட்டியுள்ளது போல தோன்றுகிறது. ஒரே இலக்கு நோக்கி பயணிப்பது எல்லோருடைய நலன்சார்ந்து நன்மை பயக்கக்கூடியது. அது கண்களுக்குப் புலப்படாத அதிகாரம் நம்மை இயக்கிக் கொண்டிருப்பன. ஒரு எண்ணப்பாட்டுடன் செயலாற்றுவது. நான் இதனை விரும்புவேன். எனினும் மற்றவர்களுடன் இணைந்து செயலாற்ற வேண்டும் என்ற ஒரே காரணத்தால் மட்டுமே இது நிகழும். அன்றி நான் அடிப்படையில் தனித்துச் செயற்படவே விரும்புவேன்.

நான் மற்றவர்களை ஏற்றுக்கொள்வதைப் போல என்னையும் - கருத்துக்களை - மற்றவர் ஏற்றுக்கொள்ள வேண்டும். அல்லது தனித்துச் செயலாற்றுவது என முடிவெடுக்க நான் விரும்புவேன். இன்னும் இது எனக்கு மூன்றாவது அல்லது அதற்கு மேற்பட்ட அனுபவம் - இதுதான் நடந்தது. எல்லோருக்கும் நான் விட்டுக்கொடுக்க வேண்டியும் அவர்களுடன் உடன்பட வேண்டியும் இருந்தது. எனக்கு இது மொழி சம்பந்தப்பட்ட பிரச்சினை - சிங்கள பகுதிகளுக்குச் செல்ல நேரும் போதெல்லாம் பாசை தெரியாத காரணத்தினால் நான் யாருடனாவது செயலாற்ற வேண்டியுள்ளது. அது எனது ஆளுமையைச் சிதைத்து விடுகிறது.

நீர்கொழும்பில் உடமைகள் நாசமாகியுள்ளன. உயிரிழப்புகள் இல்லை. ஆனால் சந்திக்க வேண்டிய நபர்களைச் சந்தித்து விடயங்கள் பெறப்படவில்லை.

இனி முற்றிலும் வேறுபட்ட ஒரு உலகத்திற்குள் நான் செல்லப் போகிறேன். நாங்கள் கொள்கை, கோட்பாடு, அரசியல், வரலாறு, மக்களின் எதிர்காலம் என்றெல்லாம் பேசிக்கொண்டும் இருக்கின்றோம். ஆனால் நான் ஏற்கனவே எழுதியதைப் போல நான் தங்கியிருக்கும் இந்த விடுதியின் வேறு அறையில் தங்கியிருக்கும் சில வட பகுதியைச் சேர்ந்த இளைஞர்கள் விபச்சாரிகளை அழைத்து வந்து தங்களுடன் வைத்துக் கொண்டிருக்கின்றார்கள். இது ஆச்சரியமான விடயம் அல்ல என்றாலும் என்னால் ஜீரணிக்க முடியவில்லை.

நான் வவுனியா சோவிதா விடுதி முதலாளியிடம் சொன்னபோது அவன் எனது அறையின் திறப்பை தருமாறும் யாரோ ஒரு மாணவனை ஒரு நாளைக்குத் தங்கவைக்கப் போவதாகவும் கேட்டான். எனக்குத் தெரியும் வெளியே மூன்று பெண்கள் இளைஞர்களுடன் ஒரு அறையில் அப்போதுதான் நுழைந்து கொண்டிருந்தார்கள். அறைகள் தட்டுப்பாடாகிவிட்டன. புத்தகங்கள் நிறைந்த எனது அறை அவர்களுக்குத் தேவைப்பட்டிருக்கிறது. நான் சடுதியில் புரிந்துகொண்ட இந்த விடயத்தின் பால் எனது வவுனியா பயணம் இன்று நிறுத்தப்பட்டு விட்டது. எனக்குத் தெரியும் நான் வெளியேறினால் ஆணிகளைக் கழற்றிவிட்டாவது உள்ளே வந்து விடுவார்கள். நான் ஆணிகளை சரியாக பொருத்திவிட முடியும் - இந்த நிலையில் பின் ஆணிகளை சரியாகப் பொருத்திவிட முடியும். இந்த நிலையில் நான் இங்கிருந்து வெளியேறிவிடவே விரும்புகிறேன். எனினும் அதிக பணம் கொடுத்து ஒரு இடத்தைப் பெறுவது என்பது எனது சக்திக்கு அப்பாற்பட்டது. இப்பொழுதே வாடகையாக செலுத்த வேண்டிய பணத்தை கேட்டு நச்சரிக்கத் தொடங்கிவிட்டான் முதலாளி.

நான் வவுனியா சென்று மிகச் சரியாக ஒரு மாதமும் 11 நாட்களுக்கும் பின் திரும்பி வந்திருக்கிறேன். சிங்கள நண்பர்கள் அதே சந்தோசத்துடனும் இயல்புடனும் இருந்து கொண்டிருக்கிறார்கள். சுனாமி பல்லாயிரம் பேரை பலிகொண்ட

யுத்தம் ஓய்ந்துவிட்ட பிறகும் தத்தமது கவலைகளில் இருந்து நீங்கி எல்லோருக்காகவும் சிரிக்கத் தொடங்கிவிட்டார்கள். திலக் ஜெயரத்ன கண்டிப்புடன் நடந்துகொண்டார். எனது விடுமுறை எனது கற்றலையும் பரீட்சையையும் வெகுவாக பாதிக்கும் என எச்சரிக்கும் தோரணையில் கவலையுடன் என்னுடைய புகைப்படக் கருவியையும் எடுத்துச் சென்றது. அவர்களிடையே வேறுவிதமான அபிப்பிராயங்களை தோற்றுவித்திருக்கலாம். சாவித்திரி எனக்கு ஒரு தங்குமிடத்தை ஒழுங்கு செய்து தருவதாகக் கூறி முயன்று கொண்டிருக்கிறார். அது வெற்றியளிக்கும்.

நான் இல்லாத இந்தக் காலப்பகுதியில் சஜி, பிரதீபா ஆகியோரிடையே புரிந்துணர்வற்ற கருத்துருவாக்கங்களும் வார்த்தையாடல்களும் நடந்திருக்கின்றன. அஞ்சனா, அஸ்கர், செல்வராணி, அன்சீர் இவர்களைப் பற்றி தனித்தனியே எழுத எதுவும் இல்லை. கிட்டத்தட்ட ஒரு இலங்கைப் பத்திரிகைக் கலாசாரத்தின் பிரதிகளாக உருவாகிக் கொண்டிருக்கிறார்கள். நம்பிக்கையளிக்கும் ஒரே பாத்திரமாக சஜியை மட்டுமே என்னால் இனங்காண முடிகிறது. பிரதீபாவும் ஏனையோரும் பரிசுக்காக ஏங்கவும் பெயருக்காகப் பாடுபடவும் தயாராகிவிட்டார்கள். சிந்தனையில் தெளிவற்ற பாதையில் முடிவற்ற இவர்களை வெறும் வியாபாரிகளாக என்னால் அடையாளப்படுத்த முடியும். மிகக் கடுமையான இந்தத் துறையில் இவர்கள் எதனையும் சாதிக்கப்போவதில்லை என்பதன் அடையாளப் புள்ளியாக இவர்களுடைய தொடர் நடவடிக்கைகள் உள்ளன. சிந்தனைத் தெளிவற்ற பேச்சும் எழுத்தும் யாருக்கும் உதவாது.

08.02.2005

கல்லூரியில் உருவாக்கும் பத்திரிகைப் போட்டி ஒன்றிற்காக பேராசிரியர் சிவத்தம்பியை பேட்டியெடுக்க சஜியும், நானும் சென்றோம். திருப்திகரமான உரையாடலாக இருந்தது. நேற்று அத்தை வீட்டிற்குச் சென்றேன். அண்ணரின் திருமண அழைப்பை அவர்கள் ஒருவித இயலாமை கலந்த பழிவாங்கும் உணர்வுடன் ஏற்றுக்கொண்டனர் என்றே தோன்றுகிறது. திருமணத்திற்கு வருவார்கள் என்ற நம்பிக்கையை அப்பாவின் சகோதரி என்ற முறையில் அத்தையோ அவரின் பிள்ளைகள் மூவருமோ கணவன் என்ற முறையில் கௌரியும் அவருடைய கணவரும்

எனக்குத் தரவில்லை. நான் அவர்கள் மீது சலிப்படைந்து விட்டேன். உறவுகளின் அர்த்தம் எதில் இருப்பதாக அவர்கள் நினைக்கின்றார்கள் என்பது தெரியவில்லை. பணத்தைச் சேர்ந்தளவு பண்பாட்டை அவர்கள் கொண்டிருக்கவில்லை. அது இந்த மலையைச் சாய்க்கப் போவதில்லை. நான் மலையாக இருப்பதை அவர்கள் உணர வேண்டும்.

கடிதம்

அன்புள்ள செந்தாக் குட்டிக்கு,

நலம் நலமறிய விருப்பம்

தம்பி என்ன செய்கிறான் கவனமாகப் பார்க்கவும் சளி அடைத்துவிடும்.

எஸ்.எம்.ஏ தான் கொடு. வேறேதும் அவனுக்கு ஒத்துக் கொள்ளாது, தெரியும் தானே.

பராமரிக்க ஒரு வயதுபோன அம்மா சனிக்கிழமை வருவதாக சொல்லியிருந்தாயே, வந்துவிட்டாவா? வராவிட்டால் அவசியம் வரச்சொல்.

வேலைக்குப் போகத் தொடங்கிவிட்டாயா?

செந்தில் வந்தால் தங்கன் அண்ணரிடம் சொல்லி நெல் எடுக்கவும் 'அங்கிளை' விட்டு கடையில் சாமான்களை வாங்கி நன்றாக சமைத்து சாப்பிடு. குழந்தைக்குப் பால் கொடுப்பது கவனம்.

இங்கு கருணா அண்ணருக்கு ஆயிரம் ரூபா கொடுத்து விட்டேன். கொண்டு வந்த 150 ரூபா பஸ் செலவாயிற்று கையில் ஒரு சதம் காசு கூட இல்லை. சோப் வாங்கவும் என்பலப், முத்திரை வாங்கவுமாக 100 ரூபாவை இங்கு ஒரு நண்பரிடம் மாறியுள்ளேன்.

இங்கு சாப்பாடு எப்போதையும்போல மிகவும் மோசம் மோசமான தலைவலியாலும் மூக்கடைப்பாலும் மிகவும் பாதிக்கப்பட்டிருக்கிறேன். வந்து 'எக்ஸ்ரே' எடுப்பது நல்லதென்று நினைக்கிறேன், அதற்குரிய ஒழுங்குகளைச் செய்யவும் மிகவும் சோர்வாகவும் களைப்பாகவும் இருக்கிறது.

இங்கே வேலை செய்யும் இடத்தில் நான் வந்த அன்று பிரச்சினை, ஒழுங்கில்லை என்றும் இப்படி இடைவிட்டு இடைவிட்டு வேலைக்கு வருவதனால் வேலையை விட்டு நின்று விடும்படியும் புதுவை அண்ணர் சொன்னதாக கனக்ஸ் அண்ணர் சொன்னார். பின்னர் நான் கதைத்து இனி ஒழுங்காக வருகிறேன் என்று சொல்லி மிகவும் பிரயத்தனப்பட்டுத்தான் வேலை செய்கிறேன்.

இங்கே வேலை எதுவுமே இல்லை என்றாலும் சம்பளப்பட்டியல் செய்வதற்காக வரவு பதிய வேண்டியுள்ளது.

இன்னும் வெளிச்சம் வேலை தொடங்கவில்லை. 15 ஆம் திகதியளவில்தான் அங்கு வருவது சாத்தியம் என்று நினைக்கிறேன்.

விரதம் என்ன மாதிரி? சூரன் போர் பார்க்கப்போயிருக்கமாட்டாய் என்று நினைக்கின்றேன். நான் இங்கு முள்ளியவளையில் பார்த்தேன். நீ கோயிலுக்குப் போனாயா?

சீலன் வந்தால் வீட்டுக் கதவைப் பூட்டுவதற்கு 'ஆசாரி' ஒருவனைப் பிடித்து விடுமாறு சொல். கவனமாயிரு சந்தோசமாயிரு. சுகந்திக்கு இன்றுதான் கடிதம் எழுதினேன். கடிதங்கள் ஏதும் வந்ததா? கடிதம் எழுதி போஸ் பண்ணிவிடு அல்லது பி.எம் வந்தால் கொடுத்துவிடு. வேறென்ன?

மகன் கவனம்.
என் அன்பு முத்தங்கள்
என்றும் அன்புடன்

27.10.1998

பகுதி 4

நேர்காணல்கள்

பேராசிரியர் கா. சிவத்தம்பி

* இலங்கையில் முதல் முதலில் ஆரம்பிக்கப்பட்டுள்ள மும்மொழி மூலமான இதழியல் கல்லூரியில் விரிவுரையாற்றியுள்ள பேராசிரியர் என்ற வகையில் இக்கல்லூரியின் போதுமைகள் அல்லது போதாமைகள் குறித்து என்ன கருதுகிறீர்கள்?

மூன்று மொழிகளுக்கான பத்திரிகையியல் சம்பந்தமான ஒரு விரிவான கற்கை நெறியை ஒரு வருடத்தில் வைத்து ஒரு வரன்முறையான பயிற்சியைத் தருகின்ற ஒரு நிறுவனமாக இலங்கை இதழியல் கல்லூரி அமைந்துள்ளது. ஆனால் அத்தகைய ஒரு கற்பித்தல் முறைமை இங்குதான் முதலில் தொடங்கியது என்று கூற முடியாது.

கொழும்பு பல்கலைக்கழகம் நிறுவன ரீதியாக கலைத்துறையில் இதழியல் கற்கைநெறி ஒன்றை ஆங்கிலத்தில் இல்லாமல் சிங்களத்திலும் தமிழிலும் நடத்திவந்தது. அதுவும் சிங்களத்தையும் தமிழையும் ஒன்றாக இணைத்து ஒரேவிதமான பாடவிதானத்துக்குள் வைத்துத்தான் அது செயற்பட்டது. அதுமாத்திரமல்லாமல் Press council 2000மாம் ஆண்டு வரையில் பத்திரிகையாளர்களுக்கான பயிற்சி நெறியை வழங்கிவந்தது. அதிலேயும் சிங்களத்திற்குத் தனியாகவும் ஆங்கிலத்திற்குத் தனியாகவும் தமிழுக்குத் தனியாகவும் இருந்தது. அதனுடைய இன்னொரு படியாகத்தான் நான் இவற்றைப் பார்க்கிறேனே தவிர இதுதான் முதலில் வந்தது என்று கூறமாட்டேன். இதிலுள்ள பெரிய வித்தியாசம் என்னவென்று சொன்னால் அந்தக் கற்கைநெறியைக் கற்கின்ற ஆங்கிலமொழி மாணவர்கள், சிங்களமொழி மாணவர்கள், தமிழ்மொழி மாணவர்கள் ஊடாடுவதற்கான வாய்ப்பு ஒரே கட்டிடத்திற்குள் இருக்கிறது. ஆனால், கொழும்பு பல்கலைக்கழகத்தில் அவ்வாறான

அமைப்பு இல்லை. ஆனால் என்னுடைய அனுபவம் காரணமாக எனக்கொரு அபிப்பிராயம் உண்டு. முன்பு கொழும்பு பல்கலைக்கழகத்தில் வழங்கப்பட்ட புலமை வசதிகளை, கல்வி வசதிகளை தமிழ்மொழி வழிக்கல்விக்கு சரியான முறையில் பயன்படுத்தவில்லை என்ற ஒரு குற்றச்சாட்டு உண்டு. மிகக்குறைந்த தொகையினரைத்தவிர அங்கு விரிவுரையாற்றியவர்கள் சம்பந்தமாகவோ அல்லது விரிவுரைகளின் தர மட்டத்திலோ பலத்த வேறுபாடுகள் காணப்பட்டதாக பல மாணவர்கள் கூறியிருக்கிறார்கள். உண்மையில் கொழும்பு பல்கலைக்கழத்தின் பயிற்சி ஒரு Certificate ஆக வந்துவிட்டதே தவிர அதைப் பெரிய விசயமாகக் கருதும் நிலைமை துரதிஸ்டவசமாக இல்லை. ஏனென்றால் Practical Training அங்கே இல்லை என்றுதான் சொல்ல வேண்டும்.

இப்பொழுதுள்ள இலங்கை இதழியல் கல்லூரி Publishers எல்லாம் சேர்ந்து ஆங்கில நாட்டு ஊடகங்களோடு இணைந்து மூன்று மொழிகளுக்கும் விரிவுரையாளர்களை நியமித்து அவையனைத்தும் ஒரே இடத்தில் நடக்க வேண்டும் என்ற முறையில் நடத்தப்படுகிறது, அது நல்லது. ஆனால், இதில் எனக்குள்ள பயம் என்னவென்று சொன்னால் ஆங்கிலத்தில் இதழியல்துறையில் மிகப்பிரபலம் வாய்ந்தவர்களாக சர்வதேசப்புகழ் வாய்ந்தவர்களாக உள்ள இலங்கையர்களில் பலர் சிங்களவர். அவர்கள் சிங்கள மாணவர்களுக்கும் ஆங்கில மாணவர்களுக்கும் பயிற்றுவிப்பார்கள். அமல் ஜயவர்தன மாதிரி ஒரு ஆள் எங்களுக்குக் கிடைக்கிறது கஸ்ரம். எங்களுக்கு அப்படியான Outstanding Journalists இல்லை. அப்படித் துப்பரவாக இல்லாமலென்றில்லை, இருக்கு. ஆனால், எங்களுடைய பத்திரிகையாளர் பண்பாடு என்று ஒன்று இங்கே இருக்கு. அது ரொம்ப மோசமான ஒரு பண்பாடு - தயவுசெய்து இதை நான் சொல்லுறதுக்கு மன்னித்துக்கொள்ள வேண்டும் - அதாவது இவற்ர ஆக்கள் இவற்ர ஆக்கள், Aயினுடைய ஆட்கள், Bயினுடைய ஆட்கள் என்றிருக்கிறதால உள்ள திறமைகளை, உள்ள அனுபவங்களை சரியான முறையில் பெறக்கூடிய வாய்ப்பு இருக்கிறதாக எனக்குத் தெரியவில்லை. இது ஒரு மிக முக்கியமான பிரச்சினையாக இருக்கிறது.

தமிழகத்தில் கூட இதழியல் கல்லூரி அனுபவம் இப்பொழுதுதான் படிப்படியாக தொடங்குகிறது. அங்குள்ள சூழல் வேறு.

ஆங்கிலத்திலோ சிங்களத்திலோ இல்லாத ஒரு முக்கியமான விடயம், தமிழில் பிரதேச நாளிதழ்கள் வந்துவிட்டன. மட்டக்களப்பில் ஒன்று யாழ்ப்பாணத்தில் மூன்று நான்கு. நீங்கள் போய் யாழ்ப்பாணத்திலும் ஒரு கிழமையாவது நின்று படித்திருக்க வேண்டும். செய்தீர்களோ எனக்குத் தெரியாது. அது செய்யப்பட்டிருக்க வேண்டும் என்றுதான் நான் நினைக்கிறேன். ஏன் எங்களுக்கு Regional Journalism தேவைப்படுகிறது? கொழும்பில் இருந்து ஒரு பத்திரிகை வருகின்ற போது அதில் வருகின்ற செய்திகளுக்கும் உதயனில் வரும் செய்திகளுக்கும் உள்ள வித்தியாசம் என்ன? எழுதப்படும் முறையில் வித்தியாசம் இருக்கிறதா? இப்படியான சில அடிப்படைப் பிரச்சினைகள் இருக்கிறது. இவை எல்லாவற்றையும் தொடங்கியவுடனேயே தீர்க்க வேண்டுமென்று சொல்லி நாங்கள் எதிர்பார்க்க முடியாது.

இந்தத் துறையில் அனுபவமுள்ள சிவநேசச்செல்வனை நியமித்திருக்கிறார்கள். அவர் இதனை எவ்வாறு கையாண்டு பூரணமாக்குவார் என்பதில் தான் இவ் இதழியல் கல்லூரியின் எதிர்காலம் தங்கியிருக்கிறது.

எங்களுடைய Journalism என்பது எங்களது இளைஞர்களின் Work Cultureகுள் ஓர் அம்சமாக வரவில்லை அதை வளர்த்தெடுக்க வேண்டிய முறைமை மிகப்பெரிய விசயம். இதில் பல்வேறு விடயங்கள் உள்ளன. உலகப்பொதுவான அறிவு, அதை எவ்வாறு பயன்படுத்திக்கொள்வது இவ்வாறானவை. யாழ்ப்பாணப் பல்கலைக் கழகத்தில் கூட Media Resouce Centre தொடங்கி அதைச் செய்து கொண்டு வருகிறார்கள். இந்த வகையில் உங்களுடைய நிறுவனம் ஒரு முக்கியமான நிறுவனம், ஆனால் இதுதான் முதல் நிறுவனம் அல்ல. இது எவ்வளவு தூரம் சிறப்புறப் போகின்றதென்பது அது செய்யப்போகும் கருமங்களைக் கொண்டுதான் தீர்மானிக்கப்படும்.

* மேலே நீங்கள் குறிப்பிட்ட தமிழ்ப் பிரதேசப் பத்திரிகைகளின் முக்கியத்துவம் எத்தகையது என்று நீங்கள் கருதுகிறீர்கள்?

யாழ்ப்பாணத்திற்கென்று ஏன் ஒரு தனிப்பத்திரிகை தேவைப்பட்டது? ஏன் இன்றைக்கும் தேவைப்படுகிறது? அங்கே அவர்களுக்கென்று சில தனிப்பட்ட பிரச்சினைகள் இருக்கின்றன. யாழ்ப்பாணத்தின் வரலாற்றில் 1980 அல்லது 84ற்குப் பிறகு 88, 90களில் அதில் வந்த பெரிய பிரச்சினைகள் எவையென்றால் அங்கு நடந்த சண்டைகள், குண்டு வீச்சுக்கள் என்பவற்றைப் பற்றி கொழும்பிலிருந்து வரும் தினகரன், வீரகேசரியை வைத்துக்கொண்டு செய்திகளை அறிய முடியாது. மற்றது தினகரன், வீரகேசரி அங்கு வரவும் முடியாது.

வல்வெட்டித்துறையிலிருந்து வெளிக்கிட்டு சாவகச்சேரிக்குப் போபவருக்குத் தெரியாது அடி விழுந்ததா இல்லையா என்று. அதற்கு ஒரு உள்ளூர்ப் பத்திரிகை தேவை. மற்றது சில விசயங்களை open ஆகச் சொல்ல வேண்டியிருக்கிறது. கொழும்பிலிருந்து கொண்டு அவற்றை எழுத இயலாது. கடந்த 2002 இல் இந்த ஒப்பந்தங்கள் எல்லாம் நிறைவேறிய பின்பு தான் கொஞ்சம் மனம்விட்டு எழுத முடிகிறது. தினக்குரலால் எழுத முடிகிறது. வீரகேசரியால் செய்ய முடிகிறது. அதற்கு முன்னம் அப்படி எழுதினால் இங்கு அடுத்த நாள் அடித்துப்போட்ட படிதான் வரும். இத்தகைய நிலைமை இருப்பதால் அங்கே ஒரு தேவை இருக்கிறது. இப்பொழுது தினக்குரல் technology ஐப் பயன்படுத்தி இங்கிருந்து அனுப்பி இங்குள்ள செய்திகளையும் அங்குள்ள செய்திகளையும் சேர்த்துப் போடுகிறார்கள். ஆனால், அவசர கால நிலைமை இல்லாது, போரில்லாத சூழல்தான் காரணம். எனவே எங்களுக்கு regional newspaper தேவைப்படுகிறது. இந்தத் தேவைகளை எல்லாம் நீங்கள் உணர வேண்டும் என்று தான் நான் நினைக்கின்றேன்.

Journalism என்பதை நீங்கள் வெறுமனே எழுத்துத்துறை என்று மாத்திரம் பார்க்கக் கூடாது இந்த நாட்களில் Radio Jounalisum, T.V. Journalisum எல்லாம் உண்டு. தனியார் வானொலிகள் வந்ததன் பின்பு எல்லாம் துப்பரவாக மாறிவிட்டது. T.V. Journalisum எங்களுக்குள் வரவே இல்லை. யாழ்பாணத்தில் புலிகளின் குரல் இருக்கிறது. அது இன்னொரு வகையானது. அவர்கள் தங்களது தகவல்களைத் தருகின்ற முறைமை. நீங்கள் இவைகளையும் படிக்க வேண்டும். எப்படி புலிகளின் குரல் வித்தியாசப்படுகின்றது?

* இன்னொரு கேள்வியையும் கேட்க வேண்டும் சிங்களத்திற்கு ஏன் அது தேவையில்லை?

நீங்கள் இதுபோன்ற விடயங்களில் இன்னும் கொஞ்சம் ஆழமாகப் பார்க்க வேண்டும்.

மற்றது A/L இற்குப் பிறகு இந்தக் கற்கை நெறியில் நாட்டம் உள்ளவர்கள் மாத்திரம் வருவது போதுமா என்பது எனக்கொரு பிரச்சனையாக இருக்கின்றது. ஏன் என்றால் இது ஒரு தொழில்முறைக் கல்வி Professional Education. Knowledge based Education அல்ல. B.A., M.A. மாதிரி அல்ல. இதிலே உங்கள் தொழில்திறனை அறிவுத்திறனோடு எவ்வளவு இணைக்க முடியுமோ அவ்வளவுக்குத் தான் நீங்கள் மேலுக்கு வருவீர்கள். உங்களுடைய அறிவு வளர்க்கப்படுவதற்கான சூழல் இருக்கின்றதா உங்களில் 15 பேர் இருந்தால் எத்தனை பேருக்கு சூடானில் நடக்கும் பிரச்சனையைப் பற்றித் தெரியும்? நேபாளத்தில் இன்றைக்கு நடக்கும் பிரச்சனையைப் பற்றித் தெரியும்? சீனப் பிரதமரின் மரணம் சம்மந்தமாக கொமியுனிஸ்ட் கட்சிகளுடைய பிரச்சனைகள் என்ன? அவை ஒன்றைப் பற்றியும் சிந்தனை இல்லாமல் வெறுமனே ஒரு அறிவுத்துறையாக இதைக் கருத முடியாது. 'எழுத்தாளனுக்கு இன்னொரு வேலை' என்ற மாதிரி இருக்கிறதே தவிர இன்னும் இதழியல் 'Professional' ஆக வந்ததாக தெரியவில்லை. நீங்கள் அப்படிவர வேண்டும் என்று நான் விரும்புகின்றேன் நீங்கள் வளர வேண்டும் என்பது என்னுடைய அவா. இதுவரையில் வளரவில்லை என்பதற்காக நான் கிண்டல் பண்ணவில்லை.

* இலங்கைப் பத்திரிகைத் துறையில் சரியான போக்கு கடைப்பிடிக்கப்படுவதாக நீங்கள் கருதுகின்றீர்களா?

நான் நினைக்கவில்லை இலங்கையில் முப்பது வருடங்களாக ஒரு சண்டை நடக்கிறது. இன்றைக்குக் கூட சிங்கள மக்களில் பாதிப் பேரிற்கு இந்தச் சண்டை ஏன் நடக்கிறது என்று தெரியாது. சிங்கள மக்களின் முக்கால்வாசிப் பேருக்கு தமிழர்கள் எதற்காகப் போராடுகின்றார்கள் என்று தெரியாது. அந்த அளவுக்கு இந்த நியாயங்கள் சொல்லப்படவில்லை. அதே சிங்கள மக்களிடையே ஊடகங்கள் வளர்ந்த வரலாறும், காலனித்துவத்திற்கு எதிராக அவை செய்த பணிகளும், சிங்கள பௌத்த கருத்து நிலையோடு

அவைகள் தொடர்பு கொண்ட முறையும் 1920களில் சிங்கள பௌத்தக் கருத்து நிலை எவ்வாறு விதேசிகளை எதிர்க்கின்ற கருத்து நிலையாக மாறி, இந்தியர்களை, முஸ்லிம்களை ஆங்கிலேயரை எதிர்க்கின்ற ஒன்றாக அமைந்த வரலாறுகளுக்கு ஊடாக வந்தவை தான் இந்தச் சிங்களப் பத்திரிகைகள். ஆகவே மைய நீரோட்டத்தைச் சார்ந்த சிங்களப் பத்திரிகைகள் என்று சொல்லப்படுபவை பொதுவிலே ஒரு சிங்களக் கருத்தைச் சொல்லுமே தவிர தமிழ்ப் பக்கத்தின் நியாயப்பாட்டைச் சொல்லுவதில்லை.

ஆங்கிலப் பத்திரிகைகள் - அவ்வாறு சொல்கிற - ஒரு இடைநிலையியல் நின்று சொல்கிற தன்மை ஒன்று ஒரு காலத்தில் இருந்து வந்தாலும் அரசாங்கமும் ஒரு சில ஆங்கிலப் பத்திரிகைகளை துவக்கியதும், Island நிறுவனம் தன்னுடைய கொள்கையாக ஒரு பக்கச் சார்பான சிங்கள நியாயத்தை பேசுகின்ற ஒன்றாகவும் வந்ததனால் இவையும் நடுநிலை என்று சொல்வதற்கு இல்லை. இதன் காரணமாக சிங்கள மக்களிடையே சிங்கள மாற்றுப்பத்திரிகைகள் தேவையாக இருந்தது 'விகல்ப ஜேனலிசம்' என்று சொல்வார்கள். ராவய போன்ற பத்திரிகைகள் குறிப்பிடத்தக்கவை. அதே நேரம் தமிழ் மக்களின் நியாயங்களை, நீதிகளை சரியாக அணுக வேண்டும் என்பதற்காக நடத்தப்பட்ட 'யுக்திய' என்ற பத்திரிகை தோல்வியுற்றது. சுனந்த தேசப் பிரியவால் நடத்தப்பட்ட பத்திரிகை.

அதேமாதிரி தமிழ் நிலையைப் பற்றி பார்க்கின்ற போது சில நிறுவனங்களோடு சம்மந்தப்பட்டவை. அதனாலே அவர்களுக்கு அரசாங்கத்தின் நிலைப்பாட்டுக்கு எதிராகப் போவது சிரமமாக இருக்கும். வீரகேசரி ஒரு பொதுப்படையிலான பார்வையில் இந்திய முதலீடாக இந்திய நலன்களை கவனிக்கின்ற ஒரு நிலைப்பாட்டில் இருந்தாலும் கால ஓட்டத்தில் அது இலங்கை முழுவதும் - புத்தளம் ஆக இருக்கலாம், பதுளையாக இருக்கலாம், மொனராகலையாக இருக்கலாம் - எல்லாவற்றிற்கும் பொதுவான ஒரு தமிழ் Journalismஐ வளர்க்க வேண்டுமென்ற தேவை வீரகேசரிக்கு ஏற்பட்டது. எனினும் முகாமை, பொருளாதாரம் எல்லாம் முதாலாளித்துவத்தோடு சம்மந்தப்பட்ட விடயங்கள்.

கூட ஒரு காலத்தில் ஜே.ஆர் இடத்தில் இருந்து வாங்கப்பட்டது. தினக்குரல் அது மாதிரி அல்ல. தினக்குரலுடைய தோற்றமே தமிழ் மக்களிற்கு தங்களுடைய நியாயப்பாடுகளை கூறுவதற்காக உண்டானது. என்னைப் பொறுத்த வரையில் தமிழ் மக்களின் நியாயப்பாட்டை சொல்லுகிற ஒரு பத்திரிகைத் தர்மம், ஒட்டு மொத்தமாக கருதும்போது வீரகேசரி, தினக்குரல் பத்திரிகைகளால் கணிசமான முறையில் கடைப்பிடிக்கப்பட்டு வருகின்றது. பிரதேசப் பத்திரிகைகளில் கருத்து வேறுபாடுகள் இருந்தாலும் கூட தமிழ் மக்கள் தங்களுடைய பிரச்சனைகளைப் பற்றிய தெளிவடைவதற்காக பத்திரிகைகளை பயன்படுத்துவதற்கான வாய்ப்பு இன்று இருக்கின்றது. நிச்சயமாக தினக்குரலையும் வீரகேசரியையும் உதயனையும் அல்லது அங்குள்ள பத்திரிகைகளையும் சொல்லலாம். மற்றைய ஊடகங்களுக்கு அப்படிச் சொல்லலாமோ தெரியவில்லை. வானொலிகளில் இன்று வருகின்ற நிகழ்ச்சிகள் பயங்கரமான நிகழ்ச்சிகள். வானொலி என்ற 'Medium' எங்களிடையே வளரவில்லை. ஒரு காலத்தில் வானொலி என்ற ஊடகம் வளர்ந்து வந்தது. அதனூடு பல செயற்பாடுகளைச் செய்தது. அதன் மூலம் சமூகப் பிரச்சனைகளை இனம் காணும், இலக்கியப் பிரச்சனைகளை இனம் காணும் வழக்கம் வானொலியில் இருந்தது. 50 தொடக்கம் 70களின் நடுக்கூறு வரையில் வானொலிக்கு அந்தப் பங்கு இருந்தது. இப்போது அது அப்படியாக இல்லை ஆனபடியினால் ஒரு பண்பாட்டு மையமாக வானொலியோ T.V.யோ இன்றைக்கு இல்லை. சக்தியும் சூரியனும் அதிலொரு பாதிப் பக்கத்தை என்றாலும் செய்ய முடியுமா என்றால் முடியாது. காலை முதல் பின்னேரம் வரையில் சங்கீதத்தைப் போடுவார்கள். 'உன்னுடைய சட்டைக்குள் பார்க்கிறேன் அதைப் பார்க்கிறேன்' என்று சொல்லி விட்டு அப்பால் தமிழ்த் தேசியத்தைப் பற்றிப் பேசினால் அவ்வளவு Forcibile ஆக இருக்காது.

நான் சில வேளைகளில் அவதானித்துப் பார்ப்பது என்னவென்றால் செய்திக்கு முதலில் போடும் பாட்டு எது பிறகு போடுகின்ற பாட்டு எது என்று. அது ஒரு ருசிகரமான ஆய்வாக இருக்கும். செய்து பாருங்கள். எங்களுக்கொரு சிக்கல் என்னவென்று சொன்னால் எனக்கு எனது பேரப்பிள்ளைகளோடு இருந்து Radio கேட்க இயலாது. ஏனென்றால் அவர்கள் கேட்கும் கேள்விகள் தொடர்பான பாட்டில் வரும் வார்த்தைகள் எல்லாம்

ரொம்ப Vulgar ஆக இருக்கும். நான் என்னத்தைச் சொல்ல வானொலி என்பது பாட்டுக்காக மாத்திரம் இல்லையே! அதில் நாடகம் வரும், Discussion வரும், எத்தனையோ விசயங்கள் வரும் பண்பாடு வரும். அதுகள் எல்லாம் நின்று போச்சுத் தானே! வானொலியில் இப்போதெல்லாம் முஸ்லிம் நிகழ்ச்சி, கிறிஸ்தவ நிகழ்ச்சி, சைவ நிகழ்ச்சி என்று போடுகின்றார்கள். இப்படிக் கூறு போட்டால் என்னவென்று பார்க்கிறது.

18.11.1999

முதன்மை பெறும் பிரச்சினைகளின் கவிதை

கவிஞர் சோ. பத்மநாதன்
அவர்களுடன் ஒரு தொலைபேசி உரையாடல்

சோ.ப என்று இரண்டு எழுத்துக்களால் அறியப்பட்ட கவிஞர் சோ. பத்மநாதன் ஆங்கில ஆசிரியராக, விரிவுரையாளராக, பலாலி ஆசிரிய கலாசாலை அதிபராகக் கடமையாற்றி ஓய்வு பெற்றவர். யாப்பு நடைமுறைகளை அறிந்து கவிதை எழுதும் ஒரு சிலருள் 'கவிதை' எழுதிவருபவர்.

சமகாலத்தை தன் கவிதையில் உயிர்த்துடிப்புடன் வெளிப்படுத்துபவர். 'காவடிச்சிந்து' பாடல் 'வடக்கிருத்தல்' கவிதை தொகுப்புக்களில் வெளியீட்டைத் தொடர்ந்து அவரின் ஆப்பிரிக்கக் கவிதை மொழிபெயர்ப்பு தற்போது இணுவில் கலை, இலக்கிய வட்டத்தின் வெளியீடாக வெளிவந்துள்ளது. சோ.ப. அவர்கள் கவிஞர், மொழிபெயர்ப்பாளர், பேச்சாளர் என பலதுறைகளில் இயங்கி வருபவர்.

குண்டுவீச்சு, செல்லடி, உணவுப் பற்றாக்குறை முதலிய வற்றுக்கு அன்றாடம் முகம் கொடுப்பவன் எழுதுவது, தென்னிலங்கை யிலிருந்து எழுதுவது, வெளிநாட்டில் வாழ்பவன் எழுதுவது என்று ஒவ்வொன்றும் உணர்வுத்தளத்தில் வேறுபடுவன. முதலாவதிலிருக்கின்ற சத்திய ஆவேசம் மற்றயவற்றில் இருக்க வாய்ப்பில்லை என்று சொல்லுகின்ற திரு சோ. பத்மநாதன் அவர்களை தொலைபேசி உரையாடலின் மூலம் நிலம் இதழுக்காக சந்தித்தோம். இச்சந்திப்பு நிகழுவதற்குப் பெரிதும் உதவிய மதிப்புக்குரிய நண்பரும் விரிவுரையாளருமான திரு கந்தையா ஸ்ரீகணேசன் அவர்களுக்கு எனது நன்றிகள்.

- எஸ்போஸ்.

* உங்களால் கவிதை எழுதப்படும்போது அது யாருக்காக எதற்காக ஏன் எழுதப்பட வேண்டும் என உங்களுக்கு கேள்விகள் எழுந்ததுண்டா? "எனது ஆத்ம திருப்திக்காக எழுதுகிறேன்" என்று சொல்லப்படுவது பற்றி?

ஏன் - கவிதை எழுதுகிறேன் "எழுதாமல் இருக்க முடியாததால்" என்பதே என் பதில். என்னைச் சுற்றி நிகழ்பவை இல்லத்தில், ஊரில், நாட்டில் உலகில் - என்னைப் பாதிக்கின்றன. அப்பாதிப்பிற்கான எதிர்வினையே என் கவிதை. என் அனுபவங்களை சக மனிதர்களோடு பகிர்ந்து கொள்ள விழைகின்றேன். I am a man Speaking to man இம்மக்கட் கூட்டத்தின் குரலாய் என் கவிதை ஒலிக்க வேண்டும் என ஆசைப்படுகின்றேன். இக்கோணத்திலிருந்து நோக்கும்போது யாருக்காக எழுதுகின்றேன் என்ற தெளிவு எனக்கு இருக்கின்றது.

கவிதைகளின் மூலம் பிரச்சினைகளை முன்வைப்பது அல்லது தீர்வு சொல்லுவது சாத்தியமாவதைப்போல ஒவ்வொரு கவிதையிலும் ஒரு தோல்வியும் முடிவும் நமக்காகக் காத்துக் கொண்டிருக்கின்றது. அது எமது எதிர்காலத்திற்கான ஒரு சந்தர்ப்பத்தை மிகச் சடுதியில் தந்து மறைகிறது என நான் நினைக்கின்றேன்.

பிரச்சினைகளை முன்வைப்பது சரி, எல்லாவற்றிற்கும் தீர்வு சொல்வது சாத்தியமாகுமா? சரி - பிழை, நியாய - அநியாயங்கள், சார்பு நிலை பற்றியவை என்பது அனுபவம் நமக்கு உணர்த்தும் பாடம்.

ஒவ்வொரு கவிதையிலும் ஒரு தோல்வியோ வெற்றியோ காத்திருக்கின்றது என்பதில் எனக்கு உடன்பாடே, அது கூட சார்பு பற்றியதுதான், நல்ல கவிதை தோற்றுப்போவதுமுண்டு சராசரியான கோஷம் வரவேற்பைப் பெறுவதுமுண்டு.

* கவிதைக்கும் அரசியலுக்கும் கவிஞனுக்குமான பிணைப்புக் குறித்து?

அரசியலை விட்டு நாம் விலக முடியாது. அதை வாழ்க்கையிலிருந்து பிரிக்க முடியாது. மனிதன் சமூக விலங்கு, தாம் வாழும் சமூகத்தைப்பற்றிய அக்கறை சாதாரண மனிதனுக்கே அவசியம் என்றால், கவிஞனைப் பற்றிச் சொல்ல

வேண்டியதில்லை. தீ பெற்றோலைப் பற்றுவது போல பிரச்சினை கவிஞனைப் பற்றிக் கொள்கின்றது.

- **யுத்த காலங்களில் குறிப்பாக இன்றைய நாட்களில் எழுதப் படுகின்ற தனிமனித உணர்வுகளால் மையப்பட்டிருக்கும் கவிதைகள் இந்த சமூகத்தின் மீது எவ்வாறான பிரதிபலிப்பை ஏற்படுத்தும் என நினைக்கிறீர்கள்?**

தனி மனிதர்களால் உருவாவது தான் சமூகம். தனிமனித உணர்வுகளை கவிதை சொல்லக்கூடாது என்று எந்தத் தடையும் இல்லை. தன் உணர்ச்சிப் பாங்கான Romantic கவிதை செல்வாக்கு இழந்துவிட்டது எனச் சொல்ல வருகிறீர்கள் என்று நான் புரிந்து கொண்டால் இன்றைய போர்ச்சூழ்நிலையில் அது எடுபடாது. பொருத்தமற்றது என்பதை மறுக்க மாட்டேன். ஆனால், ஒன்று அழகுணர்ச்சி மனிதனுக்கு இயல்பானது A thing of beauty is a joy forever என்பான் Keats.

- **எமது நிலம், நேற்றிருந்த நிலக்காட்சிகள் மற்றும் பிற உன்னதமான கவிதைகள் எல்லாம் எமது கண்களிலிருந்து மறுக்கப்பட்டு விட்டன எனவும் எமது யதார்த்தத்தின் மீது மிகப்பெரிய பாறையாய், வலியாய் இது வீழ்ந்திருக்கின்றது எனவும் இன்றைய உங்களின் வாழ்வை உணர்கின்றார்களா? அல்லது அதற்கு மேலும்...**

காட்சிகள் மாறியுள்ளது மட்டுமல்ல, அடையாளம் காணமுடியாத அளவுக்கு நிலத்தோற்றம் மாறிவிட்ட அவலத்தை காணும் துர்ப்பாக்கியம் எமக்கு. விடுதலையின் பேரால் நாம் கொடுத்திருக்கின்ற விலை மிக மிக அதிகம் என்ற ஆயாசம் ஏற்படுவதை என்னால் தவிர்க்க முடியவில்லை.

- **இன்னும் போர் நடந்துகொண்டிருக்கின்ற, இராணுவம் முற்றிலும் இல்லாத குடிமக்கள் வாழும் பகுதிகளிலிருந்து படைக்கப்படுகின்ற கவிதைகளுக்கும் இடையிடையே தாக்குதலுக்குள்ளாக்கும் நாட்டின் ஏனைய பிரதேசங்களி லிருந்து படைக்கப்படுகின்ற கவிதைகளுக்கும் படைப்புக் களுக்கும் இடையே வேறுபாட்டை உணர்கின்றீர்களா?**

வேறுபாடு நிச்சயம் இருக்கிறது. குண்டு வீச்சு, செல்லடி, உணவுப் பற்றாக்குறை முதலியவற்றுக்கு அன்றாடம் முகம் கொடுப்பவன்

எழுதுவது, வெளிநாட்டில் வாழ்பவன் எழுதுவது என்று ஒவ்வொன்றும் ஒரு ரகம். முதலாவதிலிருக்கின்ற சத்திய ஆவேசம் மற்றையவற்றில் இருக்க வாய்ப்பில்லை.

- **அதிகார பலம் கொண்டவர்களை மறுத்து, அதிகார பலத்துக்கு உட்படுத்தும், அடக்கி ஒடுக்கப்படும் மக்களால் எழுதப்படுகின்ற கவிதைகள், படைப்புக்கள் அவர்களிடையே மிகத் துரிதமான மாற்றத்தையும் விழிப்புணர்வையும் ஏற்படுத்தும் என நம்புகிறீர்களா?**

எதிர்ப்பிலக்கியம் என்று சொல்லுவார்கள். நிச்சயம் அது விழிப்பை ஏற்படுத்தும் சொல்லப் போனால், இன்று உலகெங்கும் அத்தகைய இலக்கியத்துக்கு நல்ல வரவேற்பு உண்டு.

- **மக்கள் தங்களுக்கான முடிவை அதிகாரத்தின் வகையில் ஒப்படைத்துவிட்டு அவர்கள் பொறுப்பற்றவர்களாக மாறி வருகிறார்கள். அப்படியே முன்னோர்களின் எழுத்தில் தொங்கிக் கொண்டிருக்கின்றார்கள். குறிப்பாக தேவாரம், திருவாசகம் போன்ற பத்தி இலக்கியங்களிலும் மகாபாரதம், இராமாயணம் போன்ற இதிகாசங்களிலும், சராசரி மக்களுடைய இன்றைய வாழ்வு திணிக்கப்பட்டு இருக்கிறது. நிகழ்கால இலக்கியம் அவர்களுக்கு சொல்லப்படவில்லை என்பதும் சரியா?**

பல விடயங்களை ஒன்றாக முன்வைக்கிறீர்கள். அநீதிக்கெதிராக போராடாமல் பழையனவற்றின் நிழலில் ஒதுங்கும் (தப்பும்) மனோபாவம் Escapist கண்டிக்கத்தக்கதுதான். ஆனால் பக்தி இலக்கியம், இதிகாசங்களாகியவை இக்காலத்திற்கு அறவே ஒவ்வாதவை என்ற கருத்தில் எனக்கு உடன்பாடில்லை. எவ்வளவு தான் முக்கியமானதாக இருந்தாலும் நிகழ்காலத்தில் மட்டும் வாழ நம்மால் முடியுமா? திருவாசகத்தை, திவ்விய பிரபந்தத்தை இலக்கியமாக படிக்கும் கொம்யூனிஸ்டுகளை நான் அறிவேன். இதிகாசங்கள் எக்காலத்துக்கும் உரிய சில அடிப்படை அறங்களை சொல்லும். வாழ்வின் யதார்த்தங்களை மறப்பித்து ஒரு பொய்மைக் கனவுக்குள் சமயம் சராசரி மனிதனைத் தள்ளுகிறது என்பது மாக்ஸிய சித்தாந்தம், இதில் உண்மையில்லாமல் இல்லை.

- **நீங்கள் ஒரு கவிஞர், மொழிபெயர்ப்பாளர், பேச்சாளர் என பலதுறைகளில் இயங்கி வருகிறீர்கள் பிறமொழி இலக்கியங்களோடு மிக அதிகமான தொடர்பினைக் கொண்டவர் என்ற முறையில் நீங்கள் மொழிபெயர்க்க கையாண்டிருக்கின்ற மொழிகளில் எழுதப்பட்ட போர்க் கவிதைகளையும் இன்று தமிழில் எழுதப்பட்டு வரும் சமகால கவிதைகளையும் எவ்வாறு உணர்கின்றீர்கள்?**

பிற மொழிப் பரிச்சயம் எனக்கு ஆங்கிலம் மூலமே ஏற்படுகிறது. ஆப்பிரிக்கக் கவிதையைச் சற்று விரிவாகப் படித்திருக்கின்றேன். மிக மோசமான ஒடுக்குமுறையைச் சந்தித்த அம்மக்களுடைய நிராசைகளை, குமுறலை, ஆவேசத்தை, எழுச்சியை அக்கவிதை பேசுகிறது. இன்று தமிழில் எழுதப்படும் கவிதைகளில் இப்பண்புகளைக் காண்கிறேன். ஆனால், ஒன்றைச் சொல்லியாக வேண்டும். வெளிவரும் கவிதைகள் எல்லாம் தரமாய் அமைந்து விடுவதில்லை.

- **கவிதை மொழியைப் புதுப்பித்து அல்லது எமக்கான புதிய பதங்களைக் கண்டறிவதற்கான புதிய மொழியை உருவாக்குவது அப்படியென்றால் மரபை மீறுவது குறித்தான தங்களின் நிலைப்பாடு என்ன?**

கவிதை மொழி சாதாரண மொழியிலிருந்து வேறுபட்டது. ஆற்றலுள்ள கவிஞர்கள் புதிய பதங்களை உருவாக்குவார்கள் அல்லது பேச்சு வழக்கிலிருந்து கொண்டு வருவார்கள். மரபு மீறல் காலத்துக்குகாலம் நிகழ்ந்து கொண்டே வருகிறது. கடவுள் வாழ்த்துப்பாடிய தமிழன் தமிழ்மொழி வாழ்த்துப்பாடியதும் ஆண்டவனுக்கு பள்ளியெழுச்சி பாடியவன் பாரத மாதா திருப்பள்ளியெழுச்சி பாடியதும் மீறல்கள் தான். என் நிலைப்பாடு இதுதான் மரபை மீறுவதற்கு மரபு இன்னது என்ற தெளிவு வேண்டும்.

- **நாம் தற்போது உண்டு பண்ணி வைத்திருக்கின்ற கவிதைப் பாணிக்கும் சொல்லணிக்கும் எதிராகப் போராட வேண்டிய தேவை இருக்கிறாதா? அல்லது அவ்வாறானதொரு கவிதைப் பாணியும் சொல்லணியும் நம்மிடையே இல்லையா?**

கவிதைப்பாணி என்பது என்பது Style எமது பழந்தமிழ்க் கவிதையிலே, பாணியை ஓசையோடு தொடர்புபடுத்தி

வைத்திருக்கிறார்கள். செப்பலோசை இருவர் உரையாடுவது போன்றது. அகவலோசை ஒருவர் உரையாடுவது போன்றது. துள்ளலோசை தாழ்ந்தும் உயர்ந்தும் வருவது, கலிப்பா வகை. தூங்கலோசை - துள்ளாது தூங்கி வருவது. ஈழத்து தற்காலக் கவிதை பேச்சோசையை முதன்மைப்படுத்தி பெருவெற்றி கண்டுள்ளது. அணிகள் கவிதையை அழகுபடுத்துபவை. அலங்காரத்தை மிகையாகச் செய்யக்கூடாது. அணிகளைப் பொருட்படுத்தாத புதுக்கவிதை கூட உருவகங்களை அடுக்கிச் செல்வதைக் காணலாம்.

- **ஒரே காலத்தில் வெவ்வேறு கவிஞர்களால் தன்மையில் ஒத்தமொழிப் பிரயோகங்களும் கவிதை எழுதும் முறையும் கையாளப்பட்டு வருவதற்கு இன்றைய சூழலில் பிரத்தியேகமான காரணங்கள் எதுவும் இருக்கிறதா?**

ஒவ்வொரு காலகட்டத்திலும் ஒவ்வொரு பிரச்சினை முதன்மை பெறும். சாதீயம், சீதனக் கொடுமை, இன விடுதலை, பெண்ணியம் முதலியவற்றுள் எது எரியும் பிரச்சினையாக இருக்கின்றதோ அது பற்றியே எல்லோரும் எழுத முனைவர். இது தவிர்க்க முடியாதது. ஆனால் எந்த வடிவத்தையும் பயன்படுத்துவது என்பது தனிப்பட்ட கவிஞன் ஒருவன் படைப்பு முயற்சியில் ஈடுபடும்போது எடுக்கும் முடிவு.

ஆற்றல் மிக்க - ஆளுமை மிக்க கவிஞன் ஒரு வடிவத்தை வெற்றிகரமாக கையாண்டால் பலர் அதே வடிவத்தை தாமும் எடுத்தாள்வார். பாரதிதாசனைப் பின்பற்றி பலர் எண்சீர் விருத்தம் எழுதலாயினர். இதனால் ஒரு வாய்ப்பாட்டு தன்மை வந்துவிடுகிறது. இவ்வாறே அகவலும் அறுசீர் விருத்தமும் மலினப்பட்டுப்போயின. இன்று எழுதப்படும் புதுக் கவிதைகளையும் இந்நோய் பீடித்துள்ளது.

மொழிப்பிரயோகம் பொருளுக்கு ஏற்ப, சந்தர்ப்பத்துக்கு ஏற்ப - மாறுபடும். நுஃமான் - இலைக்காரி - என்ற கவிதையில் முஸ்லிம் பேச்சு வழக்கை அற்புதமாகப் பிரயோகிக்கின்றார்.

“நட்டாங்கா இன்னும் நாலுபடி வையென்றான் கட்டாகா கன்றார் கறிக்காறி”

சு. வில்வரத்தினம் எமது செந்நெறி இலக்கியங்களில் பயிலும் சொற்றொடர்களைப் பயன்படுத்துவார். ஆக முறைமை அல்லது Style என்பது கவிஞனுடைய மொழிஞானம் - ஆளுமையைப் பொறுத்தது.

- **கவிதையின் பல்வகைத் தன்மைபற்றி அதாவது அதன் இசைப் பரிமாணம் கவியரங்கு ஆற்றுகை மற்றும் கவியரங்கில் கவிதையின் வெளிப்பாடு...?**

இசைப்பாக்கள் ஒரு வகை. அவற்றில் இசையமைப்பு முதன்மை பெறும். இசைப்பாவின் கவிதைப்பண்பும் இணைந்துவிட்டால் அதன் சுவையே தனி. கவியரங்கக் கவிதை கேட்போனுடன் நேரடியாகத் தொடர்பு கொள்வது, சில அடிகள் அல்லது தொடர்கள் திரும்பத் திரும்ப வரவேண்டும் - பல்லவி போல பேச்சோசை எடுப்பாயிருக்கும். எளிமை ஓசை நயம் எல்லாம் அவசியம்.

- **பழந்தமிழ் இலக்கியப் பரிச்சயம் ஒரு புதிய கவிஞனை எந்தளவிற்கு ஆற்றுப்படுத்தும்?**

நாம் சுயம்பு அல்ல, எமக்கென்று நீண்டதொரு கவிதை மரபு உண்டு. என் தந்தை பார்த்த உலகம் ஒன்று, என் பாட்டன் பார்த்த உலகம் வேறொன்று. தந்தையின் தோளிலும் பாட்டனின் தோளிலும் ஏறி நின்று நான் பார்த்த உலகம் வேறொன்று. பழந்தமிழ் இலக்கியப் பரிச்சயம் உள்ள கவிஞன் அதிக தூரம் பார்க்கிறான்.

- **ஒரு கல்விசார் அறிஞனாக மிளிரும் தாங்கள் ஒரு கவிஞனுக்கு தேவைப்படும் முறைசார் கல்வியின் அவசியம் பற்றி என்ன கருத்தைக் கொண்டுள்ளீர்கள்?**

கற்றவர்கள், பண்டிதர்கள், எல்லோரும் கவிஞர்களாவதில்லை. ஆக்கத்திறன் வாய்ந்தவர்களே கவிஞர்களாக, கலைஞர்களாக வருகிறார்கள். ஆக்கத் திறனை கல்வி மேலும் சுடர்விடச் செய்யும், கவிஞர்கள் நிறைய வாசிக்க வேண்டும் என நம்புகிறவன் நான். அகன்ற வாசிப்புப் பரப்பை உடையவர்கள் ஆழமான கவிதைகளை எழுதுகிறார்கள்.

* தற்காலத்தில் எழுதப்பட்டு வரும் ஈழத்தமிழ்க் கவிதைகள் இருண்மைத் தன்மைக்கு உட்பட்டிருப்பதாகச் சொல்லப் படுகிறதே?

எனக்கு இடையிடையே இவ்வாறான உணர்வு ஏற்படுவதுண்டு, ஆனால் சில உச்சமான கவிதைகள் வெளிவரக் காண்கையில் இந்தத் தளர்ச்சி நீங்கிவிடும். அண்மைக் காலங்களில் வில்வரத்தினம், சிவசேகரம், நட்சத்திரன் செவ்விந்தியன், அஸ்வகோஸ், த. ஜெயசீலன், றஸ்மி, கஸ்ரோ, சிவசிதம்பரம், கருணாகரன், இயல்வாணன் ஆகியோர் எழுதும் கவிதைகளைப் படிக்கும்போது ஈழம் கவிதையில் முன்னணியில் நிற்கிறது என்று மனம் தேறுகிறேன்.

* தற்போது பத்திரிகைகள், சஞ்சிகைகளில் வெளிவந்து கொண்டிருக்கும் கவிதைகள் - கவிதை இலக்கியம் மற்றும் இவை சார்ந்த விமர்சனங்கள் பற்றி தங்களின் எண்ணம் என்ன?

நிறையப் பேர் 'கவிதை' எழுதுகிறார்கள். பத்திரிகைகளும் பக்கங்களை ஒதுக்குகின்றன. அவை கனதியாய் இல்லை என்பது என் கவலை. கவிதை மொழியின் சிகரம், தமிழை வழுவின்றி எழுத முடியாதவர்கள் கவிதை எழுத முற்படுவதுதான் இன்றைய அவலம். கவிதைக்கும் செய்யுளுக்கும், கவிதைக்கும் உரைநடைக்கும் உள்ள வேறுபாடுகள் பலருக்கு தெரிவதில்லை. விமர்சனம் பற்றிக் கேட்கிறீர்கள், ஈழத்தில் நாம் ஒரு சிறிய வட்டத்துக்குள் சுற்றி வருகின்றோம். நூலாசிரியர், விமர்சகர், வாசகர் எல்லோரும் இதனால் மனம் விட்டு விமர்சனம் எழுத முடிவதில்லை. எங்கள் 'பணச்சடங்குகள்' போல விமர்சனமும் ஒரு கடப்பாட்டுச் சடங்காகிவிட்டது. இது ஒரு புறம்.

தனிப்பட்ட கோபதாபங்களை படைப்பின் மீது காட்டி கடித்துக் குதறும் 'விமர்சனம்' மறுபுறம். இதுவும் நேர்மை ஆகாது. புறவயம் (Objective) என்று சொல்வார்கள். விமர்சகர்கள் சற்று விலகி நின்று, படைப்பை சீர்தூக்குவது என்பது இந்நாட்டில் அடையாத இலட்சியமாகவே இருந்து வருகின்றது.

* புலம்பெயர்ந்து வாழும் எழுத்தாளர்கள் ஈழத் தமிழர் வாழ்வு பற்றி எழுதக் கூடாதா?

அப்படியல்ல, புலம்பெயர்ந்து வாழ்வோர் மேற்குலக வாழ்வை சார்ந்திருப்போர் உடலுக்கு ஒத்துவராத குளிர், வேற்று மொழி, வித்தியாசமான வாழ்வும் அது தரும் அனுபவங்கள் பற்றியும் அவற்றின் முரண்பாடுகள் பற்றியும் எழுதலாம், அதுதான் சுவாரசியமாக இருக்கும். பிற நாடுகளிலிருந்து கொண்டு ஈழத்து வாழ்வனுபவங்களில் இருந்து விலகி இதன் அரசியல் பற்றி எழுதுவது ஆபத்தானது. *(No first Hand Experience with him)*

வெள்ளொளியும் வாசமுமாய்

எஸ். உமாஜிப்ரான்

விடுதலைப்போராட்டச் சூழலிலிருந்து எழுதுகின்ற கவிஞர்களுள் சுந்தரமூர்த்தி சுரேஸ்குமார் என்ற இயற்பெயரைக் கொண்ட எஸ். உமாஜிப்ரான் குறிப்பிட்டுச் சொல்லக்கூடிய ஒருவர்.

இவருடைய கவிதைகள், எவருடைய பாதிப்பிற்கும் ஆட்படாமல் தனித்தன்மையும் இறுக்கமும் நேர்த்தியும் ஆழமும் கொண்டு இயங்குகின்றன.

மண்ணின் வேர்களை உரசித் தீமூட்டும் இவரது கவிதைகளினூடே யுத்தம் பரிசளித்த காலமும் மனிதர்களும் வலுவோடு இருக்கின்றார்கள். ஒடுக்கப்பட்ட மக்கள் தங்களது குரல்களை காற்றில் அறைந்தும் அலையில் எறிந்தும் அலைவின் சலிப்பில் தெருக்களில் விட்டுச்சென்றும், அவர்கள் காணாமல்போன போது அவர்களின் குரல்களோ கவிதைகளாயின அல்லது கண்ணீராயின.

உமாஜிப்ரானின் குரலில் கண்ணீரும் கவிதையுமான இந்த இயக்கம் வீச்சோடு பரிமளிக்கிறது. மென்னுணர்வு மிக்கவையாகவும் உண்மையும் நெருப்பின் வன்மையும் ஒரு சேரக் கொண்டமைந்தவையுமான இந்தக் கவிஞனின் கவிதைகளோடு பயணிப்பதற்காக, இந்தக் கவிதைகளில் வாழ்ந்து கொண்டிருக்கும் உண்மை மனிதர்களின் துயரார்ந்த வாழ்வில் பட்டொளிர்வதற்காகவேனும் நீங்கள் தயாராகத்தான் வேண்டும்.

'காலச்சுவடு' (தமிழ்நாடு) 'இன்னுமொரு காலடி' (லண்டன்) மற்றும் காலடி 'கவிதை' வெளிச்சம், யுகம் மாறும் (லண்டன்), நிலம், மூன்றாவது மனிதன், ஈழநாதம், போன்ற பல்வேறு

இதழ்களிலும் இவரது கவிதைகள் பிரசுரமாகியிருக்கின்றன. 'புரவிகள் திரும்புகின்றன' என்ற கவிதைத் தொகுப்பும் வெளிவர இருக்கின்றது.

உமாஜிப்ரானுடைய இந்தச் சந்திப்புக்குப் பிறகு காலம் வேகமாக உருண்டுவிட்டது. எப்போதோ வெளிவந்திருக்க வேண்டிய 'நிலம்' இரண்டாவது இதழும் இந்தச் சந்திப்புத் தந்த அதிர்வும் இந்தக் கால நிகழ்வில் உள்ளடங்கி துயருற்றுக்கிடந்தது. 'நிலம்' இதழைத் தொடர்ந்து நடத்துவதற்கு நான் வாழ்ந்து கொண்டிருந்த சூழல் இடம் தரவில்லை. இப்போது மட்டும் இது சாத்தியமா?

அரசியலும் ஒடுக்கப்படும் மக்களின் துயரமும் இலக்கியத்தில் அனுமதிக்கப்படுவதை விரும்பாத அல்லது அஞ்சி ஒதுங்கும் மனிதர்கள் எம்மிடையே இன்னும் வாழ்ந்துகொண்டுதான் இருக்கின்றார்கள். இவர்கள், வாழ்வில் ஒரு முகமும் வார்த்தையில் ஒரு முகமுமாய் இருக்கின்றார்கள். இந்த முகங்களைவிட, அரசின் கோர முகமும் இந்த முகங்களைத் திரை கிழிக்கும் முயற்சி தான் 'வெண்ணொளியும் வாசமுமாய்' விரியும் இந்தச் சிறகுகள்.

* நீங்கள் எவ்வாறு கவிதை எழுதத் தொடங்கினீர்கள்?

வாசிப்பனுபவ முதிர்ச்சியே படைப்பூக்கமாக அமைகின்றது என்று எண்ணுகின்றேன். சிறு பராயம் முதற்கொண்டே வாசிப்பு என்பது என் இயல்புகளில் ஒன்றாயிருக்கின்றது. என் மாமனார் எஸ்.ஜி. கணேசவேல் ஒரு கவிஞர் என்பதால், நான் கவிதையில் நாட்டம் கொள்வதற்கு ஏதுவாயிற்று. மற்றும்படி விடுதலைப் போராட்டச் சூழல் என்னையும் ஒரு கவிஞனாக்கிற்று எனலாம்.

* கவிதை என எதைக் கருதுகிறீர்கள்?

இலக்கிய வடிவங்களுள் ஆதியானது கவிதை. கவிதையின் பிதாமகர்கள் எனக் கருதப்படுபவர்களிலிருந்து இன்று சமகாலத்தில் எழுதிக்கொண்டிருக்கும் கவிஞர்கள் பலரும் 'எது கவிதை' எனச் சொல்லியிருக்கிறார்கள். ஒவ்வொருவரது கூற்றும் ஒன்றோடொன்று ஒத்ததாயும் ஒன்றுக்கொன்று முரணானதாயும் இருக்கிறது. அவை எல்லாவற்றினோடும் என்னால் ஒத்துப்போக முடியவில்லை. 'எது கவிதை' என்ற பிரபல கூற்றுக்கு அப்பாலும் நான் கவிதையை உணர்கின்றேன். என்னை இம்சைப்படுத்துகின்ற

ஜீவ அவலங்கள், மென்மையாய் ஸ்பரிசிக்கின்ற சிருஷ்டியின் அழகுகள், இன்னும் புரிந்தும் புரியாமலும் போக்குக்காட்டும் வாழ்வனுபவ மென்உணர்வுகளை எல்லாம் நான் கவிதை என்பேன், இவை கவிதை வடிவத்தை பெறாதபோதும்.

- **உங்களைக் கவர்ந்த கவிஞர்கள்?**

என் மனதைப் பலர் தொட்டிருக்கிறார்கள், ஆனால் மனங்கவர்ந்தவர்கள் கம்பனும், பாரதியுமே. மனது நோவெடுக்கும் போதெல்லாம் பாரதியின் கவிதைகளே எனக்கு மருந்து செய்கின்றன. வாசிக்கும் போது என் மனதை உலுக்கவும், உரசவும் முடிகிறவர்களென்று ஈழத்தை பலரைச் சொல்லலாம். தமிழகத்தில் கலாப்பிரியா, பசுவய்யா, கல்யாண்ஜி, பா. வெங்கடேசன், மனுஷ்யபுத்திரன் போன்றவர்களைக் குறிப்பிடலாம்.

- **உங்களுக்கு மிகவும் பிடித்த உங்கள் கவிதை எது?**

என்னுடைய கவிதைகள் ஒவ்வொன்றையும் மிகவும் நேசிக்கின்றேன். எதைத் தவிர்ப்பது எதைச் சேர்ப்பது என்று மிகவும் தவிப்பாக இருக்கின்றது. அவை ஒவ்வொன்றும் ஒன்றையொன்று முந்திக்கொண்டு எண்ணத்தில் ஆடுகின்றன. நான் என்ன செய்யட்டும்.

- **ஒரு கவிஞனின் காதற்காலம் பற்றி?**

மானுட உறவுகளில் தாய்மை உணர்விற்கு அடுத்ததாக பரவசமானது காதலுறவுதான், ஒவ்வொருவருடைய உணர்ச்சிப் பெருக்கிற்கும், சிந்தனைப் போக்கிற்கும், ஏற்ப அவரவரின் காதற்காலம் என்பது மாறுபடுகின்றது. ஆனால், ஒரு கவிஞனுக்கு வாய்த்த நுட்ப மனமானது அவருடைய காதலை நுட்ப உணர்விழைகளினால் வனைகிறது. காதலின் மிக நுண்ணிய கவிதை போன்ற பரவச உணர்வுகளையெல்லாம் அவனால் உள்வாங்கி அனுபவிக்க முடிகின்றது. ஒரு கவிஞனின் காதற்காலம் ‘வெண்ணொளியும் வாசமுமாய்’ கரைகிறது.

- **சமகால, தமிழக மற்றும் ஈழத்துக் கவிதைகள் பற்றிய உங்கள் கருத்தைச் சொல்லுங்கள்?**

தமிழகக் கவிதைகளின் அழகியல் கலையம்சம் என்பவை மனதை விரைந்து கவ்விக்கொள்கின்றன. பல கவிதைகள் அறிவியல் வெளிப்பாடுகளாக இருக்கின்ற போதும் வாழ்வின் மிக நுண்ணிய அனுபவங்ளையெல்லாம் தரிசிக்க முடிவதெல்லாம் தமிழகக் கவிதைகளில் தான், உயிர் வாழ்தலுக்கான, வாழ்தலுக்கான பிரயத்தனங்களே இன்று ஈழத்துக் கவிதைகளின் பாடுபொருளாக இருக்கின்றது. மனித அவலங்களும் வாழ்வைப் பறிகொடுத்து விடுமோ என்கின்ற அச்சமும் விடுதலை அவாவிய மானுட வேட்கையும்.

ஈழத்துக் கவிதைகளின் சத்திய தரிசனங்களாகின்றன. வாழ்வு குறித்த தீவிர உணர்ச்சிகளை வெளிப்படுத்தும் ஈழத்துக் கவிதைகள் பல அழகியலையும் கலையம்சத்தையும் கொண்டிருக்கத் தவறுவது நாங்கள் மனங்கொள்ள வேண்டிய ஒரு விடயம்.

- **ஒரு கவிதைக்கான தொடக்கம் உங்களுக்கு எவ்வாறு நிகழ்கின்றது?**

ஜீவ அவலங்கள், சிருஷ்டியின் உயிரழகு, சிக்கறுதலும், சீராகுதலுமான மனித உறவுகள், வாழ்வியலின் வகை அறியா லீலைகள் இவற்றையெல்லாம் உணரும்போது எனக்குள் முதலில் தோன்றுவது தவிர்ப்புத்தான். என் மனதில் உறைந்த அந்தத் தவிர்ப்புத்தான் ஒரு பொழுதில் கவிதையாகத் தெரிகின்றது. ஒரு கவிதைக்கான உணர்வு என்னுள் ஊர்ந்து கிளறும்போதே அதை நான் கவிதையாக எழுதிவிடுவதில்லை. அப்படியான உணர்வுகள் முழுவதையும் என்னால் எழுதிவிட முடிவதுமில்லை. என்னுடைய கவிதைளின் கர்ப்ப காலம் என்பது மிகவும் நீண்டதாகவே இருக்கிறது. தவத்தின் வரம் கவிதை என்பதிலெல்லாம் எனக்கு உடன்பாடில்லை. என்னளவில் உழைப்பின் வியர்வை கவிதை.

- **உங்களுடைய முதற் கவிதை பற்றிய ஞாபகங்கள்?**

காதல் உணர்வு என்பது இயல்பானது என்பதாலோ என்னவோ, காதலற்ற அக்காலங்களில் நான் எழுதியது காதல் கவிதைகள் தான். அவற்றை முதலில் எதை எழுதினேன் என்பது ஞாபகம் கொள்ள இயலாத ஒன்று. காலம் எனக்கு வழங்கி நான்

பறிகொடுத்த தவறவிட்டவற்றுள் அந்தக் கவிதைகளும் அடங்கும், ஆனால் முதலில் பிரசுரமான கவிதையைப் பற்றிச் சொல்லலாம். திலீபனைப் பாடிய கவிதை அது. 1992 ஆம் வருடம் ஈழநாதம் நாளிதழில் அந்தக் கவிதை பிரசுரமானது. பசியுணர்வு எழும்போதெல்லாம் ஞாபகம்கொள்கின்ற தியாகம் திலீபனுடையது. திலீபனின் வாழ்வும் தியாகமும் கூட ஒரு போராட்ட இலக்கியம் தான். எழுத வேண்டும் நாங்கள்.

- **இளங் கவிஞனிடம் இன்னுமொரு மூத்த கவிஞனின் ஆதிக்கம் தாக்கம் மேலோங்குவது அவனுடைய சுயத்தை அதாவது தன்மையை தானே இழக்கும் நிலையைத் தோற்றுவிக்காதா?**

ஆதிக்கம் என்பது செலுத்துவது, தாக்கம் என்பது பெறுவது. ஆதிக்கத்தை ஏற்றுக்கொள்ள முடியாது. ஆனால் தாக்கம் தவிர்க்க முடியாதது. பாரதி முதற்கொண்டு பலரும் அவர்களுக்கு மூத்த படைப்பாளிகளின் தாக்கம் பெற்றே கால நகர்வில் அதிலிருந்து மீண்டிருக்கின்றார்கள். எனவே தனித்தன்மையை உருவாக்குவதும் சுயத்தைப்பேணுவதும் படைப்பாளியின் கையிலேயே இருக்கின்றது. நீண்ட காலமாக எழுதுகின்ற போதும் இங்குள்ள சிலருக்கு தனித்தன்மை என்பது இன்னமும் வாய்க்கவில்லை. தங்களுக்கென்ற தனித்தன்மையை தோற்றுவித்த ஒரு சிலரின் சமீபத்திய கவிதைகளில் கூட பிற கவிஞர்களின் தாக்கத்தை உணரமுடிகின்றது. இத்தகைய படைப்புமன ஆரோக்கியச் சரிவை இவர்கள் கருத்தில் கொள்ளவேண்டும்.

- **புலம்பெயர் இலக்கியமும் அதன் வெளிப்பாடும் குறித்து?**

புலம்பெயர் இலக்கியத்தைப் பற்றி கருத்துச் சொல்லுமளவிற்கு அவற்றுடன் எனக்கு அத்தனை பரிச்சயமில்லை. ஆனால் எனக்கு பரிச்சயமான சொற்பப் படைப்புக்களைக் கொண்டு புலம்பெயர் இலக்கியத்தை இரண்டாக வகைப்படுத்தி ஒரு கருத்தைச் சொல்லலாம். ஈழ விடுதலைப் போராட்டத்தையும் தாயக மனிதர்களின் மீது சிங்களப் பேரினவாதம் ஒரு பெரும் பழுவாய்ச் சுமத்தியுள்ள அவலங்களையும் பெரும்பாலான இலக்கிய வெளிப்பாடுகள் பேசுபொருளாகக் கொண்டிருக்கின்றன. அதாவது தாயக விடுதலைப்போராட்டத்தை விசையுறச் செய்கின்ற போராட்ட இலக்கியமாகவே அவை பரிமளிக்கின்றன. இது ஒரு வகை. மற்றையது போராட்ட விரோத இலக்கியம்.

இந்த வகை இலக்கியச் செயற்பாடானது வெளிப்படையாக போராட்ட விரோத நிலையைக் கொண்டிருப்பதில்லை. மானுட நேயம் ஒட்டுமொத்த மானிட விடுதலையே, தங்கள் இலக்கியத்தின் ஆன்மா என்று சொல்லிக்கொள்ளும் இந்தவகைப் படைப்பாளிகளும் தாயக அவலங்களைத்தான் படைப்பாக்குகிறார்கள்.

ஆனால் அந்த அவலங்களுக்கு மூலமான அரசியலைப் புறந்தள்ளுவதன் மூலம் விடுதலைப் போராட்டத்தின் தவிர்க்க முடியாத அம்சமான மனித அவலத்தை ஒரு தேவயைற்ற மானுட இம்சிப்பாக சித்தரித்து விரக்தியுணர்வை ஊட்டுகிறார்கள். இவர்களின் இத்தகைய சத்தியம் தப்பிய இலக்கியச் செயற்பாடுகள் சிங்களப் பேரினவாதத்தின் ஆக்கிரமிப்பு மனோபாவத்தை பரந்து விரியச்செல்லும் பணியையே செய்கின்றன.

- **ரஷ்யாவிலும் சரி ஏனைய விடுதலைப் போராட்டம் நடைபெற்ற நாடுகளிலும் சரி படைக்கப்பட்ட இலக்கியங்கள் எல்லாமே அந்த மக்களின் வாழ்வியலோடு மிக அற்புதமாக நெருங்கி வந்திருக்கின்றன, கலந்திருக்கின்றன. அன்றைய போரில் நடந்த உன்னதங்களை விடவும் உயிர்த் தியாகங்களை விடவும் எமது மண்ணில் மிகுந்த அர்ப்பணிப்புக்களும், உயிர்த் தியாகங்களும் நடந்து கொண்டிருக்கின்றன. எனினும் இச்சூழலில் எம்மால் அவ்வாறான பேராற்றல் மிக்க இலக்கியங்களை படைக்க முடியாமலிருப்பது ஏன்?**

நீங்கள் குறிப்பிடுகின்ற விடுதலைப் போராட்ட நாடுகளின் மிகவும் அற்புதமான மானுட விடுதலை இலக்கியங்கள், போராட்ட இலக்கியங்கள் எல்லாமே அந்தந்த தேசங்களின் விடுதலைப் போராட்ட காலத்திலேயே எழுதப்பட்டவை என்று சொல்ல முடியாது.

நீங்கள் குறிப்பிடுகின்ற இலக்கியங்களில் அனேகமானவை விடுதலைக்காக போராடிய தேசங்கள் சுதந்திரமடைந்த பின்பே படைக்கப்பட்டன. இதற்கு ரஷ்யாவும் விதிவிலக்கல்ல.

எங்கள் தேசத்திற்கான வாய்ப்பை காலம் வழங்கும்போது இங்கிருந்தும் பேராற்றல் மிக்க மிக உன்னதமான போராட்ட

இலக்கியங்கள் உருவாகி, உலக போராட்ட இலக்கிய வரலாற்றுக்கு மகிமை சேர்க்கும் என்று நம்பலாம்.

- **படிமம் / குறியீடு பற்றிய எதிர்ப்பு உணர்விற்கும் புரியவில்லை, புரிந்துகொள்ள சிரமமாயிருக்கின்றது என்பதான குற்றச் சாட்டுகளுக்கும் என்ன காரணம்?**

எதிர்ப்புணர்வு சொற்பமாகத்தான் இருக்கின்றது. மாற்றங்களுக்கும் புதுமைகளுக்கும் தம்மை ஆட்படுத்திக் கொள்வதை மறுக்கின்ற மரபுவாதப் போக்குடையவர்கள். தங்களுக்கு ஒவ்வாதவற்றிற்கு எதிர்ப்பு தெரிவிப்பது என்பது ஒரு சகஜ நிகழ்வு. அதை விடுவோம்.

புரியவில்லை - புரிந்துகொள்ள சிரமமாயிருக்கின்றது என்பது சோம்பலின் போதாமையின் அங்கலாய்ப்பு, தேடலில் உள்ள சுறுசுறுப்பின்மையே, புரியவில்லை என்ற குற்றத்தை படைப்பின் மேல் சுமத்துகின்றது. சிரமமில்லாமல் புரிந்து கொள்ள வேண்டும் என்றால் ‘தினமுரசு’வுடன் நிற்பதைத் தவிர வேறு வழியில்லை.

ஒரு நல்ல இலக்கிய உருவாக்கத்திற்கான படைப்பாளியின் உழைப்பில், மூன்றில் இரண்டு பங்கையேனும் அந்தப் படைப்பை உணர்வதற்கு செலுத்தாத வாசகனுக்கு ஒரு நல்ல இலக்கிய தரிசனம் என்பது கிட்டாமலே போய்விடுகிறது. மனித மேன்மைகளெல்லாம் உழைப்பாலானவை. அதற்கு இலக்கியமும் விதிவிலக்கல்ல.

- **இன்றைய உங்கள் இலக்கிய வாழ்வு எப்படியிருக்கிறது?**

திருப்தி தருகின்றபோதும், எதையோ இழந்ததான உணர்வு சதா நெஞ்சையடைக்கிறது. அந்த வெற்றிடங்களையெல்லாம் நிரவிவிட வேண்டும் என்பதே என் உழைப்பாய் இருக்கிறது. தெளிவதற்கும், தெளிந்து எழுதுவதற்குமானவை குவிந்து கிடக்கின்றன. என்னைத் தேற்றுகின்ற என் கவிதைகள் என் உயிர் பற்றி உலுக்கிய துயரங்களுக்குரிய மனிதர்களையும் தேற்ற வேண்டும் என்பதுதான் என் ஏக்கம். போலிகளும், சிறுமைகளுமான சமரசம் செய்துகொள்ள முடியாது சகமனித சூழலில் அனைத்துமே சவாலாகத்தான் இருக்கிறது.

- **உங்களின் வாழ்க்கைப் பின்னணி?**

அமரரான என்னுடைய தகப்பனார் மரபோவியங்கள் அற்புதமாக வரைவார். தத்ரூபமான உடற்திரட்சிகளுடன் மண்ணில் உருவங்கள் வனைவார். என் மாமனார் ஒரு கவிஞர் என்பதைத் தவிர, குறிப்பிடப்படும்படியான கலைப் பாரம்பரியம் எதனையும் நான் கொண்டிருக்கவில்லை. வாசிப்பதில் எனக்குள்ள பிரியமும் எதிலும் தனித்துத்தெரிய வேண்டும் என்ற தன் முனைப்பும் விடுதலைப் போராட்ட அனுபவங்களுமே என்னை ஆளாக்கின. யாழ்ப்பாணம் வண்ணார்பண்ணையில் ஆன்மீக உணர்விலூறிய குடும்பத்தில் 1972 ஆம் ஆண்டு நான் பிறந்தேன். என் தாய், தந்தையர் போதித்த ஜீவகாருண்யம் துயர் சூழ்ந்த மனிதர்களையும், வதையுறும் ஜீவன்களையும் கண்டு பொசுக்கென்று நீர்த்துளிகளும் மிருது மனதைத் கொடுத்தது எனக்கு. அதுவே என் கவிதைகளின் ஜீவனுமாயிற்று.

கிளிநொச்சி மத்திய கல்லூரி இடிபாடுகளினூடே ஒரு உதயம்.

* பாடசாலை பற்றி?

கிளிநொச்சி நகரின் மத்திய கல்லூரி, இங்கு கிளிநொச்சி மாவட்டத்தின் பெரும்பான்மையான மாணவர்கள் உயர்தர வகுப்பின் விஞ்ஞான, கணித பிரிவில் கற்றுக் கொண்டிருக்கின்றார்கள். இவர்களைவிட 1700 மாணவர்கள் ஏனைய வகுப்புகளில் கல்வி கற்றுக்கொண்டிருக்கின்றார்கள். தரம் 01-13 வரையான வகுப்புக்கள், 65 ஆசிரியர்கள், இராணுவ நடவடிக்கையின்போது அழிக்கப்பட்ட கட்டடமொன்றில் பெரும்பான்மையான வகுப்புகள் நடைபெற்றுக் கொண்டிருக்கின்றன. இவை தவிர தற்காலிக கீற்றுக்கொட்டகைகளிலும் வகுப்புக்கள் நடைபெறுகின்றன. இரண்டு மாடிகளைக் கொண்ட கட்டடம் ஒன்று 'நிக்கொட்' அமைப்பினால் ஆசிய அபிவிருத்தி வங்கியின் உதவியுடன் யுத்த நிறுத்தத்திற்கு பிறகு அமைக்கப்பட்டுள்ளது. விஞ்ஞானம், கணிதம், ஆங்கிலம் ஆகிய பாடங்களுக்கான ஆசிரியர் பற்றாக்குறை நிலவுகின்ற போதும் நாங்கள் இருக்கின்ற ஆசிரியர்களை வைத்துச் சமாளித்து விடுவோம். மாணவர்கள் வெயிலிலும் மழையிலும் கல்வி கற்க முடியாது. மிகவும் முக்கியமானது எமது மாணவர்களுக்கான கல்வி கற்கக்கூடிய சூழல் குறிப்பாக கட்டடம், தளபாட வசதிகள் போன்றவை.

* ஆசிரியர் பற்றாக்குறை தொடர்பாக கல்வித் திணைக் களத்திற்கோ அல்லது சம்பந்தப்பட்ட அதிகாரிகளுக்கோ நீங்கள் தெரிவித்திருக்கிறீர்களா?

ஆம். இது தொடர்பாக நாங்கள் அணுகியிருக்கிறோம். எனினும், ஆசிரியர் நியமனங்கள் தொடர்பில் இன்னும் சரியான கவனம் செலுத்தப்படவில்லை. எமது பாடசாலைக்கு ஒரு சுகாதார தொழிலாளி இல்லாதது உட்பட.

- **இவ்வாறான பற்றாக்குறைகள் தொடர்பாக கல்விக் கழகங்களுக்கு அறிவித்திருக்கிறீர்களா? அவர்கள் என்ன நடவடிக்கைகளை எடுத்துள்ளனர்?**

கல்விக் கழகங்கள் தாம் ஊதியம் வழங்கி சில ஆசிரியர்களை நியமித்திருக்கிறார்கள். இருப்பினும் கூட பெருமளவிலான கணித, விஞ்ஞான, ஆங்கில ஆசிரியர்களுக்கான பற்றாக்குறை காணப்படுகின்றது.

- **கட்டடங்கள் முழுவதுமாக அழிவுற்றுள்ளனவே யுத்தத்தின் போது அழிவுற்ற இவற்றை மீளவும் புனரமைப்பதற்கு அரசு அக்கறை காட்டுகிறதா அல்லது பாராமுகமாக இருக்கிறதா?**

கட்டடங்கள் நிர்மாணம் தொடர்பாக 'நிக்கொட்' Projectஇன் கீழ் மாதிரி பாடசாலை ஒன்றை அமைக்கும் செயல்திட்டம் உண்டு. இதற்கான செயல்திட்டம் 'நிக்கொட'டின் உதவியுடனும், ஆசிய அபிவிருத்தி வங்கியின் (ADB) நிதி உதவியுடன் மேற்கொள்ள ஏற்பாடாகியுள்ளது. ஏற்கனவே இங்கே இருந்த இந்தக் கட்டடங்கள் இராணுவ செயற்பாடுகளினால் சேதமாக்கப்பட்டது. எனினும், இதனை திருத்துவதற்கான நிதி உதவிகள் சரியானபடி கிடைக்கப் பெறவில்லை. சில கட்டடங்களுக்கான நிதி உதவிகளை அரசு சார்பற்ற நிறுவனங்கள் வழங்கியுள்ளன.

- **கல்வி, கலை இலக்கிய செயற்பாடுகள் எவ்வாறு உள்ளன?**

சுற்றாடல் விழிப்புணர்வு வாரத்தையொட்டி நடைபெற்ற நாடகப் போட்டியில் தேசிய மட்டத்தில் எமது பாடசாலை மாணவர்கள் முதலாம் இடத்தைப் பெற்றுள்ளனர். கலை, இலக்கிய எழுச்சிகள் மாணவர்கள் மத்தியில் சிறப்பாக உள்ளன. நவீன தொழில்நுட்பம் சார்பான, அறிவிலான விடயங்களை மாணவர்களுக்குப் புகட்டுவதற்கு முடியாதபடி பெரும் வளப்பற்றாக்குறை காணப்படுகின்றது. விளையாட்டுத்துறை சார்பான வளங்கள் வள நிபுணர்கள் போதியதாக இல்லை. நலன் விரும்பிகள், எமது

பாடசாலையின் வளர்ச்சியில் அக்கறை கொண்டவர்களிடமிருந்து நாம் நிதியுதவிகளை எதிர்பார்க்கின்றோம்.

- **கடந்த யுத்த காலத்தில் மாணவர்கள் பாதிக்கப்பட்டனரா?**

இப்பாடசாலையின் ஆரம்பத்தில் 3000இற்கும் மேற்பட்ட மாணவர்கள் கல்வி கற்றுக்கொண்டிருந்தனர். இடப்பெயர்வின் காரணமாக மாணவர்களின் தொகை வெகுவாகக் குறைவடைந்தது, 200 மாணவர்களில் ஆரம்பித்து தற்போது 1700 ஆக உயர்ந்து நிற்கிறது. நகரமயமாக்கல் திட்டத்தின் கீழ் பெருமளவான மாணவர்கள் இப்பாடசாலையில் சேர்வார்கள் என்ற எதிர்பார்ப்பு எமக்கு உண்டு. அதன் காரணமாக சில கட்டடங்களை புனரமைத்துத்தர 'நிக்கொட்' நிறுவனம் இணங்கியிருக்கின்றது. மேலதிக கட்டடங்களை அமைப்பதற்கு நலன் விரும்பிகளினதும், பழைய மாணவர்களினதும் உதவிகளை எதிர்பார்க்கின்றோம்.

தளபாட பற்றாக்குறை பெருமளவு உள்ளது. அதிகரித்து வரும் மாணவர் தொகைக்கு ஏற்ப தளபாடங்கள் போதியதாக இல்லை. ஆரம்ப வகுப்பு மாணவர்கள் நிலத்தில் இருக்கும் நிலைமை கூட காணப்படுகின்றது. மாணவர்களுக்கு கல்வியை வழங்குவதில் வளப்பற்றாக்குறை பெரும் தடையாக உள்ளது.

- **மாணவர்களின் மத்தியில் அரசியற் செயற்பாடுகள் அல்லது அது குறித்த கவனயீர்ப்பு எவ்வாறு உள்ளது?**

மாணவர்கள் எழுச்சிப் போராட்டங்களில் கலந்து கொள்கின்றனர். தமது உரிமைகள் மீறப்படுகின்ற சந்தர்ப்பங்களில் மாணவர்கள் எழுச்சிப் போராட்டங்களில் கலந்து கொள்வது தவிர்க்க இயலாது. சீனா, இந்தியா போன்ற நாடுகளில் நாம் இதனை அவதானிக்கலாம். மாணவர்களிடையே எழுச்சிபூர்வமான சிந்தனைகள், எண்ணங்கள் உருவாகி வருகின்றன. சமூக நோக்கமுடையவர்களாக மாணவர்கள் இருக்கின்றார்கள்.

- **தற்போதைய கல்வித் திட்டம் தொடர்பாக...**

நவீன கல்வித்திட்டத்தின் அடிப்படையில் மாணவர்களை வழி நடத்துவதற்கு எம்மிடம் போதிய வளங்கள் இல்லை. கணினி அறை, நூலக வசதிகள் போன்றவை இல்லை. ஓரிரு கணிணிகளே

உள்ளன. விஞ்ஞான ஆய்வுகூட வசதிகள் இல்லை. பழைய உபகரணங்கள் இருந்தாலும் கூட ஆய்வுகூட கட்டடம் இல்லை. வகுப்பறையையே ஆய்வுகூடமாக பயன்படுத்த வேண்டிய நிலைமை உள்ளது. புதிய கல்விச் சீர்திருத்தக் கொள்கையின் அடிப்படையில் மாணவர்களை வளர்த்தெடுப்பதில் பாரிய தொழில்நுட்பச் சிக்கல்கள் உள்ளன. இவற்றை நிவர்த்தி செய்ய வேண்டிய பொறுப்பு பெரிதும் அரசாங்கத்திலேயே தங்கியுள்ளது.

* **புனரமைப்பு மேற்கொள்வதற்கு எவ்வளவு பணம் செலவாகும் என்ற மதிப்பீடுகள் ஏதாவது வைத்திருக்கிறீர்களா?**

இந்தக் கட்டடத்தை புனரமைக்க 6 மில்லியன் ரூபாய்கள் தேவை. கீற்றுக் கொட்டகைகளை தற்போதைய நவீன கல்வி முறைக்கேற்ப மாற்றியமைக்க வேண்டிய அவசியம் உள்ளது.

* **பழைய மாணவர்கள் மற்றும் புலம்பெயர்ந்து வாழும் பழைய மாணவர்களின் உதவியை நீங்கள் நாடவில்லையா?**

புலம்பெயர்ந்து வாழும் பழைய மாணவர்களின் உதவிகளை நாம் பெரிதும் எதிர்பார்க்கின்றோம். எமது பாடசாலைக்கு நிறைந்த தேவைகள் உள்ளதால் பழைய மாணவர்களின் உதவிகள் மட்டும் போதாது. தன்னார்வத் தொண்டு நிறுவனங்கள், அரசு சார்பற்ற, அரசு என சகல மட்டத்தினரும் உதவுவதற்கு முன்வரவேண்டும்.

வெளிநாடுகளிலுள்ள கிளிநொச்சி மத்திய கல்லூரியின் பழைய மாணவர்கள் மற்றும் நலன் விரும்பிகள் அனைவரும் கல்லூரியின் பின்வரும் கணக்கு இலக்கங்களுக்கு தமது அன்பளிப்பைச் செலுத்தலாம். அதன் மூலம் நல்லதொரு மாணவர் சமூகத்தையும் தரமான கல்லூரியையும் நிறுவமுடியும் என நாம் நம்புகின்றோம்.

தமிழ் உலகம்

பகுதி 5

சந்திரபோஸ் சுதாகர் பற்றிய பிற படைப்பாளிகளின்

குறிப்புகள், கட்டுரைகள் மற்றும் பதிவுகள்

அவர்கள் அவனைச் சுட்டுக் கொன்றார்கள்

கருணாகரன்

'அச்சத்தைத் தின்று சாம்பருமின்றி அழித்துவிடும்' 'உயிர் நிழல்' என்று அறிவிக்கும் சில ஸ்ரிக்கர்களுடன் ஒரு முன்னிரவில் எதிர்பாராதவிதமாக என்னிடம் வந்திருந்தார் எஸ்போஸ். 'உயிர் நிழல்' என்ற பெயரில் புதிய இதழொன்றை ஆரம்பிக்கவுள்ளதாகக் கூறினார்.

அப்போது அவர் 'நிலம்' என்ற கவிதைக்கான இதழை வெளியிட்டுக் கொண்டிருந்தார். அவர் திட்டமிட்ட அளவுக்கு அந்த இதழ் வரவில்லை. திட்டமிட்ட மாதிரியில்லாமல், இருந்தாற்போல 'நிலம்' வந்து கொண்டிருந்தது. அந்தக் குறையும் கவலையும் அவரிடமிருந்தது. அதற்குப்பதிலாக இப்போது உயிர் நிழலை வெளியிட முயன்றார்.

"உயிர் நிழல் என்று ஒரு இதழ் ஏற்கனவே பிரான்ஸிலிருந்து வருகிறதே" என்று கேட்டேன்.

"அதனாலென்ன" என்று என்னிடம் திருப்பிக்கேட்டார் எஸ்போஸ்.

"ஏற்கனவே அந்தப்பெயரில் ஒரு இதழ் வந்துகொண்டிருக்கும் போது அதே பெயரில் இன்னொரு இதழ் சம காலத்திலேயே வெளிவருவது பலருக்கும் குழப்பத்தை ஏற்படுத்துமல்லவா? தவிர ஏற்கனவே அந்தப்பெயரில் இதழைக் கொண்டுவருகின்றவர்கள் ஏதாவது சொல்லக்கூடுமே!" என்று திருப்பிக்கேட்டேன்.

சட்டென "பெயரில் என்ன இருக்கிறது?" என்றார் எஸ்போஸ்.

பசுவய்யாவின் ஒரு கவிதையில் 'பெயரில் என்ன இருக்கிறது' என்று ஒரு அடி வரும். எனக்கு அந்தக் கவிதைதான் அப்போது நினைவில் வந்தது. உள்ளே சிரிப்பும் வந்தது.

வந்தவரின் பெயர் என்னவென்று அவனிடம் கேட்க, பெயரில் என்ன இருக்கிறது என்றபடி அவன் அதைச் சொல்லாமல் போகிறான்.

பத்தாண்டுகளுக்கு முன் இந்தக் கவிதையைப்பற்றி எஸ்போஸுடன் பேசியிருக்கிறேன்.

சற்று நேர அமைதிக்குப்பிறகு "ஏன் வேறு பெயரொன்றைத்தெரிவு செய்யலாமே" என்றேன். அதற்குப் பதிலேதும் சொல்லவில்லை சுதாகர்.

அன்றிரவு நீண்டநேரம் புதிய இதழ் பற்றி ஆர்வத்தோடு பேசினார். ஒரு புதிய இதழுக்கான தேவை, அதைக்கொண்டு வருவதற்கான சாதக பாதக அம்சங்கள், ஏற்கனவே வெளிவந்த இதழ்களின் நிலைமை எனப் பலவற்றையும் பேசினோம். மிகச் சீரியஸாகவே வெறித்தனமாக அவர் பேசிக்கொண்டிருந்தார்.

எஸ்போஸின் இயல்பே அப்படித்தான். எப்போதும் எல்லாவற்றையும் மிகச் சீரியஸாகவே எடுக்கும் ஆள் அவர். எழுதுவது, விவாதிப்பது மட்டுமல்ல சாப்பிடுவது, தூங்குவது, உடைகளை அணிவது என நம் அன்றாடச் செயல்பாடுகள் கூட எஸ்போஸுக்குச் சீரியஸ்தான்.

எல்லாவற்றிலும் அவர் கொள்ளும் தீவிரம்தான் இதற்குக்காரணம். அதேவேளை அவர் அதேயளவுக்கு எல்லாவற்றிலும் கடுமையான அலட்சியத்தையுமுடையவர். எதிலும் பொறுப்பற்ற விதமாக அவர் நடந்து கொள்வதாகவே தோன்றும். அப்படி நடந்து விடுவதுமுண்டு. 'விறுத்தாப்பி' என்று சொல்வார்களே அதுமாதிரி எதிலும் அலட்சியம். எதிலும் எதிர்நிலை. எதைப்பற்றியும் பொருட்படுத்தாமல், யாரைப்பற்றிய அக்கறையுமில்லாமல், தன்னிச்சையாக இயங்குவதில் அவர் தனக்கான ஒரு வகைமாதிரியை உருவாக்கியிருந்தார். அவ்வாறு உருவாக்கிய அந்த வெளியில்தான் அவர் இயங்கியும் வந்தார்.

எந்தத் திட்டங்களுக்கும் வரையறைகளுக்குள்ளும் ஒழுங்குமுறைகளுக்குள்ளும் நிற்கும் இயல்பற்றவர் எஸ்போஸ். இதனால் அவர் தன்னுடைய நெருங்கிய உறவினர்களிடத்திலேயே கடுமையான கண்டனங்களுக்கும் விமரிசனங்களுக்கும் எதிர்ப்புக்கும் புறக்கணிப்புக்கும் ஆளானவர். ஆனால் அவரை யாராலும் நிரந்தரமாகப் புறக்கணிக்க முடியாது. அதுதான் அவருடைய பலம். அதுதான் அவரை பலரிடத்திலும் ஆழமாக நேசிக்கவைத்தது.

எஸ்போஸ் எல்லோருடனும் சண்டையிட்டிருக்கிறார். ஆனால் பகைமை கொண்டதில்லை. பல நாட்கள் எங்களின் வீட்டிலேயே எனக்கும் சுதாகருக்கும் இடையில் பெரும் மோதலே ஏற்பட்டிருக்கிறது. மிகச் சிறிய விசயங்களுக்காகவே பெருஞ்சண்டைகள் நடந்திருக்கின்றன.

இந்த மோதல்களைப் பார்த்த ஆரம்ப நாட்களில், "இலக்கியத்தையும் அரசியலையும் விட்டிட்டு வேற எதைப் பற்றியாவது கதையுங்கள்" என்று வீட்டில் சொன்னார்கள். அந்தளவுக்கு மோதலின் உக்கிரம் இருந்திருக்கிறது. இது மாதிரியான சந்தர்ப்பங்கள் சுதாகருடன் வேறு நண்பர்களுக்கும் நடந்திருக்கிறது. ஆனால் எந்த வீட்டிலும் யாருக்கும் அவர்மீது கோபம் வந்ததில்லை. பழகும் எல்லா வீடுகளிலும் உரிமை எடுத்துக் கொண்டு பழகுவார். மிகச்சரியாகச் சொன்னால் அவரின்மீது எல்லோருக்கும் ஒருவிதமான அன்பும் இரக்கமும் கருணையும் பரிவும் இருந்தது. அவருடைய தோற்றமும் அலைந்த வாழ்வும் இதற்கெல்லாம் காரணமாக இருக்கலாம். அல்லது வெளிப்படையாக விவாதிக்கும் இயல்பும் பகையைக் கொண்டலையாத தன்மையும் சுதாகரின் மீது எதிர்ப்புணர்வை வளர்க்க முடியாமலிருந்திருக்கலாம். என்றபடியால், எல்லோரும் அவரை தங்களின் குடும்பத்தில் உள்ள ஒருவராகவே கருதினார்கள்.

சுதாகருடன் நாங்கள் சீரியஸாகப் பேசிக்கொண்டிருக்கும்போது பேச்சை முறித்துக் கொண்டு, சடுதியாக கிளம்பிப்போய்விடுவார். பிறகு ஒருநாள் எதிர்பாராத தருணத்தில் திடுதிப்பென வந்து முன்னே நிற்பார். அவர் எப்போது வருவார் எப்போது போவார் என்று யாருக்கும் தெரியாது. இதுதான் பிரச்சினை. அவருடைய

இந்த மாதிரியான நடவடிக்கைகளினால் அவர் புரிந்து கொள்ளக் கடினமான ஒருவராக இருந்தார். நம்மிடம் வந்துவிட்டால் முழு உரிமை எடுத்து, பொக்கற்றில் இருக்கும் பணத்திலிருந்து மேசையில் இருக்கும் புத்தகம், பானையிலிருக்கும் சோறு வரையில் எதிலும் உரிமையோடு கைவைப்பார். இது, தான் கொண்டிருக்கும் உறவின்பாற்பட்ட ஒன்று என்பதே எஸ்போஸின் எண்ணம்.

இப்படியெல்லாமிருக்கும் அடுத்த கணத்தில் அவர் என்ன செய்வார் என்று அவருக்கும் தெரியாது, நமக்கும் தெரியாது. அவருடைய எழுத்துகளிலும் இந்த இயல்புகளை அவதானிக்கலாம். தீவிரம் - அலட்சியம் என்ற இருநிலைகளுக்கிடையில் சஞ்சரிக்கின்ற அல்லது அலைகின்ற மனதைப் பிரதிபலிக்கின்ற எழுத்து அவருடையது. இந்தத் தன்மையை ஒரு படைப்பியக்கமாக்கி, அதை ஈர்ப்புக்குரியதாக மாற்றியதில் கவனிப்பையும் பெற்றவர்.

எஸ்போஸின் வாழ்வும் ஏறக்குறைய அப்படித்தான். சிறு வயதிலே தந்தையை இழந்திருந்தார். தாயுடனான உறவு நீண்டகாலமாக சுமுகமாக இருக்கவில்லை. இதனால், இள வயதிலேயே நிலையற்று அங்குமிங்குமாக அலைந்தார். தாயுடனும் பாட்டியுடனும் வாழ்ந்த காலத்திலேயே அவருள் இந்த எதிர்நிலையம்சம் காணப்பட்டது. பள்ளியிலும் அவர் வேறுபட்ட தன்மையிலேயே இருந்தார் என்று அவருடைய பள்ளி நண்பர்கள் நினைவு கூறுகிறார்கள். அநேகமாக ஆசிரியர்களுடன் அவர் எப்போதும் பிரச்சினைப்பட்டிருக்கிறார். அதனால் அவரால் தொடர்ந்து படிக்க முடியவில்லை. படிப்பிலும் பள்ளியிலும் வீட்டிலும் இருந்த ஒட்டாத்தன்மை, அவரை வேறு திசைநோக்கிச் சிந்திக்க வைத்தது. விளைவு, விடுதலைப் புலிகள் அமைப்பில் தன்னுடைய 15 ஆவது வயதில் இணைந்தார். என்றாலும் கொந்தளிக்கும் மனதுக்கு அங்கும் இடமிருக்கவில்லை. இரண்டு ஆண்டுகளில் புலிகள் அமைப்பிலிருந்து வெளியேறி, மீண்டும் பள்ளிக்கு வந்து படிக்கத் தொடங்கினார்.

இதுபற்றியெல்லாம் பின்னாளில் சுதாகர் என்னுடன் கதைத்திருக்கிறார். பள்ளியை எஸ்போஸ் அதிகாரம் திரண்டிருக்கிற மையமாகவே பார்த்தார். "கைத்தடியில்லாமல் ஒரு

ஆசிரியரை நீங்கள் கற்பனை செய்ய முடியுமா? மாணவர்களை சக மனிதர்களாக, தங்களையும் விட கூர்ப்புள்ளவர்களாக கருதுகின்ற ஆசிரியர்கள் எங்காவது இருக்கிறார்களா?" என்றெல்லாம் கேட்பார். இந்தளவிலதான் எங்களின் மனதில் ஆசிரியரைப் பற்றிய படிமம் ஏற்பட்டிருக்கிறது. இந்தமாதிரியான படிமத்தை ஆசிரியர்கள் நம்மிடம் உருவாக்கியிருக்கிறார்கள்.

'குழந்தைகளிடம் அதிகாரத்தை திணிக்கும் பெரும் நிறுவனமே பள்ளி' என்பது அவருடைய நிலைப்பாடு.

"பிள்ளைகளுக்கு அடிக்கக் கூடாது என்று சட்டம் கொண்டு வந்திருக்கிறார்களே!" என்றொரு நண்பர் சுதாகரிடம் கேட்டபோது, சிரித்தார் எஸ்போஸ். இதற்கெல்லாம் சட்டம் கொண்டு வரவேண்டுமா என்பது போலிருந்தது அந்தச் சிரிப்பின் அர்த்தம். அதுவும் படித்த மனிதர்கள் தான் இந்தத் தொழிலில் ஈடுபடுகிறார்கள். அவர்களையே சட்டம் போட்டுத்தான் கட்டுப்படுத்த வேணுமா என்றமாதிரி இருந்தது அவருடைய மௌனம்.

எஸ்போஸ் பள்ளியில் நிறையத் தடவைகள் தாக்கப் பட்டிருக்கிறார். வீட்டிலும் வெளியிலும் கூட எஸ்போஸ் காயப்படுத்தப்பட்டே இருந்திருக்கிறார். அந்த வடுக்கள் அவரின் ஆழ்மனதில் ஆறாத காயங்களாகப் பதியமாகியிருந்தன. இளவயதின் காயங்கள் எளிதில் ஆறிவிடுவதில்லை. அவற்றை எளிதில் மறக்கக்கூடிய மனமும் எஸ்போஸிற்கிருக்கவில்லை. அதை அவர் உருவாக்கிக் கொள்ளவுமில்லை. 'கடினமாக இருந்தாலும் அவற்றை நீ மறந்தே தீர வேணும். இல்லையென்றால், தேவையற்ற முன் அனுமானங்களால் நீ தடைப்படவும் கட்டுப்படுத்தப்படவும் திசைதிருப்பப்படவும் பதற்றமடையவும் கூடும். எனவே இதை மாற்றிக் கொள்ளுவதற்குப் பயில்' என்று பல தடவை வற்புறுத்தியிருக்கிறேன். அதையெல்லாம் ஒரு போதுமே எஸ்போஸ் ஏற்றுக்கொள்ளவில்லை. அவரைப் பொறுத்தவரையில், மனிதர்கள் பெரும்பாலும் சுயநலமிகளாகவும் அதிகார வெறியுடையோராகவுமே இருக்கிறார்கள். நம்பிக்கை அளிப்பதற்குப் பதிலாக

நம்பிக்கையைச் சிதைப்பதிலேயே ஒவ்வொருவரும் குறியாக உள்ளனர் என்ற நம்பிக்கையே ஆழ வேரோடியிருந்தது.

ஆனால் இவையெல்லாவற்றையும் கடந்து அவரிடம் அசாத்தியமான திறமைகள் வளர்ந்திருந்தன. அது பள்ளிகள் காணாத ஆற்றல். நம்முடைய எந்தப்பள்ளியும் கண்டடைய முடியாத - உருவாக்க முடியாத திறன். அந்தத் திறன் எஸ்போஸை இன்னொரு தளத்தில் பலப்படுத்தி வளர்த்தது என்றபோதும் எஸ்போஸைக் கணக்கில் கொள்ளத் தவறிய, உருப்படாதவன் என்ற அபிப்பிராயம் கொண்டவர்கள் எப்பொழுதும் தவறான கணிதத்தோடுதான் அவரை அணுகினர். அதனாலென்ன, பலராலும் கவனங்கொள்ளாமல் விடப்பட்ட அவருடைய படைப்புகளில் கூர்மையும் தீவிரமும் கூடிய ஆழமிருந்தது. நவீனமிருந்தது. எதையும் புதிதாகக் காண வேணும், உருவாக்க வேணும் என்ற இடையறாத பயணமிருந்தது.

எஸ்போஸ் தன்னுடைய இளைய வயதிற்குள் அதிகமாக வாசித்தார். காஃப்காவும், காம்யுவும் ஆரம்பத்தில் அவருக்குப் பிடித்திருந்தனர். பிறகு அவர் பின்நவீனத்துவ எழுத்துகளில் ஈடுபாடு கொள்ளத்தொடங்கி, மார்க்வெஸ், போர்ஹே போன்றோரின் எழுத்துகளை அதிகம் விரும்பிப்படித்தார்.

தமிழில் அவருக்குப்பிடித்த படைப்பாளிகள் ஜி. நாகராஜன், சாருநிவேதிதா, கோணங்கி, விக்ரமாதித்யன், ஜெயமோகன், சல்மா, மனுஷ்யபுத்திரன், பிரேம்-ரமேஷ் போன்ற சிலர். பிரமிளை அவர் அதிகம் நேசித்தார். பிரமிளின்மீது ஒருவகையான பித்துநிலை எஸ்போஸுக்கிருந்தது. இவர்களின் எழுத்துகளை அவர் அதிகமாகத் தேடி விரும்பிப்படித்தார். ஈழத்தில் திசேரா, ரஞ்சகுமார், உமா வரதராஜன், அனார், பா. அகிலன், நிலாந்தன், சோலைக்கிளி, சு.வி ஆகியோரின் எழுத்துகளில் அவருக்கு ஈடுபாடிருந்தது.

என்றாலும் எஸ்போஸ் பின் நவீனத்துவ எழுத்துகளையே தேடிக் கொண்டிருந்தார். ஆனால், அவருடைய தேடலுக்கேற்ற மாதிரி வன்னியில் அவருக்கான புத்தகங்கள் இருக்கவில்லை. ஆங்கிலத்திலான புத்தகங்களை வாசிப்பதற்கு அவரால் முடியாது, என்றாலும் சில கட்டுரைகளையும் கதைகளையும் வேறு ஆட்களின் மூலமாக மொழிபெயர்த்துப் படிப்பார். எஸ்போஸின்

தெரிவுகள் பெரும்பாலும் மொழிபெயர்ப்புப் புத்தகங்களாவே இருக்கும். இப்படித்தான் எம்.ஜி. சுரேஷின் புத்தகங்களை எப்படியோ எங்கோ கண்டு வாங்கிக்கொண்டு ஒருநாள் திடீரென வந்தார். இரண்டு நாட்கள் வீட்டில் தங்கி நின்று இரவு பகலாக வாசித்தார்.

வாசித்து ஓயும் பொழுதுகளில் பேசத்தொடங்குவார். பேச்சு ஏதோ ஓர் புள்ளியில் விவாதமாகும். விவாதம் உச்சநிலைக்குப் போகும்போது, தான் மீண்டும் புத்தகத்தை வாசிக்கப்போவதாகக் கூறிச்சென்று விடுவார்.

மூன்றாவது நாள். நான்கு மணித்தியாலத்துக்கு மேல் தொடர்ந்து பேசிக் கொண்டிருந்தார். தேடிவந்த நண்பர்கள் திரண்டிருக்க முழு உணர்ச்சிவசப்பட்ட நிலையில் அவர் பேசிக்கொண்டிருந்த காட்சி ஒரு அழியாத சித்திரம்.

தன்னுடைய அரைவாசிக்கு மேற்பட்ட கவிதைகளை எஸ்போஸ் இந்தக் கலவையில், இந்தப் பண்பில்தான் - பின்நவீனத்துவத்தை எட்டவேண்டும் என்ற விருப்பில் எழுதினார். ‘செம்மணி’ என்ற கவிதைத் தொகுதியில் இப்படி ஒரு கவிதையைத் தொடக்கத்தில் எழுதினார். பிறகு ‘சரிநிகரில்’ இவ்வாறு சில கவிதைகள் வந்ததாக ஞாபகமுண்டு.

எஸ்போஸின் படைப்புலகம் தீவிர நிலையிலானதென்று சொன்னேனல்லவா? அதைவிடத் தீவிரமானது அவருடைய உரையாடல். சண்டையிடுவது போலவேதான் பேசுவார். அதிகம் உணர்ச்சிவசப்பட்டு விடுவார். அவருடைய அந்தக் கீச்சுக் குரல் அவருடைய சக்தியை மீறியொலிக்கும்.

அவருடன் பேசிக் கொண்டிருந்த பல நாட்களில் அவருடைய கைகள் நடுங்குவதைப் பார்த்திருக்கிறேன். ஆகலும் அவர் தீவிர உணர்ச்சிவசப்படுகின்றபோது அமைதியாகிவிடுவார். முகம் இறுகிக் கல்லாகிவிடும். ஆனாலும் ஒரு அரை மணித்தியாலம் அல்லது பத்து பதினைந்து நிமிடத்தின் பிறகு மீண்டும் சட்டென விவாதத்தை ஆரம்பித்துவிடுவார். பேசவேண்டும், விவாதிக்க வேண்டும், அதனூடாக பல விசயங்களைப் பகிரவேண்டும், செயற்பாடுகளைத் தூண்டவேண்டும், அவற்றை வழிப்படுத்த வேண்டும் என்ற எண்ணம் எப்போதும் அவரிடமுண்டு. அதுவும்

எப்பொழுதும் எதிர்நிலையில் நின்றே விவாதிக்கும் ஒரு வகைப்போக்குடையவர்.

“நீர் முன்பொரு தடவை பேசும்போது வேறுவிதமாக அல்லவா இந்த விசயத்தைச் சொன்னீர். இப்ப அதுக்கு நேரெதிராகக் கதைக்கிறீரே” என்றால், “அதை யார் மறுத்தது. எல்லாச் சந்தர்ப்பத்திலும் நாம் ஒரே மாதிரித்தான் இருக்க வேணுமா, அப்படி எதிர்பார்ப்பது ஒருவகை அதிகாரமே” என்பார். “இப்போது இதுதான் - இப்படித்தான் என்னுடைய வாதம் இருக்கும்” என்று சொல்வார். ஆனால் அதையிட்டு சற்று வருத்தமோ, தயக்கமோ அவருக்கிருக்காது.

எதிர் நிலையில் நின்று விவாதிப்பதன் மூலம் பல விசயங்களை வெளியே கொண்டு வரலாம் என்ற நம்பிக்கை அவரிடம் இருந்தது. அதற்காக அவர் மற்றவர்களைச் சீண்டிக் கொண்டேயிருப்பார். இதனால் அவர் பலருடன் மோத வேண்டியிருந்தது. பலர் எஸ்போஸை விட்டு ஒதுங்கிக் கொண்டார்கள். ஆனால் கடுமையாக மோதிக்கொண்டு வெளியேறிப்போன அவர் பிறகொரு நாள் எதிர்பாராத சந்தர்ப்பத்தில் சண்டையிட்டவரின் முன்னால் வந்து நிற்பார். எனவே அவருடன் யாரும் நிரந்தரமாகப் பகைக்க முடியாது. கோபத்தையும் அவரே உருவாக்குவார், பிறகு அதை அவரே துடைத்தழிப்பார். இதனால் அவருடன் பலர் கோவித்துக் கொண்டார்களே தவிர பகைக்க முடியவில்லை.

அவருடன் இனிமேல் விவாதிப்பதில்லை என்று நீங்கள் தீர்மானமெடுக்க முடியாது. நீங்கள் மிகப் பிடிவாதமாக உங்களுடைய தீர்மானத்தில் நிற்கலாம். ஆனால், எதிர்பாராத ஒரு புள்ளியில் வைத்து உங்களை அவர் விவாதத்தில் இழுத்து விடுவார். மனதில் பகைமையோ தீமையோ இல்லை என்பதால் அவரை நிரந்தரமாக யாரும் நிராகரித்ததில்லை.

எஸ்போஸின் எழுத்துகளில் மிகத்தீவிரமானவை அவருடைய கவிதைகளே. அவை புதியவை. அப்படித்தான் அவற்றைச் சொல்ல வேண்டும். நவீன தமிழ்க்கவிதை வெளிப்பாட்டில் எஸ்போஸ் அளவுக்கு மொழியையும் சொல்முறையையும் பொருளையும் இணைத்து நேர்த்தியாக கவிதையை எழுதியவர்கள் குறைவு எனலாம். அவருடைய கவிதைகள்

மிகக் கவர்ச்சியானவை. வாழ்வின் நேரடியான நெருக்கடிகள் சார்ந்தவை. அதன்வழியே மிக ஆழமானவை, மிக நேர்த்தியானவை, இரத்த சாட்சியமானவை.

மொழியை அதன் உச்சமான சாத்தியப்பாடுகளில் வைத்து படைப்புக்குப் பயன்படுத்த முனைந்தவர் எஸ்போஸ். அவர் கவிதையை உணர்முறைக்குரிய படைப்பென்றே கருதினார். கதை கூறுவதைப் போன்ற சொல்முறையிலான கவிதையை அவர் முற்றாக நிராகரித்தார். என்னுடைய கவிதைகளைக் குறித்து அவருடைய விமர்சனங்கள் இந்த வகையிலானதாக இருந்தன. என்னுடைய முதலாவது கவிதைத் தொகுதி 'ஒரு பொழுதுக்குக் காத்திருத்தல்' வந்தபோது அதைக்குறித்து இத்தகையதொரு விமர்சனத்தை சரிநிகரில் எழுதியிருந்தார் எஸ்போஸ்.

'புதிய கவிதையை நாம் வீரியமாகவும் புதுமையாகவும் எழுதுவோம்' அதன்மூலம் அதற்கான வெளியை உருவாக்க முடியும் எனச் சொன்னபோது அவர் அதை ஏற்றுக் கொண்டார். ஆனால் அந்த மென் வழிமுறையை அவர் பின்பற்றத் தயாராக இருக்கவில்லை. கவிதைப் போலிகளை எந்தச் சந்தர்ப்பத்திலும் ஏற்கமுடியாது. இன்று ஊடங்கள் கவிதைப் போலிகளையே உற்பத்தியாக்குகின்றன. இதை அனுமதிக்க மாட்டேன். போலிகளால் உருவாக்கப்படும் ஒரு சமூகத்துடன் என்னால் ஒத்திசைந்து வாழமுடியாது. என்றெல்லாம் சொல்லி உரையாடல் எங்கெல்லாமோ செல்லும். இதனால் அவர் பலருடனும் ஓய்வில்லாமல் சண்டையிட்டுக் கொண்டிருந்தார். சொல் முறையிலான கவிதையை நிராகரிக்கும் நோக்கம் அவருக்குள் அந்தளவுக்கு ஆழமாக வேரோடியிருந்தது.

சொல்முறையிலான கவிதை வாசகனை அதிகம் பலவீனப் படுத்துகிறது. அதில் ஜாலங்களே அதிகம். மொழியின் அலங்காரங்களை நம்பியே அது கட்டியெழுப்பப்படுகிறது. ஒற்றைப்படைத்தன்மையும் சீரழிவும் அதற்குள் தாராளமாக நிரம்பிக்கிடக்கின்றன என்ற எண்ணங்கள் சொல்முறையிலான கவிதை குறித்து அவரிடம் இருந்தன. தீவிரத்தன்மையை நோக்கி வாசகரை அழைத்துச் செலல்லும் வலிமை சொல்முறைக் கவிதைக்கில்லை. அதனால் அவை வாசகருக்கெதிரான அதிகார மையத்தைக் கொண்டிருக்கின்றன என்று வாதிட்டார்.

சொல்லல் கேட்டல், சொல்லல் ஏற்றுக்கொள்ளல் முறையில் ஒருவகை அதிகாரம் இருக்கிறது என்று நாம் பேசியதை வைத்துக் கொண்டு தன்னுடைய இந்தத் தீவிர நிலைப்பாட்டைக் கட்டியெழுப்பியிருந்தார்.

உணர் முறைக் கவிதைகளில் அதிகம் வாசகன் மதிக்கப்படுகிறான். வாசகனுடைய அறிவை விரிவாக்கம் செய்யும் ஆழமான நம்பிக்கையைக்கொண்டே அந்தக் கவிதை உருவாகிறது. பன்முக வெளிகளில் வாசகன் பயணம் செய்யக்கூடிய சுதந்திரமும் வழிகளும் அந்தக் கவிதைகளில் நிரம்பக் கிடைக்கின்றன. உணர்தலினூடாக நிர்மாணிக்கப்படும் பேருலகத்தை, பகிரும் வழிமுறையை ஏன் யாரும் புறக்கணிக்க வேண்டும் என்று வாதிட்டார். இதனால் அவர் பலருடனும் நேரடியாக மோதவேண்டியேற்பட்டது. ஆனால் அவருக்கு அதையிட்ட வருத்தமெல்லாம் கிடையாது. அப்படியொரு தளர்வான வெளியிருப்பதை அவர் ஏற்றுக்கொள்ளவில்லை. அப்படியான வெளியிருந்தால் புதிய கவிதைக்கான இடத்தை அது மறைத்துவிடும் என்று நம்பினார்.

அவருடைய கவிதைகளின் ஆற்றல் அவர் வலியுறுத்திய நிலைப்பாட்டைப் பிரதிபலித்தன. மிகக்குறைந்தளவு கவிதைகளையே எஸ்போஸ் எழுதியிருந்தாலும் அவருடைய கவிதைகள் பரந்தளவிலான கவனிப்பைப் பெற்றிருக்கின்றன. தொண்ணூறுகளில் எழுத வந்த படைப்பாளிகளிடத்தில் எஸ்போஸ் முதல் ஆளாகத் தன்னுடைய படைப்புகளின் வழியாக அடையாளம் காணப்படுகிறார். அதிலும் அவருடைய கவிதைகள் முன்னெப்பொழுதும் கிடைத்திராத புதிய அனுபவப்பிராந்தியத்தை விரிப்பதால் வாசகரிடத்தில் அவற்றுக்குத் தனி மதிப்புண்டாகிவிட்டது.

அவருடைய கவிதைகளை பா. அகிலன், அ. யேசுராசா, சேரன், வ.ஐ.ச. ஜெயபாலன், றஷ்மி, புதுவை இரத்தினதுரை, சித்தாந்தன், தானா. விஷ்ணு, நிலாந்தன், அனார், எம். பௌசர், சு.வி போன்றோர் புதிய போக்கொன்றின் அடையாளமாகக் கண்டார்கள். இன்னும் பலர் அவ்வாறு கண்டிருக்கக்கூடும்.

இதுவரையும் எழுதிய கவிதைகளை தொகுதியாக்கலாமே என்று கேட்டேன். "பார்க்கலாம்" என்றார் எஸ்போஸ். ஆனால் இறுதிவரையில் அவருடைய தொகுதி வரவேயில்லை. அவருடைய கவிதைகள் தொகுக்கப்பட்டிருக்க வேண்டும். அப்படி அவை வராதது பெருந் துக்கமே. அவர் இதுவரையில் எழுதிய கவிதைகள் நூறுக்குள்தான் இருக்கும் எனத் தெரிகிறது. இவற்றை எப்படி ஒன்று சேர்ப்பது என்பது இன்றைய நிலையில் பெருங் கேள்வியே.

'நிலம்' இதழ் புதிய கவிதைக்கான தளத்தை நிர்மாணிக்க வேண்டும் என்றே ஆரம்பிக்கப்பட்டது. ஆனால் அது அவ்வாறு வரவில்லை. அதில் பெருந்துக்கமும் சலிப்புமடைந்திருந்தார் எஸ்போஸ். அது அவருடைய திட்டத்தையும் எதிர்பார்ப்பையும் கடந்து, சாதாரண இதழாகவே வந்தது. யேசுராசா இளங்கவிஞர்களுக்காக நடத்திய 'கவிதை' இதழையும்விட நிலம் மேலெழும்பவில்லையே என்று சில நண்பர்கள் அவரிடம் கேட்டிருக்கிறார்கள். அந்தக் கேள்வியை அவர் மதித்திருக்கிறார். அதற்குப்பிறகுதான் அவர் 'உயிர்நிழல்' என்ற பெயரில் புதிய இதழைப்பற்றி யோசித்தது.

அதிகாரத்துக்கெதிரான சிந்தனைதான் எஸ்போஸின் அடையாளம். எந்தப் போராட்டமும் தன்னை ஒடுக்கும் அதிகாரத்துக்கு எதிரானதுதான். சாதியோ, நிறமோ, வர்க்கமோ, மதமோ எதுவாயினும். கைது, சித்திரவதை, கொலை, சிறை எல்லாமே அச்சத்தின் வெளிப்பாடுகள்தான். எஸ்போஸின் எழுத்துகளின் ஆதாரம் இந்த மையத்தில் இருந்துதான் வேர்கொண்டெழுகிறது.

ஒரு தடவை கைதியின் நிலை பற்றிப் பேசிக்கொண்டிருந்தோம். ஈழத்தமிழர்களில் பெரும்பாலானவர்களுக்கு கைது, சிறை, சித்திரவதை அனுபவங்கள் நிறையவுண்டு. அப்போது எங்களுடன் மயன் 2 என்ற சு. மகேந்திரனும் இருந்தார். மகேந்திரன் யாழ்ப்பாணத்திலிருந்து கல்முனைக்குப் போய்க் கொண்டிருந்தபோது வெலிக்கந்தவில் வைத்துப்படையினரால் கைது செய்யப்பட்டு பூஸா முகாமில் இரண்டரை வருசங்கள் சிறையிருந்தவர். இன்றுவரையில் அவர் கைது செய்யப்பட்டதற்கான காரணம் என்னவென்று அவருக்குத் தெரியாது. கைதுக்கான காரணத்தை அவரைப் பிடித்தவர்களும்

சொல்லவில்லை. இவ்வளவுக்கும் அவர் ஒரு ஆசிரியர். இலங்கை இந்திய ஒப்பந்தம் வரவில்லையென்றால் தான் இன்னும் நீண்டகாலம் சிறையிலேதான் இருந்திருக்க வேண்டுமோ என்று சொன்னார்.

அன்று கைது, தண்டனை, சிறை, படுகொலை பற்றியே அதிகமும் பேசினோம். ஒரு கட்டத்தில் கைது செய்யப்படுவோனிடமா அல்லது கைது செய்வோனிடமா அதிகாரமிருக்கிறது என்ற கேள்வி பிறந்தது. இது நடந்து ஆறு அல்லது ஏழ மாதத்துக்குப்பிறகு ‘சித்திரவதைக்குப்பின்னான வாக்குமூலம்’ என்ற கவிதையை எஸ்போஸ் மிகத்தரமாக எழுதியிருந்தார். அது சரிநிகரில் பிறகு வெளிவந்தது.

விவாதிப்பவற்றை, உரையாடலை படைப்பாக்குவதில் அசாதாரண திறமை எஸ்போஸுக்கு உண்டு. எங்களுக்கிடையே நிகழ்ந்த பல விவாதங்களையும் பேச்சுகளையும் அவர் நல்லமுறையில் பலவிதமாக எழுதியிருக்கிறார்.

எஸ்போஸின் படைப்பியக்கம் ஒடுக்குமுறைக்கெதிரானது. அதன் வழியான அதிகாரத்துக்கு எதிரானது. அவர் சமரசங்களுக்கும் விட்டுக்கொடுப்புகளுக்கும் இடமளியாமல் தன்னை வைத்துக்கொண்டார். அதனால் அவர் துருத்திக் கொண்டிருப்பதாகவே பலருக்கும் தெரிந்தார். அதனால்தான் அதிகாரத்துக்கு எதிரான படைப்பியக்கத்தில் அவரால் தீவிரமாகவும் ஆழமாகவும் ஈடுபடமுடிந்தது. இந்த மையத்தைச் சுற்றியே அவர் தொடர்ந்து தன்னுடைய படைப்பியக்கத்தையும் உருவாக்கியிருந்தார்.

எஸ்போஸுக்குத்தெரியும், தான் என்றோ ஒரு நாள் கைது செய்யப்படுவேன், சித்திரவதைக்குள்ளாவேன் அல்லது சுட்டுக் கொல்லப்படுவேன் என்று. அவர் அதைப்பற்றி முன்னுணர்ந்து எழுதியிருக்கிறார். ‘விலங்கிடப்பட இருந்த நாளொன்றில் எழுதிய அஞ்சலிக்குறிப்பு’, ‘சிலுவைச் சரித்திரம்’ என்ற கவிதைகள் உட்பட பல கவிதைகள் இவ்வாறுள்ளன.

‘சிறகுகள், குருதியொழுகும், சிறகுகள்
ஆணிகள், குருதியொழுகும் ஆணிகள்...

எனது அடையாளம்

நான் யாரைக்குறித்து இருக்கிறேன் என்பது…'

'அதிகாரத்தைச் சிலுவையிலறைவதா
அதிகாரத்திற்கெதிரான நமது இருதயங்களைச்
சிலுவையிலறைவதா'

எஸ்போஸ் விடுதலைக்காகப் போராடுவோரைக் குறித்திருந்தார். அதுதான் அவருடைய அடையாளம். அந்த வாழ்வின்போதுதான் அவர் சிலுவையிலறையப்பட்டார். அவர் முன்னரே எழுதியிருந்ததைப்போல, தனக்கான சிலுவை காத்திருக்கிறது என்று அவர் நம்பியதைப்போல அவருக்குச் சிலுவை பரிசளிக்கப் பட்டிருக்கிறது.

எஸ்போஸ் இளமையிலே தன்னுடைய தந்தையை இழந்ததைப் போல அவருடைய பிள்ளைகளும் இளமையிலேயே தங்களின் தந்தையை இழந்திருக்கிறார்கள். அவருடைய தாய் தன்னுடைய துணையை இழந்ததைப்போல அவருடைய மனைவி தன் துணையை இழந்திருக்கிறார். நாங்கள் மகத்தானதொரு கவிஞனை இழந்திருக்கிறோம். அபூர்வமானதொரு மனிதனை இழந்திருக்கிறோம். நல்லதொரு தோழனை இழந்திருக்கிறோம்.

அவர் எழுதினார்

'உன்னை அவர்கள் கொல்வார்கள்
நிச்சயமாக நீயே அதை உணர்வாய்
அப் பரிசு
நிச்சயமற்ற உனது காலத்தில்
எப்போதாவது உனக்குக் கிடைக்கத்தான் போகிறது

இதுதான் நடந்தது. அவர் எதைச் சொன்னாரோ அதுவே நடந்தது.

அன்றிரவு ஒரு மெல்லிய மனிதனைக் கொல்வதற்காக ஒன்றுக்கு மேற்பட்ட மனிதர்கள் அவனுடைய வீட்டைத் தேடிப்போனார்கள். ஒரு நிராயுதபாணியைக் கொல்வதற்காக துப்பாக்கிகளைக் கொண்டு போனார்கள். எஸ்போஸ் ஒரு கவிதையில் ஏற்கனவே முன்னுணர்ந்து எழுதியதைப்போல 'நீ துப்பாக்கியை இழுத்துக் கொண்டு வருகிறாய்' என அவர்கள் அந்த ஒட்டி உலர்ந்த மனிதனிடம் போனார்கள். அவனுடைய குழந்தையின் முன்னாலேயே அந்த மனிதனைப் பலியிட்டார்கள்.

அக்கணம் அங்கே, அந்தக் குழந்தையின் முன்னே, அந்த மனிதன் குருதிதெறிக்க புரண்டுகிடந்தான் அகாலமாக.

சிலுவையில் இன்னொரு மனிதன். ஜீசஸ், உம்மைப்போல மெலிந்த மனிதன். உம்மைப் போலவே தாடிவைத்திருந்த மனிதன். உம்மைப் போலவே சனங்களைப் பற்றிச் சிந்தித்த மனிதன். உம்மைப் போலவே காப்பாற்றுவதற்கு யாருமற்ற மனிதன். உம்மைப்போலவே பசியோடிருந்த மனிதன். உம்மைப் போலவே, அதிகாரம் பலியெடுத்த மனிதன்...

அந்த இரவில் அவர்கள் அந்த மனிதனைச் சுட்டுக்கொன்றார்கள். ஆமாம், அந்த மனிதனை மட்டும்தான் அவர்கள் சுட்டுக் கொன்றார்கள். அவனையல்ல. அவனுடைய வரலாற்றை அல்ல.

சந்திரபோஸ் சுதாகர்: மழையுள் ஒளிரும் தீ

தவ. சஜிதரன்

பூமியின் ஒளி பொருந்திய முகங்கள்
குழந்தைகளினுடையவை.
துயரம் தரும்
கனவுகளையும்
எமது காலங்களையும் அழித்துவிட்டு - எமது காலங்கள் நெருப்பில்
உழல்பவை -
குழந்தைகளுக்கானதை அவர்களிடமே கையளிப்போம்.

- எஸ்போஸ்

இந்த நினைவுக் குறிப்பை எழுதுவதற்கு இரண்டொரு வாரங்களுக்கு முன்னதாக ஒரு கனவு கண்டேன். எஸ்போஸ் என்று அழைக்கப்படுகிற சந்திரபோஸ் சுதாகர் அந்தக் கனவில் இருந்தார். நான் எனது ஊரான மாத்தளையில் இருக்கிறேன். லண்டனில் இருந்து அன்று தான் வந்து இறங்கியதாகச் சொல்கிறார் எஸ்போஸ் - கனவுக்கான தர்க்கத்தில் அவர் எப்படி லண்டன் சென்றிருக்க முடியும் என்பதெல்லாம் உறைக்கவில்லை. முதற்கணம் ஏற்பட்ட எல்லையற்ற பூரிப்பும் ஆசுவாசமும் அடுத்த கணம் சிறு கோபமாக மாறுகிறது என்னில். இவர் படுகொலையுண்டு விட்டதாக நாம் எல்லாம் பரிதவித்திருக்க, உயிருடன் இருக்கின்ற தகவல்கூடச் சொல்லாமல் இவ்வளவு காலமும் இருந்திருக்கிறாரே என்ற கோபம். அத்தோடு விழித்துவிட்டேன். மெய்யுலகில் (?) நான் லண்டனில் நண்பர் ஒருவர் வீட்டு சோஃபாவில் சாய்ந்து படுத்தபடி இருக்கிறேன். ஒரு ஞாயிற்றுக் கிழமையின் காலை வேளை. நேரம் 7 மணி இருக்கும். மனம் வெகுவாகச் சலனமடைந்திருந்தது. கணனியைத் திறந்து வழமை போலவே மின்னஞ்சல்களையும் ஃபேஸ்புக்

தகவல்களையும் பார்க்கப் போனேன். திக்கென்றது மனது. காரணம் பல மாதங்களுக்கு முன்பு சுதாகர் பற்றி கவிஞர் கருணாகரன் எழுதிய குறிப்பை நண்பர் ஒருவர் அன்று காலை தனது பக்கத்தில் பகிர்ந்திருந்த தகவலை ஃபேஸ்புக் எனது பக்கத்தில் காட்டியது. சுதாகரைக் கனவு கண்டு விழித்த சில நிமிடங்களில் அவர் பற்றிய குறிப்பு கணனியில் கண் முன்னே தானாக வந்து நிற்பது ஓர் எதேச்சையான உடன்நிகழ்வு என்பதை மனம் நம்ப மறுத்தது. இது நடந்து 10 நாள்கள் கழித்து சுதாகரின் படைப்புகள் அடங்கிய பெருந்தொகுப்பு வெளிவரவுள்ள தகவலை கவிஞர் கருணாகரன் ஃபேஸ்புக் வாயிலாக அறியத் தந்தார். பிரபஞ்சத்தின் அவிழ்க்க முடியாத முடிச்சுக்களுள் இதுவுமொன்று என்று எண்ணிக் கொண்டேன்.

•••

இலங்கை இதழியல் கல்லூரியில் 2004 ஆம் ஆண்டு டிப்ளோமா கற்கை நெறியைப் பயில ஆரம்பித்த முதல்நாள் எஸ்போஸ் என்கிற சந்திரபோஸ் சுதாகரை சந்தித்தேன். வன்னியில் இருந்து இதழியல் பயில்வதற்காகக் கொழும்பு வந்த ஒருவராக அறிமுகப்படுத்தப்பட்டார். உருக்கி வடித்ததைப் போன்ற மெலிந்த உருவம், அடர்ந்தும் இல்லாமல் ஐதாகவும் இல்லாமல் இருந்த வசீகரமான தாடி, விட்டேற்றித்தனமான ஒரு பார்வை - அவர் பற்றிய முதல்நாள் மனப்பதிவு இப்படியாகத்தான் இருந்தது என்று நினைக்கிறேன். நீல நிற ‘செக் ஷர்ட்’ அணிந்திருந்தார். கையில் சேகுவேரா படம் பதித்த தடிப்பமான பச்சை நிறப் புத்தகம் இருந்தது.

மும்மொழி மூலமாகவும் பயிற்றப்பட்ட அந்தக் கற்கை நெறியில் முதல் நாள் அன்று தமிழ்மொழி மாணவர்கள் சார்பில் உரையாற்றுவதற்கான வாய்ப்பு சுதாகருக்கு வழங்கப்பட்டிருந்தது. ‘புத்தகங்கள் மீதான எனது வாழ்வு’ என்ற தனது கவிதையை அங்கு வாசித்தார். சந்தங்களாகவும் செய்யுள்களாகவுமே அது வரை கவிதையை உள்வாங்கியிருந்த எனக்கு அவருடைய மொழி மிகவும் புதியதாயிருந்தது.

தனது கருத்தை எந்தச் சூழலிலும் அழுத்தி உரைக்கத் தயங்காத சுபாவம் சுதாகருடையது. இடம், பொருள், ஏவல் எல்லாம் அவருக்குப் பெரிய பொருட்டாகத் தோன்றுவதில்லை.

இதழியல் கல்லூரியில் ஆரம்ப நாள்களில் அவருக்கு அதிகமும் தேவைப்பட்ட ஒருவனாக நான் இருந்தது அதன் காரணமாகத்தான். அவருக்குச் சிங்களம் அறவே தெரியாது. ஆங்கிலத்தைப் பொறுத்தமட்டில் தாமதமான கிரகிப்பின் பின் ஓரிரு வார்த்தைகளில் பதிலிறுத்துவார். ஆனால் அங்கிருந்த வேற்றுமொழி மாணவர்களோடும் விரிவுரையாளர்களோடும் பகிருவதற்கு அவரிடம் எண்ணற்ற விடயங்கள் இருந்தன. அவற்றை மொழிபெயர்த்துச் சொல்லும் பொறுப்பு எப்போதும் என்னுடையதாயிருந்தது. அது தர்மசங்கடமான ஒரு பணியும் கூட. சில நேரம் என்ன, இப்படிப் பேசுகிறாரே இந்த மனிதர் என்பதாகத் தோன்றும். அவ்வளவு ஆக்ரோஷமும் துடிப்பும் அவர் பேச்சில் இருக்கும். எழுத்து, இதழியல், இலக்கியம் என்பன சார்ந்து அவரிடம் மூர்க்கமான ஒரு பற்றுறுதி இருந்தது. மொழி இடைவெளியையும் தாண்டி அங்கிருந்தவர்கள் அனைவருக்கும் அவர் மீது இனம் புரியாத ஓர் ஆதுரம் இருந்தது. (அப்போது 'சமாதான காலம்'. வன்னியில் இருந்து வந்த தமிழர் ஒருவரை (தற்காலிகமாகவேனும்) ஓரளவு சகஜமாகப் பார்க்கத் தொடங்கியிருந்தார்கள் தெற்கில் இருந்த மக்கள்).

தமிழின் நவீன கவிதையுடனான எனது அறிமுகம் சுதாகர் வாயிலாகத்தான் நிகழ்ந்தது என்று சொல்ல வேண்டும். அவரைச் சந்தித்த காலப்பகுதியில் என்னை ஒரு கவிஞனாகப் பெருமிதமாக எண்ணிக் கொண்டிருந்தேன். அப்படியே மற்றவர்களிடம் என்னை அறிமுகப்படுத்திக் கொள்ளவும் செய்தேன். ஆனால் அதை அவர் சட்டை செய்ததாகத்தெரியவில்லை - உதாசீனம் செய்தார் என்றில்லை. 'நீ அறிந்து கொள்ள வேண்டியது அநேகம் இருக்கிறது' என்பது போல இருக்கும் அவருடைய போக்கும் தோரணையும். பிரமிள், சுந்தர ராமசாமி முதலான எனக்குப் பிடித்தமான கவிஞர்களைப் படிக்க வாய்த்தது அவர் வழியாகத்தான்.

உடன்பட்டுப் பேசும் பழக்கம் சுதாகருக்குக் கிடையாது. எப்போதும் எதிர்நிலையில் நின்று கொண்டு தனது கருத்துக்களை முன்வைப்பார். அதன் உக்கிரம் தாங்க மாட்டாமல் ஒதுங்கி விடலாம் என்று பார்த்தால் அதையும் அனுமதிக்க மாட்டார். சுதாகரும் நானும் தவிர்க்க முடியாத அணுக்கத் தோழர்களாய் ஆனது அப்படித்தான். அவருடைய பேச்சுக்குப் பொறுமையாகச்

செவி கொடுக்கக் கூடியவனாக நான் இருந்தேன். அவரைப் புறக்கணிப்பது போல் இல்லாமல் என்னுடைய மறுப்பைத் தெரிவிப்பதற்கு மிகுந்த நுட்பப் பொறுதி தேவைப்பட்டது.

சுதாகர் கொடூரமாகக் கொலை செய்யப்பட்டு இந்த ஏப்ரலோடு ஏழு ஆண்டுகளாகின்றன. முன்னெப்போதை விடவும் அண்மைக் காலமாக அவருடைய நினைவு ஒரு நுரைக்குமிழியாக அடிக்கடி தோன்றி மறைந்தபடி இருக்கிறது. கடந்த ஒக்டோபரோடு முப்பதாவது வயதைக் கடந்து வந்திருக்கிறேன். பத்து வருடங்களுக்கு முன்னம் சுதாகர் இதழியல் கல்லூரியில் இணைந்த பொழுது அவருக்கும் இதையொத்த வயது தான் என்று நினைக்கிறேன். கடந்த ஒன்றரை ஆண்டுகளில் எனது வாழ்வில் ஏற்பட்ட அலைக்கழிவும் உழல்வும் சுதாகரின் நினைவையே திரும்பத் திரும்ப தந்து செல்கின்றன - தீராப் புதிரொன்றுக்கு விடை தெரிந்துவிட்டது போன்ற ஓர் உணர்வு; ஆயாசமும் இனம்புரியாத ஆசுவாசமும் சேர்ந்த ஓர் உணர்வு.

புதிரென்று மேலே சொன்னது சுதாகரைப் பொறுத்த மட்டில் மிகவும் பொருத்தமான விவரணை. மணிக்கணக்கான உரையாடல்களில் எம்மிருவரது பல பொழுதுகள் தீர்ந்திருக்கின்றன. தனது முதல்காதல் தொடங்கி அரசியல் பிரச்சனைகள் வரை மனம்விட்டுப் பேசியிருக்கிறார். கடிதங்களாக எழுதிய ஒருதொகுதிக் காதல் கவிதைகள் அடங்கிய கோப்பை ஒருமுறை வாசிக்கத் தந்திருந்தார். சில மாதங்களுக்குப் பிறகு அவற்றை மீளப் பெற்றுக் கொண்டார். இப்போது அவை எங்கு உள்ளன என்று தெரியாது. தனிப்பட்ட கடிதங்கள் அவை. கார்பன் தாள் வைத்து எழுதியிருந்தார் - தனக்கு என்ன நேர்ந்தாலும் தான் எழுதியவை எஞ்சி நிற்க வேண்டும் என்ற உள்ளுணர்வு தான் காரணமா என்று இப்போது எண்ணத் தோன்றுகிறது.

அவரது கவிதையில் சொல்லப்பட்டுள்ளது போல, புத்தகங்களுடனான அவரது வாழ்வு அவரது குடும்பத்தவர்கள் மத்தியில் எவ்வளவு மறுப்பையும் வெறுப்பையும் எதிர்ப்பையும் சம்பாதித்துத் தந்திருக்கிறது என்பதையெல்லாம் விலாவரியாகச் சொல்லியிருக்கிறார். வாசிப்பே தவமாகக் கொண்டு வாழ்ந்த நாள்கள் பற்றியும் இலக்கிய நண்பர்களுடன் நிகழ்த்திய விவாதங்கள் பற்றியும் சொல்லி இருக்கிறார். கருணாகரன்,

நிலாந்தன், அனார், றஷ்மி, சித்தாந்தன், தானா விஷ்ணு, ஃபௌசர் முதலானவர்களின் பெயர்கள் எல்லாம் அவர் வழியாகத்தான் எனக்கு அறிமுகமாயின. ஆனால் அவர் திருமணமானவர் என்பதும் அவருக்குக் குழந்தைகள் இருக்கிறார்கள் என்பதும் ஏறத்தாழ ஓராண்டு கழித்துத்தான் எனக்குத் தெரியவந்தது. ஒருநாள் திடீரென்று கொட்டாஞ்சேனைக்கு அழைத்துச் சென்று வவுனியாவில் இருந்து வந்திருந்த தனது மனைவியையும் பிள்ளைகளையும் அறிமுகப்படுத்தினார்.

அவரது இந்தப் புதிர்ப்பிம்பம் தற்போது எனக்குக் குழப்பமாகத் தோன்றுவதில்லை. மேலே சொன்னதுபோல, விடை கண்டுவிட்ட புதிராக சுதாகரை அப்படியே ஏற்றுக் கொள்ள இயல்கிறது. காலம் பல பாடங்களைக் கற்றுத் தருகிறது.

இதழியல் கல்லூரியில் பயின்ற காலத்தில் சுதாகர் எந்தக் கவிதையையும் எழுதவில்லை. நமக்கு நாமே நேர்மையாக இருக்க இயலாதபோது கவிதை சித்திக்காது என்பார். அவரைப் பொருளாதார ரீதியான சுமைகள் அழுத்தியபடியிருந்தன. அவரது பண நெருக்கடிகள் குறித்து நான் அறிந்து என்னைத் தவிர வேறு எவரிடமும் அவர் பகிர்ந்து கொண்டது கிடையாது. வெள்ளவத்தையில் வசித்துவந்த அறைக்கு வாடகை செலுத்துவதற்குப் பல நேரங்களில் சிரமப்பட்டார்.

கற்கை நெறியை முடித்த பிற்பாடு அவருக்கு வீரகேசரியில் வேலை கிடைத்தது. அங்கும் பல்வேறுபட்ட தத்தளிப்புகள் அவருக்கிருந்தன. வவுனியாவில் அரச ஆதரவு ஆயுதக் குழுவொன்று மக்களுக்குச் சொந்தமான நிலத்தைக் கையகப்படுத்தி அட்டூழியம் புரிந்து வருவதாகவும் ஆதாரங்கள் திரட்டி அது குறித்துக் கட்டுரை ஒன்று எழுதியிருப்பதாகவும் கூறியிருந்தார். வீரகேசரி உள்ளடங்கலாகப் பல இடங்களில் இதற்கான பிரசுர வாய்ப்பு மறுக்கப்பட்டுவிட்டதாக பின்னர் கூறினார். கொழும்பில் வடிவமைக்கப்பட்டு லண்டனில் விநியோகிக்கப்பட்ட தமிழ் உலகம் சஞ்சிகையில் பணிபுரியும் வாய்ப்பு அவருக்குக் கிடைத்தது. அந்தக் காலப்பகுதியில் பொருளாதார ரீதியாக ஓரளவு சமாளிக்கக் கூடிய நிலைமை அவருக்கு வாய்த்தது.

அவசரமாக எழுதப்படும் இந்த நினைவுக் குறிப்பில் சுதாகரின் பல்துறை ஆளுமை குறித்த போதிய அளவு முழுமையான சித்திரத்தைத் தீட்டத் தவறியிருக்கிறேன் என்பது பெருங்குறையே. குறிப்பாக சுதாகரின் கவிதைகள் குறித்து இந்தப் பதிவில் நான் பெரிதாகப் பேசவில்லை. அவற்றின் ஆழ அகலங்களை விமர்சகர்கள் அலசி ஆராயட்டும். காலத்தை மீறி வாழும் வல்லமை கொண்டவை அவை என்பதைப் படிக்கும் வாசகர்கள் உணர்ந்து கொள்வார்கள். எந்த இடத்திலும் தரித்து நில்லாத காட்டாறு போன்ற மனப்பிரவாகத்தைப் பெரும் பிரயாசையின்றி வார்த்தைகளாக மாற்றிவிடுகின்ற ரசவாதம் அவருடையது. சுதாகர் அளவுக்கு உக்கிர மனக்கிளர்வு கொண்ட வேறு ஒரு கவியை நான் இன்னமும் சந்திக்கவில்லை என்பதை மாத்திரம் சொல்லி வைக்கலாம்.

***

இந்த நினைவுக் குறிப்பின் ஒவ்வொரு வாக்கியத்தை எழுதும் போதும் பின்மண்டையில் விழித்துக் கொண்டிருந்த பேய்நிழல் பற்றியும் நான் எதுவும் எழுதவில்லை. ('மரணம் தூங்கும் சுவர்களில் இன்னும் விழித்துக்கொண்டிருக்கிறது காலப் பேய்நிழல்' என்பது சுதாகரின் கவிதை வரி). 2007 ஏப்ரலில் சுதாகர் அடையாளம் தெரியாத ஆயுததாரிகளால் வவுனியாவில் வைத்துப் படுகொலை செய்யப்பட்டார். அந்த அவலம் எதன் நிமித்தம் எவரால் நிகழ்த்தப்பட்டது என்பது குறித்து யாதொரு தகவலும் இல்லை. ஒரு மகத்தான கவிஞனின் ஈரஞ் சுவர்ந்த இருதயத்தைப் புசித்துவிட்ட துப்பாக்கிகள் எங்கிருக்கின்றன? அவற்றின் பசியடங்கிற்றா? என்பவை தாம் இன்னமும் நெஞ்சைப் பிசையும் கேள்விகள்.

20.03.2014

வாழ்தலின் வலி

பிரதீபா தில்லைநாதன்

வசந்தகாலத்தின் ஒரு சிறிய ஒன்றுகூடலில் எங்களுடன் இருந்து கொண்டிருந்த எஸ்போஸ் இற்கு

நீ என்னவாக இருந்தாய்...?
சத்தியமாக எனக்குத் தெரியாது...
நீ யாராகப் பார்க்கப் பட்டாய்?
உண்மையாகத் தெரியாது
ஆனால்,
பிணங்கள் கிடக்கும் என் நகரத் தெருக்களில்
நான் உணர்ந்தேன்
ஒரு கழுகின் இரையாய்
வலியறிந்து காத்திருக்கும்
உன் வார்த்தைகளை, உன் ஆன்மாவை
...
உனது பிணச்சாம்பல் படிந்த
இந்த வார்த்தையை அழிக்க முடியுமானால்
நான் நம்புவேன்... நீ கொல்லப்பட்டதை

ஏப்ரல் 17, 2007 எஸ்போஸ் கொல்லப்பட்டதாக 'ஊர்ஜிதப் படுத்தப்பட்ட' தகவலென நண்பரொருவர் மடல் அனுப்பியிருந்த பிறகும், சில இணையத் தளங்களில் 'உடனடிச்' செய்திகளில் தேடிவிட்டு, இந்த செய்தி பொய்த்துப் போகலாம் என்ற சிறு சந்தோசத்தை விட்டுவிட மனசின்றியே வகுப்புக்குப் போனேன். வகுப்பிலிருந்து வந்து பார்க்கிற போது இத்தகவல் ஒரு 'வதந்தி' என்றாக்கப் பட்டிருந்தால் அது எவ்வளவு பெறுமதியானது?

மரணம் ஒரு நிச்சயமான துரதிர்ஸ்டம் போல தனது சாத்தியத்தை முன்னிறுத்திக் கொண்டிருக்கையில் அதனுடன் ஒவ்வொரு

நாளையும் கடக்கிறவர்களது நிலத்திலிருந்து எத்தகைய சிறு மகிழ்ச்சியையும் எதிர்பார்த்திருக்க முடியாதுதான். எனினும் மரண செய்திகளின் போது அதைத் தவிர்க்க முடிவதில்லை. வகுப்பிலிருந்து திரும்பியபோது உண்மைக்கும் அவர் செத்துப் போயிருந்தார். உறங்கிக் கொண்டிருந்தபோது கொல்லப்பட்டதாகச் சொன்ன செய்தி நிம்மதி தருகிறதென நண்பி சொன்னாள், கனவிலிருந்து 'ஒழும்பியிருக்க' வேண்டாம் (ஆனால் அருகில் படுத்திருந்த அவரது மகன் சத்தத்தில் விழித்துவிட்டதாக செய்திகள் விபரித்திருந்தன).

கொல்லப்பட்ட பிறகு பெறுமதியாய் எதுவுமே இருப்பதில்லை.

இலங்கையில் வெவ்வேறு நகரங்களிலிருந்து தமது தெருக்களில் சந்தைக்கோ, சிலவேளை யாரையோ தொலைபேசியில் கூப்பிடவோ எது எதற்கோ போனவர்கள் 'சுடப்பட்டு' விழும் செய்திகள் வந்துகொண்டேயிருக்கின்றன. விழுபவர்கள் பட்டியல் கூடிக் கொண்டிருக்கையில் - தம்மைப் பற்றி - எதையும் விட்டுச் செல்லாத எத்தனை பேரைத்தான் தொடருவது? மேலும் அத்தகைய செய்திகளிற்கு 'வெளியில்' இருப்பவர்களிற்கு அவர்களுடைய அன்பினது வாசனைகள் தெரியாதபோது எப்படித்தான் அவர்களை உணருதல் முடியும்?

கடந்த காலங்களிலிருந்து இதை எழுதுகின்ற இன்றுவரை, ஆசியாவிலேயே நீண்ட காலம் நடக்கின்ற உள்நாட்டு யுத்தத்தில் - இலக்கங்களாகவன்றி, வரலாற்றில் பதியப் 'பெயர்' அற்றவர்கள் சமூகம் சார்ந்த பிரக்ஞையை செயற்பாட்டை வழங்கிய மனிதர்கள் பலர் காணாமற் போயும் கொடும் வதைகளுக்குள்ளாகியும் கொலையாகிக் கொண்டுமே இருக்கிறார்கள்.

இதுவே யதார்த்தமானதில், எல்லா மரணங்களின் போதும் - தெருக்களில் நினைவுகொண்டபடி போக - எம்மிடம் சில சொற்கள் மட்டுமே எஞ்சியுள்ளன, எப்போதும் தயாராக. ஓர் தயார் நிலையில் வெறும் இச்சொற்களை வைத்திருப்பதான தோற்றம் என்னிடம் களைப்பைத் தருகிறது. எஸ்போஸின் மரணம் அந்தப் புலங்களில் தொடர்ந்து வாழ நேருகிற நண்பர்களுடைய பாதுகாப்பு சார்ந்த பயத்தினை, செத்துவிட்ட பிறகே கேட்க நேரும் இருத்தலின் குரலை, காலம் தாழ்த்தி அதை அறிவதன் சங்கடங்களை ஏற்படுத்தி, உயிர்ப் பாதுகாப்புடன்

இருக்கும் நிலத்திலிருந்து கேள்வியுறுகையில் ஏதும் செய்ய இயலாத குற்ற உணர்ச்சியிடம் விட்டுச் செல்கிறது.

வவுனியாவில் மாத்திரம் எஸ்போஸ் கொலை செய்யப்படுவதற்கு முந்தைய - இரண்டு கிழமைகளில் 24 பேர் வரை கொல்லப்பட்டிருப்பதாக வவுனியா நீதவான் தெரிவித்திருந்தார் (எண்ணிக்கை தொடர்கிறது). அதில் ஓர் இலக்கமென மாலை நேரத்தில் வேலிகள் மறைக்கும் குறுக்கொழுங்கைகளால் வந்துகொண்டிருந்த எனது அம்மாவின் சின்னம்மாவும் பலியாகியிருந்தார். உற்சாகமாக ஓடித் திரியும் எனது சிறுபிராயத்து அம்மம்மா, அவரது மகளின் மடியிலேயே செத்துப் போயிருந்தார். இறப்பின் பின்னும், வவுனியா ஆஸ்பத்திரியின் பிணவறையில் இடமில்லாததால் வன்னியிலிருந்து 'பாஸ்' கிடைக்கக் காத்திருந்த உறவுகளின் வருகைகளுக்காய் அம்மம்மாவின் அழகிய முகம் சோபை இழந்து நாட்களாகக் காத்திருந்தது, குழந்தைகள் இருந்த வீட்டில், சித்திரைப் புது வருடத்தை அங்கிருந்தவர்கள் அழுவதற்கு உறவுகளுக்கான காத்திருப்புடன் எதிர்கொண்டார்கள்.

தமது பெற்றவர்களின், துணைகளின் மரணங்களின் அதிர்வை 'இருப்பவர்களே' எதிர்கொள்கிறார்கள். எஸ்போஸ் தனது வீட்டில் தனது குழந்தைக்கு அருகில் சுட்டுக் கொல்லப்பட்டிருந்தார். அவரது மனைவி இரண்டாவது தடவையாக தனது துணையை ஆயுதங்களிற்குப் பலிகொடுத்திருக்கிறார். அவரது இல்லாமையின் வெற்றிடம் அவரது துணையிடமும் குழந்தைகளிடமுமே விட்டுச் செல்லப்படுகிறது. எஞ்சியுள்ளவர்களது - மனநிலையை, எதிர்காலத்தை அச்சுறுத்தும் - வாழ்வின் கெடுபிடிகளையும் சிரமங்களையும் நாங்கள் எழுதிச் செல்லுகிற இந்தக் குறிப்புகள் சீக்கிரம் மறந்துவிடும். அவர்களே இந்த வாழ்வைத் தொடர்ந்தும் - பிரியமானவர்களது இருத்தலின்றி - வாழ்ந்தாக வேண்டியவர்கள்.

அம்மம்மாவின், மகள்களுடைய வீட்டில், துயர்பகிரக் கூடியிருந்தவர்கள், துயரத்தில் பங்கெடுக்கச் செல்ல முடியாத சட்ட / பொருளாதார / அச்சவுணர்வு/ இதர காரணங்களுள் குழறிக் கொண்டிருந்தவர்களுள் இருந்தபோது, அம்மம்மா சுடப்பட்ட அதே சம்பவத்தில் இறந்து போயிருந்து ஒரே குடும்பத்தைச் சேர்ந்த இள வயதான இருவர் பற்றியும் பேசிக்

கொண்டிருந்தார்கள்... அவர்கள் அங்கும் இங்கும் என தம் காலங்களை திருப்பிப் போட்டுக் கொண்டிருந்த அம்மம்மாவின் செத்த வீட்டில், துயர்நிறைந்த முகங்களினிடையே ஏதோ ஒரு பொழுதில் வவுனியாவில்தான் எஸ்போஸ் இருக்கிறார் என்பதும் நினைவில் வந்து போனது. தன்னுடைய வாழ்வில் தன் சூழ்நிலைகளின் காயங்களை கேள்விகளை சுமந்து திரிகிற 'எழுதுகிற'வுமான ஒருவராய் அந்தப் பிரதேசங்களில் நடக்கிற எழுத்தாளராய் அவரது மனநிலைகள், தாக்கங்கள் எத்தகையதாய் இருக்கும், அவற்றை அவர் எவ்வாறு எதிர்கொள்வார், என்ற ரீதியாக யோசனை போய்க் கொண்டிருந்தது. சில நாட்களில் அவர் ஒரு செய்தியாக வந்து சேருவார் என எதிர்பார்த்திருக்கவேயில்லை. தன்னுள்ளே ஒடுங்கிவிடுவாள் போல இறுகியிருந்த - எங்களை வளர்த்த அன்ரி - ஒருபோதும் எதிர்பார்த்திருக்க மாட்டாள், அம்மா இப்படிப் போவாள் என்று... 'அநாமதேயமான' நபர்களது மட்டுமல்ல, நேசிக்கிற யாதொருவருடைய மரணங்களிற்காகவும் நாங்கள் காத்திருப்பதை விரும்பமாட்டோம்.

15 வருடங்களாய் தாயைக் கண்டிராத, இன்னும் 'பேப்பர் கிடைத்திராத' அன்ரியோ - ஒரு மூலையில் - இறுதியாய் பிணமாய் ஏனும் காணமுடியாத தனது அம்மாவின் நினைவில் இறுகிப் போயிருந்தாள். இந்த அநியாய சாவுகளுக்கு காரணமான துவக்குகளிற்குச் சொந்தமானவர்கள் 'தமிழ் பேசும் சகோதரர்களும்' என்பதும் அந்த இறுக்கத்தையே வளர்த்தது.

2002 அமைதிப் பிரகடனத்திற்குப் பிறகு, ஆரம்பித்துவிட்ட இந்த யுத்தத்திற்கு இடையிலும் இப்போதும், கொல்லப்பட்டவர்களின் எண்ணிக்கை கணக்கற்றுப் போய்விட்டது. இலங்கையில், சிறுபான்மையினரை, அந்த/இந்த இராணுவங்கள் கொன்றது போக எமது தமிழ்ச் சகோதரர்களும் தமது பங்கிற்குக் கொன்று குவித்துக் கொண்டிருக்கிறார்கள். நடக்கின்ற எல்லாவற்றினின்றும் கொடிதாக சகோதரர்களே சகோதரர்களை வேட்டையாடிக் கொண்டிருக்கிறார்கள். சகோதரப் படுகொலைகள் இன்ன பிற கொடும் களையெடுப்புகள் ஈழ விடுதலைப் போராட்ட வரலாற்றில் நாமறிந்ததுதான் என்றாலும், மட்டக்களப்பு - வவுனியா - யாழ்ப்பாணம் - திருகோணமலை என்று இத்துவக்குகளின் குறி நீளும் இலக்குகள் அப்பாவி மக்களாக, -

கொலையாளிகள் யாரென்பது தெரியாததால், 'ஆயுதங்களுடன் இருக்கிற' சகல தரப்பிடமிருந்தும் - திட்டமிட்ட இனவழிப்பாக இது உருவெடுத்திருக்கிறது. குறி நீட்டப்படுபவர்களிற்குப் பாதுகாப்பு எங்கிருந்தும் இல்லை. ஒருபோது 'தோழர்களாய்' இருந்தவர்கள், பிரிந்த பிறகு 'மிருகங்கள்' ஆனார்கள் என சொல்லிவிட்டு நகர்ந்துகொண்டே இருத்தலே செய்யக்கூடிய விடயமாய்ப் போய்விட்டது. கருணா பிளவின்போது, இரு தரப்பு மோதலில், மட்டக்களப்பில் கணக்கின்றி ('கேப்பார் இன்றி') ஒவ்வொரு நாளும் விழுந்த - அநேகமாய் 20, 22 அதிலும் குறைந்த வயதிலான பிள்ளைகளின் செய்தியை, ஆன்மா குதறப்பட்ட உடலங்களை, புதர்களுள் எறியப்பட்டு உயிரின் கனவழிந்து கிடந்தவர்களை செய்திகளாய்க் காணுகையில் எழுந்த செய்வதறியா இயலாமையையே மீளவும் மீளவும் உணர முடிகிறது. கடந்த 24 ஆண்டுகளிற்குப் பிறகும் ஆயுதங்களுடன் இருக்கிறவர்களிடம் மனித உயிர் குறித்த ஒரு சொட்டு கரிசனையும் காணக் கிடைக்கவில்லை இங்கே.

எப்புறமும் துப்பாக்கிகளுடன் வருகிற எசமானர்களின் முன் பீதியடைந்த தன/மது வாழ்வின் இருப்பைக் குறித்து 'கடைசியாய்' எஸ்போஸ் போன்ற யாரும் எழுதிய, எழுதாத எந்தப் பிரதிகள் எம்மை அச்சுறுத்தக் காத்திருக்கின்றனவோ தெரியாது. எதுவுமே செய்ய முடியாதபோது ஆயுதங்களுடன் இருக்கும் எஜமானர்களிடமிருந்து எங்கள் பிள்ளைகளுக்காகக் பிரார்த்திப்போம்.

துவக்குத் துளைத்த கவிதை

அஞ்சலி: சந்திரபோஸ் சுதாகர்
(24.08.1975 - 16.04.2007)

இலக்கியக் கனவுகளோடு அலைந்துகொண்டிருந்த இளங் கவிஞன் எஸ்போஸ் 16.04.2007 அன்று தன் குழந்தையின் கண்முன்னே சிலரால் துப்பாக்கியால் சுட்டுக் கொல்லப்பட்டார் என்னும் செய்தியைச் சரிநிகர் (மே - ஜூன் 2007) இதழில் படித்ததும் மனம் அதிர்ச்சியடைந்தது.

அரச பயங்கரவாதத்தினாலும் அதற்கெதிரான போராளிகளின் எதிர்வினைகளாலும் எரிந்துகொண்டிருக்கும் தேசம் ஈழம். விமானக் குண்டுவீச்சு, பீரங்கித் தாக்குதல், துப்பாக்கிச் சூடு, வன்கொடுமைகள் என்னும் ரீதியில் தினமும் மரண ஓலம் காற்றில் அலைந்துகொண்டிருக்கும் பூமி. பெற்றோர்கள் முன் மகன்கள் கொல்லப்படுவதும் குழந்தைகள்முன் தாய்மார்கள் பாலியல் வல்லுறவுக்கு உள்ளாக்கப்பட்டுக் கொடூரமாகக் கொல்லப்படுவதுமான செய்திகளைப் படித்துக் கேட்டு மனம் விரக்தியில் வெறுமையுற்றிருக்கும் நிலையிலும் அங்கே யாருக்கும் எந்த நேரத்திலும் எவராலும் எதுவும் நிகழலாம் என்றாகிப்போன நிலையிலும் இது போன்ற மரணங்கள் பெரும் அதிர்ச்சியை ஏற்படுத்தவே செய்கின்றன.

சந்திரபோஸ் சுதாகர் இலங்கை, பளையில் 1975 இல் பிறந்தவர். ஈழநாதம், வெளிச்சம், ஈழநாடு, நிலம், காலச்சுவடு, வீரகேசரி, மூன்றாவது மனிதன், தமிழ் உலகம், இன்னொரு காலடி போன்ற இதழ்களில் இவரது கவிதைகள் பிரசுரமாகியுள்ளன. சிறுகதைகள், விமர்சனக் கட்டுரைகள் எழுதியுள்ளார். பல

இதழ்களிலும் பத்திரிகைகளிலும் பணியாற்றியவர். நிலம் என்றொரு கவிதைக்கான இதழையும் நடத்தியவர்.

எஸ். போஸுடனான அறிமுகம் காலச்சுவடு, மூன்றாவது மனிதன் இதழ்களில் வெளியான அவரது கவிதைகளினூடானதுதான். 'எந்தத் திட்டங்களுக்குள்ளும் ஒழுங்கு முறைகளுக்குள்ளும் நிற்கும் இயல்பற்றவர்', 'தன்னிச்சையாக இயங்குவதில் அவர் தனக்கான ஒரு வகைமாதிரியை உருவாக்கியிருந்தார்', "எதிலும் ஒருவிதமான தீவிரமும் அலட்சியமும் கொண்டவர்", அதிகாரத்துக்கெதிரான மனோபாவம் கொண்டவர் என்றெல்லாம் அவரை நேரில் அறிந்த கருணாகரன் சரிநிகர் கட்டுரையில் ('அவர்கள் அவனைச் சுட்டுக் கொன்றனர்!') குறிப்பிட்டுள்ளார். இந்த இயல்புகள் எஸ்போஸின் கவிதைகளிலும் வெளிப்படுவதை அறிய முடிகிறது. இத்துடன் கூடவே, வாழும் சூழலில் தவிர்க்க முடியாத இயலாமையின் துக்கத்தையும் ஒருவித விரக்தியையும் உணர முடியும்.

சமகாலச் சூழலின் தாக்கத்தையும் தன்னுணர்வுகளையும் வெறுமனே தகவல்களாகவோ விவரணைகளாகவோ அல்லாமல் வித்தியாசமான பார்வையில், தனக்கேயான கவிதை மொழியில் ஆழ்மனவெழுச்சியுடன் வெளிப்படுத்தியுள்ளார். பொதுவாகவே ஈழத்துக் கவிதைகளில் காணக்கிடைக்காத செறிவான கவிதையமைப்பும் எஸ்போஸுக்கு இயல்பாகக் கைகூடியுள்ளது. உதாரணத்துக்கு அவரது கவிதை வரிகளில் சில:

'நாங்கள் கடைசியாக எது பற்றிப் பேசினோம்
நீ எப்போதும் வெளியே வராத இரவைப் பற்றியா ?
இருள் துயர்மிகு இருள்.'

மூன்றாவது மனிதன், ஆக. – அக். 2000

‘அழியுண்ட கனவுகளின் அழுகைச் சகதிக்குள் போய்விழுகிறது சிறகிழந்த பறவைகளின் வாழ்வு’

“நவீனத் தமிழ்க் கவிதை வெளிப்பாட்டில் எஸ்போஸ் அளவுக்கு மொழியையும் சொல்முறையையும் பொருளையும் இணைத்து நேர்த்தியாகக் கவிதையை எழுதியவர்கள் வேறொருவரும் இல்லை எனலாம்” என்னும் கருணாகரனின் மதிப்பீடு, அபிமானம் சார்ந்ததும் எதிர்பார்ப்பின் முறிவு ஏற்படுத்திய துக்கவுணர்வு சார்ந்ததுமான மிகை கலந்தது எனலாம் என்ற போதிலும் கவிதைப் பயணம் இடையில் முறிக்கப்படாமல் தொடர்ந்திருக்குமேயானால், கருணாகரனின் மதிப்பீட்டைச் சாத்தியமாக்கும் வகையிலான தடயங்கள் எஸ்போஸின் கவிதைகளில் காணக் கிடைக்கின்றன என்பதையும் உறுதியாகச் சொல்லலாம்.

எஸ்போஸின் மரணத்தினால், வார்த்தைகளால் ஆறுதல்படுத்த வியலாத பெரும் துக்கத்துக்காளாகியிருக்கும் அவரது துணைவியாருக்கும் இளம் வயதில் தந்தையை இழந்து நிற்கும் இரு மகன்களுக்கும் காலச்சுவடு தன் ஆழ்ந்த இரங்கலைத் தெரிவித்துக் கொள்கிறது.

காலச்சுவடு, இதழ் 94, அக்டோபர் 2007

சூரியனைக் கவர்ந்து சென்ற மிருகம்

என் அன்புக்கினிய தோழர்களே
எனது காதலியிடம் சொல்லுங்கள்
ஆயிரக்கணக்கில் மனிதர்கள் குழுமியிருந்த
வனாந்தரத்திலிருந்து
ஒரு மிருகம் என்னை இழுத்துச்சென்றுவிட்டது;
கடைசியாக நான் அவளுக்கு முத்தமிடவில்லை
அவளது கண்களில் வழமையாயிருக்கும் ஒளியை நான் காணவில்லை
கணங்களின் முடிவற்ற வலி தொடர்கிறது.
கடைசிவரை, நட்சத்திரங்களையோ புறாக்களையோ
எதிர்பார்த்த அவளுக்குச் சொல்லுங்கள்
எனது காலத்திலும் எனது காலமாயிருந்த
அவளது காலத்திலும் நான் அவற்றைக்காணவில்லை;
என்னை ஒரு மிருகம் இழுத்துச்சென்றுவிட்டது.

நான்,
இனிமேல்,
எனது சித்திரவதைக் காலங்களை
அவளுக்கு ஞாபகப்படுத்த முடியாது
எனவே தோழர்களே,
நான் திரும்பமாட்டேன் என்றோ அல்லது
மண்டையினுள் குருதிக் கசிவாலோ
இரத்தம் கக்கியோ
சூரியன் வெளிவர அஞ்சிய ஒரு காலத்தில்
நான் செத்துப்போவேன் என்பது பற்றிச் சொல்லுங்கள்.

நம்பிக்கையற்ற இந்த வார்த்தைகளை
நான் அவளுக்குப் பரிசளிப்பது
இதுவே முதற்தடவை, எனினும் அவளிடம் சொல்லுங்கள்
அவர்கள் எனது இருதயத்தை நசுக்கிவிட்டார்கள்

மூளையை நசுக்கிவிட்டார்கள்
என்னால் காற்றை உணரமுடியவில்லை.

— எஸ்போஸ்

10.09.2001 கைது செய்யப்படுவதற்கு எட்டு நாட்களுக்கு முன்னர் எழுதியது.

எஸ்போஸ் எனப்படும் சந்திரபோஸ் சுதாகர் தனது முப்பத்திரண்டாவது வயதில் துப்பாக்கிகளுக்கு வாழ்வை இரைகொடுத்தவர். துப்பாக்கிகள் ஆளும் காலத்தில் துப்பாக்கிகளால் வேறெதைச் செய்ய ஏலும்? அல்லது நம்மால்தான் ஏது செய்ய இயலும்?

எஸ்போஸ், கவிதைகளுக்காய் 'நிலம்' என்ற காலாண்டிதழை நடத்தியவர். தெரிந்த கவிஞர்களின் கவிதைகளை மட்டுமல்லாது, கவிதைகளுக்கான விமர்சனங்களையும், புதிய கவிஞர்களை இனங்காட்டவும் 'நிலம்' காலாண்டிதழின் ஊடாக எஸ்போஸ் முயன்றிருக்கின்றார். யாழ் இடப்பெயர்வுகளை(?) காலச்சுவட்டில் எழுதியபோது - காலச்சுவட்டின் அசிரத்தையால் - எஸ்போஸின் சொந்தவிபரங்கள் வெளியிடப்பட்டு 2001 ஆம் ஆண்டில் அரச இயந்திரத்தினால் கைதுசெய்யப்பட்டவர் (மேலே தரப்பட்ட கவிதை அவர் கைதுசெய்யப்படுவதற்கு சில நாட்களுக்கு முன்னர் எழுதப்பட்டது). 'நிலத்தில்' மட்டுமின்றி பல்வேறு இதழ்கள், சஞ்சிகைகளில் பரவலாக எழுதியவர்.

அவரது ஏழு வயது மகன் சாட்சியாய் இருக்க நேற்றிரவு சுட்டுக் கொல்லப்பட்டிருக்கின்றார் என்பது மிக அவலமானது. முன்னர் - 2001 இல் - கைதுசெய்து சித்திரவதைக்கு பின் எஸ்போஸை விடுதலை செய்த 'மனிதாபிமானம்' கூட இந்தமுறை துப்பாக்கிகளோடு வந்தவர்களுக்கு இருக்கவில்லை.

மக்கள் இல்லாமற் போய்க்கொண்டிருப்பதை இலக்கங்களில் மட்டுமே கணக்கில்கொள்ளும் ஒரு நிலப்பரப்பில் தனித் தனியாக ஒவ்வொருத்தருக்கும் அஞ்சலியோ சொட்டுக் கண்ணீரோ விடுவதுகூட அருகதையற்றதாகிப் போய்க்கொண்டிருக்கின்றது.

http://djthamilan.blogspot.com/2007/04/blog-post.html

நெருப்பின் நிழலில் சுடர்கிளரக் கிடக்கிறது எந்த வார்த்தையுமற்ற மனசு

சித்தாந்தன்

சந்திரபோஸ் சுதாகர் கொலைசெய்யப்பட்டு மூன்று ஆண்டுகளாகி விட்டன. இந்த மூன்று ஆண்டுகளிலும் ஈழத்தமிழர்களின் வாழ்விலும் அரசியலிலும் பல மாறுதல்களும் தோல்விகளும் ஏற்பட்டிருக்கின்றன. சுதாகர் 90களில் முக்கியமான கவிஞர்களுள் ஒருவர். சமகாலத்தின் நிலைப்பாடுகளையும் பின்னடைவுகளையும் கூர்ந்து அவதானித்தவர். கவிஞன் என்ற அடையாளத்திற்கு அப்பாலும் சமூகப் பொறுப்புணர்வுடன் தீவிரமாக இயங்கியவர். தன்னை நோக்கி அதிகாரத்தின் பாஸிச கரங்கள் இருப்பதை உணர்ந்திருந்த போதும் அதிகாரங்களுக்கு எதிராக தன் குரலைப் படைப்புக்களில் பதிவு செய்திருக்கின்றார். மரணம் என்பது இயல்பான ஒன்று என்பதை நம்பமறுக்க வைக்கும் ஒரு காலத்தில் சுதாகரின் மரணம் நிகழ்ந்தது. இலங்கை அரசியலிலும் போர்புரி காலங்களிலும் இந்தக் காலம் மிகக் கொடூரமானது என்பதை யாருமே மறந்துவிட முடியாது.

துப்பாக்கிகளால் அச்சுறுத்தப்பட்டிருந்த அந்த நாட்களில் நாங்கள் எத்தனைபேரைத்தான் இழந்துவிட்டோம்? அவர்களாலும் இவர்களாலும் இன்னும் இனந்தெரியாதவர்களாலும் என எத்தனை உயிர்கள் காவு கொள்ளப்பட்டுவிட்டன? யுத்தத்தின் மீதிருந்த மாயை மக்களிடமிருந்து அகன்றுவிட்டபோதும் போர்புரிபவர்கள் மக்களை யுத்தத்தை நோக்கியே இழுத்துக் கொண்டிருந்தனர். யுத்தத்தின் பொய்யுருவும் அதன் பிம்பமும் அவர்களால் புனிதப் போர்வைகளால் போர்த்தப்பட்டன. யுத்தம் அதிகாரங்களை நிலைநாட்டவும் மீண்டும் மீண்டும்

நினைவுறுத்தவும் நடாத்தப்பட்டன. மக்கள் யுத்தத்தின்போதும் அவலங்களையும் வலிகளையுமே சந்தித்தனர். யுத்தம் முடிந்து விட்டதாய் நம்பப்படும் காலத்திலும் அவலங்களையே எதிர்கொள்கின்றனர். உண்மையில் யுத்தம் மக்களையே குறிவைக்கின்றது. அவர்களின் வாழ்வாதாரங்களையே சூறையாடுகின்றது. அதிகாரத்திலிருப்பவர்கள் மக்களை யுத்தத்தை நோக்கியே துரத்துகின்றனர்.

சந்திரபோஸ் சுதாகரின் கவிதைகளினை வாசிப்பவர்கள் இந்த யதார்த்தத்தைப் புரிந்து கொள்ள முடியும். அவர் அதிகாரங்களை வெறுக்கின்றார். அதனால்தான் அதிகாரங்களை நோக்கி குரல் எழுப்புகின்றார்.

அதிகாரத்தைச் சிலுவையிலறைவதா
அதிகாரத்திற்கெதிரான நமது இதயங்களைச்
சிலுவையிலறைவதா ?
என சுதாகர் 'சிலுவைச் சரித்திரம்' என்ற கவிதையில் எழுதியிருக்கின்றார்.

எப்போதும் அதிகாரத்தை நிலைநாட்டுபவர்கள் தங்களை நோக்கி நீளும் விரல்களின் சொந்தக்காரர்களை வாழ அனுமதிப்பதில்லை. ஈழப் போராட்டம் தொடங்கி முப்பதாண்டுகள் முடிந்திருக்கின்ற நிலையில் கொல்லப்பட்ட கவிஞர்கள், பத்திரிகையாளர்கள் எத்தனை பேர் என்கின்ற பட்டியல் சுருக்கமானதில்லை. யுத்தத்தை புகழுகின்ற, யுத்தம் புரிவோரைத் துதிபாடுகின்ற, யுத்தத்தை ஊக்குவிக்கின்றவர்களை வீரர்களாகவும் மாறாக யுத்தம் மக்களை வதைப்பதை எழுதுகின்றவர்களை துரோகிகளாகவும் கருதும் நிலை காணப்பட்டு வந்திருக்கின்றது. இதில் முரண் என்னவென்றால் யுத்தத்தைப் புரிந்தவர்கள் ஜனநாயகம் பற்றிப் பேசுவதுதான்.

சுதாகரின் அநேக கவிதைகளும் அகக் காட்சித் தரிசிப்புக்குரியன. உள்ளார்த்தமான மொழிதலும் படிமச் செறிவும் மிக்கவை. பிற ஈழக் கவிஞர்களிடம் காணக் கிடைக்காத உள்முகத் தரிசனத்தை சுதாகரின் கவிதைகளில் காணமுடியும். கருணாகரன் குறிப்பிடுவதைப்போல '90களில் கவிதை எழுதத் தொடங்கியவர்களில் சுதாகரளவுக்கு மொழியை பயன்படுத்தியவர்கள் எவருமில்லை' என்றே சொல்ல

வேண்டும். சுதாகரின் கவிதைகளின் இயங்குநிலை போர்க்கால அனுபவங்களின் திரட்சியிலிருந்தே தொடங்குகின்றது. அவர் சந்தித்த அனுபவங்கள் உச்சமான சாத்தியங்களை அவரின் கவிதைகளில் ஏற்படுத்தின.

சுதாகர் 2001 ஆம் ஆண்டில் ஒரு முறை இராணுவத்தினரால் கைது செய்யப்பட்டு சில தினங்களின் பின் விடுதலை செய்யப்பட்டிருந்தார். விடுதலை செய்யப்பட்ட ஓரிரு நாட்களின் பின் அவரின் காற் பாதங்கள் பிளந்து பிளந்து நிணம் வழிந்து கொண்டிருந்தது. தனக்கு நேர்ந்த சித்திரவதைகளின் வலியை அவர் என்னோடு பகிர்ந்திருக்கின்றார். அதன் பின்னர்தான் அவரின் நிலம் சஞ்சிகையின் மூன்றாவது இதழ் வெளிவந்தது. அதன் ஆசிரிய தலையங்கத்தை 'சித்திரவதைகளுக்கும் கைதுகளுக்கும் எதிராக...' என்ற தலைப்பில் எழுதினார். அதில் "ஒரு துப்பாக்கியையோ அல்லது கத்தி, கோடரியையோ கூட கையில் எடுக்கத் துணியாத, அவற்றின் வருகைக்காக அஞ்சி ஒடுங்கும் அப்பாவி மக்களின் மீது அடக்குமுறைகளைக் கட்டவிழ்த்துவிடும் அரசோ அது சார்ந்த இராணுவமோ அது சார்ந்த அமைப்புக்களோ பலி கொண்ட உயிர்களின் எண்ணிக்கை சொல்லில் உயிர்ப்பிக்க முடியாதவை. இவை குறித்த கண்டனங்களும் குற்றச்சாட்டுகளும் தொடர்ந்த வண்ணமிருக்கின்றன. எனினும் படைப்பாளர்கள் சுட்டுக் கொல்லப்படுகிறார்கள். பத்திரிகையாளர்கள் சுட்டுக் கொல்லப்படுகிறார்கள். கவிஞர்கள் சுட்டுக் கொல்லப்படுகிறார்கள். தொடர்ந்தும் படைப்பாளர்கள் கைது செய்யப்படுகிறார்கள். கவிஞர்கள் கைது செய்யப்படுகிறார்கள். இவற்றிற்கெதிராக மீண்டும் மீண்டும் குரலெழுப்பவும் போராடவும் வேண்டிய நிலைக்கு ஊடகத்துறையிலும் படைப்புத்துறையிலும் இயங்கிவரும் சகலரும் முன்வர வேண்டும்" எனக் குறிப்பிட்டிருந்தார்.

நிலம் சஞ்சியை தொடர்ச்சியாக காத்திரமான கவிதைக் காலாண்டிதழாகக் கொண்டு வரவேண்டுமெனவே சுதாகர் விரும்பினார். எனினும் தொடர்ச்சியாக இதழ்களை அவரால் கொண்டுவர முடியவில்லை. அதற்கு பல்வேறு காரணங்களை அவர் கூறினார். அதில் முக்கியமானது பொருளாதார நிலைதான். ஒரு கவிஞனாக மட்டுமன்றி

பத்திரிகையாளனாகவும் சிறுகதையாளனாகவும் இதழ் வடிவமைப்பாளனாகவும் விமர்சகனாகவும் என பல தளங்களில் சுதாகரின் இயங்குதளமிருந்தது. உயிர்நிழல் என்ற பெயரில் ஒரு பத்திரிகையினைத் தொடங்கும் ஏற்பாட்டிலும் சுதாகர் ஈடுபட்டிருந்தார். அதைப் பதிவு செய்வதிலுள்ள சிரமங்களை சில தடவைகள் என்னோடு பகிர்ந்திருக்கின்றார்.

சுதாகரின் மரணத்தின் ஓராண்டு நினைவாக அவரின் மனைவியினால் சுதாகரின் சில கவிதைகள் தொகுக்கப்பட்டு 'கனவுகளின் அழுகையொலி' என்ற தொகுப்பாக வெளியிடப்பட்டிருக்கின்றது. இத்தொகுப்பில் தவறுதலாக வேறு சிலரின் கவிதைகள் சுதாகரின் கவிதைகளாக பிரசுரிக்கப்பட்டுள்ளன. சுதாகர் நிலம் இதழுக்காக பிறரிடமிருந்து பெற்ற கவிதைகளே இவ்வாறு தொகுப்பில் சேர்க்கப்பட்டுள்ளன. எனினும் மரணத்தின் நினைவுகூருதலுக்காக கல்வெட்டுக்கள் அச்சிடப்படும் சூழலில் இத்தொகுப்பின் வெளியீடு மிகவும் முக்கியமானது.

சுதாகரின் கவிதைகளும் பிற படைப்புக்களும் முழுமையாகத் தொகுக்கப்பட வேண்டும். தன் காலத்தை தன் படைப்புக்களுக் கூடாக வெளிப்படுத்தும் படைப்புக்களவை. இன்று யுத்தம் முடிந்துவிட்ட சூழ்நிலையில் போர்க்கால இலக்கியங்கள் என்னத்தைச் சாதித்துவிட்டன என்ற கேள்வியைச் சில புத்திஜீவிகள் முன்வைக்கின்றனர். உண்மையில் போர்க்காலப் படைப்புக்களின் பெறுமானத்தை விளங்கிக் கொள்ளாத சுயலாபங்களை எதிர்பார்க்கின்ற வணிகநிலைப்பட்ட படைப்புக்களை பிரசவிக்கின்றவர்களிடமிருந்து இத்தகைய கேள்விகள் எழுவதில் வியப்பில்லைதான். தம்மை முன்னிலைப்படுத்தி தங்களுக்குள் விழாக்களையும் கௌரவிப்புக்களையும் மேற்கொள்வர்களின் படைப்புக்கள் மீதுதான் இத்தகு கேள்விகளை முன்வைக்க வேண்டும். போர்க்காலப் படைப்புக்கள் என்பவை வெறுமனே போரை ஊக்குவிக்கின்ற போரிடுவோரை புகழுகின்ற இலக்கியங்களல்ல என்பதை இவர்கள் புரிந்துகொள்ள வேண்டும்.

ஈழத்தின் போர்க்காலத்தில் வெளிவந்த படைப்புக்களில் பலவும் போர்க்காலத்தின் நெருக்கடியையும் அவலங்களையும்

பதிவுசெய்திருக்கின்றன. எனவே ஒற்றைப்படையாக போர்க்கால படைப்புக்கள் தோற்றுவிட்டன என புலம்பித் திரிபவர்களின் பின்னுள்ள அதிகாரங்களும் அரசியல் நிலைப்பாடும் கூர்ந்து அவதானிக்கப்பட வேண்டியவை. சுதாகர் எந்த அதிகாரத்தின் நிழலிலும் ஒதுங்கிக்கொண்டவரல்லர். எந்தக் கருத்துக்களின் பின்னும் ஈர்க்கப்பட்டு அலைந்தவரல்லர். தனக்கான கருத்துநிலைகளை அவர் கொண்டிருந்தார். அதன் வழியில் தன்னைப் பிரக்ஞை பூர்வமாக ஈடுபடுத்திச் செயற்பட்டார். சுதாகரின் படைப்புக்கள் அப்பட்டமாக போரை விமர்சிக்கின்றன. போரிடுபவர்கள் யாராகவிருந்தாலும் அவர்கள் மீது கேள்விகளை எழுப்புகின்றன. அவர்களைக் கண்டிக்கின்றன. போர்க்காலத்தின் மனச்சாட்சியாகவும் பதிவுகளாகவும் விளங்குகின்றன. தன்சுயங்களில் நம்பிக்கை கொள்ளும் மனிதனாக அவரிருந்தார் என்பது மிகவும் முக்கியமானது.

'சுயம்' என்கின்ற கவிதையில்

'என்னைப் பேச விடுங்கள்
உங்களின் கூக்குரல்களால்
எனது காயங்கள் ஆழமாக் கிழிபடுகின்றன
எனது குரல் உங்களின் பாதச்சுவடுகளின் ஒலியில்
அமுங்கிச் சிதைகிறது வேண்டாம், நான் என்னைப் போலவே
இருக்கவிரும்புகின்றேன் எப்போதும்
....
....
....
எனது உடைந்த குரலில் நானும் பாட விரும்புகின்றேன்
அன்பு நிறைந்த துயரப் பாடல்களை'

என எழுதியிருக்கின்றார்.

அதிகாரத்தின் பின்னால் மறைந்துள்ள கைகளும் கத்திகளும் துப்பாக்கிகளும் கதியற்றுப் போயுள்ள எண்ணற்ற மனிதர்களின் துயரங்களை எழுதிய கவிஞனைத் தின்றிருக்கின்றன. சுதாகரின் மரணத்தின் மிகக்குரூரம் அவர் அவரின் மகனின் முன்னிலையில் கொல்லப்பட்டதுதான். சுதாகர் தன் மகனில் அளவற்ற பாசமிக்கவர். கொலையாளிகளின் கைகளுக்கும் ஆயுதங்களுக்கும் ஒரு தந்தையின் பரிவையோ பாசத்தையோ புரிந்து கொள்ளும் வலிமையிருந்திருக்க வாய்ப்பில்லைதான். கொலைகளைச்

சாதாரண நிகழ்வுகளாக்கி அதைச்செய்பவர்களின் சாகசங்களை விதந்து போற்றுகின்ற சூழலில் ஒரு கவிஞனின் மரணம் அதுவும் எந்த அமைப்புக்களையோ அதிகார வர்க்கத்தையோ சார்ந்து செயற்படாத ஒரு கவிஞனின் மரணம் எத்தகைய தாக்கத்தை ஏற்படுத்திவிட முடியும்?.

முந்திரி மரத்தில் மழைத் துளிகள்

அனார்

அது
காதலுக்கு அருகில் இருந்தது.
மிக அருகில்.
உக்கிரமிக்க யுத்த நிலத்தில் நீயும்
கண்காணிப்பும் அச்சமுமான பயணத்தில் நானும்
வாழ்வை எழுதிக் கொண்டிருந்தோம்
இழப்புகள் உயிரில்
கனவுகள் கண்களில் சேர்ந்திருந்தன

முதுவேனிற்கால வல்லூறுகள் சத்தமிடும்
மின்சாரமற்ற இரவில்
உன்னைச் சுட்டுக்கொன்றனர்
செம்மணலில் உன்னுடைய இரத்தம்
உன்னுடைய இறுதிக் கவிதையை எழுதியது
மனைவி, மகன்களின் கண்முன்னே
புறாவின் ஒடுக்கமாய் நீ இறந்தாய்
குமுறி வெடித்த அவர்கள் சப்தங்கள்
இந்தப் பாழும் உலகை மோதியபோது
உணர்வுமிக்க கவிஞனைப் பறிகொடுத்தேன்
காதலுக்கு மிக அருகில் இருந்தது
கடலை ஊமையாக்கிவிடும் துயரம்
நாய்கள் ஊளையிடும் நடுநிசியில்
நீ எனக்கெழுதிய கடிதங்களில்
அந்நியமான காலடி ஓசைகளும்
பயங்கரமான நடுக்கங்களுமிருந்தன
இப்போது உன் எழுத்துகள் என்னோடு கிசுகிசுப்பதை
எதையோ விசும்புவதை
படுக்கையில் வியர்வை வழிய துணுக்குற்றுணர்கிறேன்

உன் பிரிவிலிருக்கின்ற அகற்றமுடியாத இருட்டு
மலை முகடுகளில் திரும்பத் திரும்ப உறைகின்றது
பனிக்காற்றில் சாந்தம் கொள்ளும்
எளிமையான உனது கல்லறையில் வைப்பதற்கு
உண்மைகள் பற்றிய கவிதையை
மௌனங்களால் எழுதிவருவேன்
விடுபடமுடியாத வலியுடனிருப்பவளுக்கு
உனது மென்மையான இதயத்தைப்போன்ற பூச்செண்டை
குழந்தைகளுக்கு முத்தங்களையும் கொண்டுவருவேன்
மழைத்துளிகள் சொட்டுகின்ற
முந்திரி மரத்தை கடந்து செல்லும்
புகைமூட்டமான காற்றில்
பறந்துகொண்டே இருக்கின்ற உன் விழிகள்
எல்லாவற்றையும் கவனித்துக்கொண்டிருக்கும்

அவர்கள் ஒரு கவிஞனைக் கொன்றனர்

திருமாவளவன்

அந்தி
இலைகளை உதிர்த்த மரங்களிலிருந்து
ஓலக்குரலெழுப்பித் துயரைப் பாடுகிறது
ஒரு பெருங் கூட்டம்
குருவி
இருண்மை படர
நொறுங்கி நூறாயிரமாய்ச் சிதறுகிறது
மனம்
என் கவனத்தைச் சுட்டியதில் திருப்தி போலும்
சட்டென எழுந்து
இடம்மாறி அமர்கிறது
மறு தெருவில்
இனந் தெரியாத நபர்களால்
சுட்டுக்கொல்லப்பட்ட உடலொன்றின்
இறுதிக் கணமென அடங்குகிறது
சூரியனின் கடைசி மூச்சு
என் விழிகளில்
இன்னும் இரத்தச் சிதறல்கள்
வீதிக் கரையோரம்
நின்று விடுப்புப் பார்த்து
மிரண்டு
தமக்குள் குசுகுசுத்து
மெல்ல விலகி நடந்து வீட்டுக்குள் முடங்கின
முகிற் தூவல்கள்
கணப்பொழுதில் அடித்தழிக்கிறது
எல்லாவற்றின் மீதும்
ஒரு சூறை
மெல்லத் தொடங்கி

பெருத்து
விம்மி விம்மி அழுகிறது வானம்
விழியோரம்
பெரு வெள்ளம்
தோன்றித் தோன்றி மறையும்
நம்பிக்கைச் சிதறல்களென
வெட்டி நிமிரும் சிறுமின்னல் கீற்று
பின் தொடரும்
இடி
இப்போது
என் மனம் அவாவுவதெல்லாம் ஒன்றுதான்
ஒரு பிஞ்சுக் காலை
துளியளவு
ஆறுதல்
மனம் சிலிர்க்க மீள மனிதர் முளைக்க

இலையுதிர் 2006

எரிந்து கொண்டிருக்கும் காலத்தின் குரல்

சித்தாந்தன்

இலைகளையிழந்த வனத்தின் புதிர்ப் பாதைகளிலும்
சுவடுகளை உறிஞ்சும் பெரும் பாலையிலுமாக
பயணிக்க நேரிட்டது.

கழுதைகளை விடவும் அதிகம் சுமக்கப் பழகிவிட்டோம்
அல்லது அவர்கள் பழக்கப்படுத்தியிருக்கிறார்கள்
நண்ப,
துப்பாக்கிச் சன்னங்கள் அலையும் தெருக்களில்
கத்திகளாய் முளைத்திருக்கும் பார்வைகளுக்குமிடையிலும்
நீ பேசிக்கொண்டிருந்தாய்
கைதுகளை
சித்திரவதைகளை
காலத்திற்கும் அகாலத்திற்குமிடையில்
ஒளி அவிந்து உருகும் வாழ்வை
சலனமற்ற இரவுகள்
நாய்களின் ஊளையால் நடுங்குவதை
தெருவின் கடைசிப்பயணியாய்
வீடு திரும்புதலின் நிச்சயமின்மையை

உன்னை சிலந்தி வலையில்
சிக்கித் தவிக்கும் பூச்சியாய் உணர்ந்தபோதும்
பாறையின் வேர் ஆழத்துள்ளிருந்து
உனது சொற்களை உருவாக்கினாய்

வன்முறையையும் அதிகாரத்தையும்
கடைசிவரையிலும் எதிர்த்துக் கொண்டேயிருந்தாய்
நண்பனே
உனது பயணத்தின் சாட்சியாய் நீயே இருந்தாய்
உனது கவிதைகளின் அர்த்தமாய் நீயே இருந்தாய்

கடைசியில்
எரியும் காலத்தின் புகை உன்மீது படிந்தது
அவர்கள் வன்முறையின் உச்சக் குரலில் பேசினார்கள்
நீயோ
அதிகாரத்தின் குருதி முகத்தில் காறி உமிழ்ந்தாய்
முடிவில் உன்னைக் கொன்றார்கள்

ஒரு பறவையின் குரலை இழந்த துயரம்
எங்களில் படிந்து போனது
நீ அற்பமான காலத்தின் மகா கவிஞன்
அப்படித்தான் எல்லோரும் பேசிக் கொள்கிறார்கள்
நண்ப,
உன் சொற்களுக்கடியில் ஓடிக்கொண்டிருக்கும் பெருநதியில்
வாழ்வின் துர்கனவுகளுடன் கவிதைகள் மிதக்கின்றன.

மரணத்தோடு விளையாடிய குழந்தை

தீபச்செல்வன்

*உனது ஒளி மிகுந்த கவிதைகளிடம்
அவர்கள் முழுமையாக
தோற்றுப் போனார்கள்
இருளை கொடூர முகத்தில்
அப்பிக்கொண்ட அவர்கள்
வலிமை மிகுந்த
உனது குரலிடம்
சரணடைந்து போனார்கள்.*

*விழித்துக்கிடந்த
உனது சுதந்திரத்தின்
குழந்தைமீது
கூரிய கத்தியை வைத்து
குரலை நசித்துவிட்டு
சிரித்தபடி போகிறார்கள்.*

*நீ சுமந்துவந்த
தேன் நிரம்பிய மண்பானை
உடைந்து போனதாய்
அவர்களுக்குள்
திருப்தி தலை தூக்க
வீதியை இருட்டாக்கி
ஓடிக்கொண்டிருக்கிறார்கள்.*

*இருப்பினும் உனது
எல்லா கவிதைகளும்
விழிகளில்
சூரியனைக் கொண்டு
பிரகாசிக்கின்றன*

உனது எண்ணங்கள்
கடலிலும் வெளியிலும் புறப்படுகிறது.

நீ வாழ்ந்து வந்த
சோலைகளின் மீதும்
அவர்களின் கத்திகள் பதிந்தன
நீ வளர்த்த மரங்களின்மீதும்
அவர்களின் துப்பாக்கிகள்
பதிந்தன
உன்னை தூக்கிக் கொண்டு
கருகிய வனம் ஒன்றிற்குள்
போகச்சொன்னார்கள்.

நீ கொண்டாடிய சிரிப்பை பலியெடுக்க
பின் தொடர்ந்து வந்தார்கள்
நீ எதிர்த்த பயங்கரத்தை
உன் மீதே
பிரயோகிக்கத் திரிந்தார்கள்.

எப்போழுதும் போலவே
உனது வானம்
உனது நிறத்தை அணிந்திருக்கிறது
எப்பொழுதும் போலவே
உனது வழி உனது வெளிச்சத்தில்
மிகுந்திருக்கிறது
இன்னும்
உனது வார்த்தைகள்
உனது இசையால் நிறைந்திருக்கின்றன
உனது கேள்வியும் போராட்டமும்
அதிகாரங்களுக்கு முன்னால்
முண்டியடிக்கிறது.

ஒரு குழந்தையை
படுக்கையின் மீது
படுகொலை செய்துவிட்டு
எப்பொழுதும் விடுதலைக்காய்
அதிகாரத்தை எதிர்த்து
குரலிடும்
அதன் ஒளிமிகுந்த வார்த்தைகளை
எடுத்துப்போகிறார்கள்.

(இதில் போஸ் நெருங்கிக்கையாளும் சில சொற்களும் இடங்களும் வருகின்றன)

சந்திரபோஸ் சுதாகரின் கவிதைகளை முன்வைத்து ஒரு வாசகப் பார்வை

சாங்கிருத்தியன்

அரூபமான நுண்ணுணர்வின் தளத்தில் கட்டமைக்கப்பட்டு மொழியின் அதீத சாத்தியப்பாடுகளைக் கொண்டியங்கும் நவீன கவிதை ஈழத்தில் கால்நூற்றாண்டு காலமாய் போரின் குரூர முகங்களையும், மனித வாழ்வின் அவலங்களையும் பெரும்பான்மையாய் பாடுவதாக அமைந்தது. அசாதாரண சூழலில் நிகழ்காலப் பயணியாய் இருந்து ஈழத்தின் வன்முறைகளைப் பதிவுசெய்த சந்திரபோஸ் சுதாகர் மறைந்து ஓராண்டு மறைந்துவிட்ட போதிலும் ஸ்தூல வெளியில் நவீன கவிதையின் அதீத புனைவின் சிறப்பு பிரதியாய் தன்னை முன்நிறுத்தி ஆழவேரூன்றி அழியாச் சுவடு பதிக்கிறது. செறிவான மொழிப்பிரயோகம், மிகையற்ற உயிரோட்டமான காட்சிப்படுத்தல், குறியீட்டு குழுமங்கள் ஊடான பிரக்ஞை பூர்வமான முன்வைப்பு என சந்திரபோஸ் சுதாகரின் கவிதைப்புலம் கட்டமைகிறது. 1990களில் கவிஞராக தன்னை அடையாளப்படுத்திக் கொண்ட எஸ்போஸ், நிலம், தமிழ் உலகம் எனும் சஞ்சிகைகளின் இதழாசிரியராகவும் (Tamilulakam - Co-Editor) சிறுகதை ஆசிரியராகவும், பத்திரிகை ஆசிரியராகவும் பல்வேறு தளங்களில் இயங்கினார். ஈழத்தின் சமூக இயக்கத்தின் புறவெளிப்பாடுகளை, தோலுரித்துக் காட்டும் போஸின் கவிதைகள் வெளிச்சம், ஈழநாதம், வீரகேசரி, சரிநிகர், இன்னுமொரு காலடி, யுகம் மாறும், காலச்சுவடு, மூன்றாவது மனிதன், தமிழ் உலகம், நிலம், தடம் போன்ற பல்வேறு பத்திரிகைகள், தொகுப்புகள், சஞ்சிகைகளில் வெளிவந்துள்ளன. வேற்றாகி நின்றவெளி, செம்மணி, வெளிச்சம் கவிதைகள்,

காலச்சுவடு கவிதைகள் என்னும் கவிதைத் தொகுப்புகளும் சந்திரபோஸ் சுதாகரின் கவிதைகளை உள்வாங்கி வெளிவந்தன.

யதார்த்த வாழ்வில் போரினால் புறக்கணிக்கப்பட்டு அஞ்சி ஒடுங்கி நடுங்கி வாழும் மனிதனின் உள்ளத்து உணர்வுகளை படிமத்துக்கூடாகக் காட்சிப்படுத்தும் நிகழ்வு பற்றிய இரண்டு கவிதைகள் 'வேற்றாகி நின்ற வெளி' என்னும் கவிதைத் தொகுப்பில் வெளிவந்தன. இருப்பியலின் அச்சுறுத்தல், எலும்புகளின் நெடி, ஆயுத முனையில் கவியும் இருள், வதைகளின் சுமைகளை சுமந்து நிற்கும் காலமென கொடிய யுத்தத்தையும் அது ஏற்படுத்திய ரணங்களின் வடுக்களையும் பதிவு செய்யும் இக்கவிதை ஈழத்தின் நடப்பியல் சார் இயங்கியலைக் கண்முன் காட்சிப் படுத்துகிறது.

திரை மறைவுக்குள் புதையுண்டிருக்கும் மனித வாழ்வின் அவலத்தையும் வாழ்தல் குறித்தான நம்பிக்கையின்மையையும் 'யாரோ பிடுங்கி நதியில் கரைத்த சுவடுகளில் மழை தனது துயரை நட்டு வைத்திருக்கிறது இன்னும்' என்னும் வரிகளில் புறவெளிக் காட்சிப் படிமம் வெகுதுல்லியமாக வெளிப்படுகின்றது.

முள்வெளிக்குள் சிக்குண்டு முகம் தொலைந்த சமூகம் ஒன்றின் துயர்வின் பகிர்வே 'செம்மணித் தொகுப்பில்' இடம்பெறும் 'முள்வெளி' எனும் கவிதையாகும். ஆதி மனிதனின் மரண நிகழ்வுக்கூடாக தொன்மத்தின் சிதைவை முன்மொழியும் இக்கவிதை வெளிக்களக் காட்சிகளுக்கூடாக நிகழ்கால யதார்த்தத்தை பிரக்ஞை பூர்வமாக பதிவு செய்கிறது.

இருப்பிழந்து இடம்பெயர்ந்து வந்தவேளையில் உறவுகளைப் பறிகொடுத்த ஆத்மாவொன்றின் வேதனைக் குரலே வெளிச்சம் தொகுப்பில் இடம்பெறும் 'புதைக்கப்பட்ட வைரங்கள்' என்னும் கவிதை.

'பிள்ளையைப் புதைத்தாயிற்று
பெத்தவள்
சன்னியில் செத்துப்போனாள்
எனது நிலம்
எனது சிலுவை
எனது சுடலை
எடுத்து வந்தவை எதுவுமே இல்லை.'

என இழப்பின் துயர் மனதை நெருடும் வகையில் உயிர்ப்புடன் காட்சிப்படுத்தப்படுகிறது. முறிந்து நகரும் சொற்சேர்க்கையால் நுட்பமான மொழி இயைபுக்குள் கட்டமையும் இக்கவிதை மொழியின் புதிய புதிய சாத்தியப்பாடுகளின் ஊடாக நுகர்வோன் மனதில் அதீத அழுத்தத்தையும் ஏற்படுத்தியிருக்கிறது.

நிழல் முறிந்த மரம், கூரையற்ற மனிதனின் மூன்றாவது கதவு, கனவுகளின் அழுகையொலி, எஸ்போஸ் கவிதை 1, 2, 3 போன்ற கவிதைகள் 'மூன்றாவது மனிதன்' இதழ் தோறும் வெளிவந்த கவிதைகளாகும்.

விடைகளை உள்வாங்கி வினாக்களின் தொகுப்புகளின் ஊடாக கட்டமைக்கப்படும் 'நிழல் முறிந்த மரம்' சாமியாடல் என்னும் சடங்கினை குறியீடாகக் கொண்டு புறந்தள்ளிய மனித வாழ்வை பேசுகிறது. இனத்தின் முரண் இணைவில் சாத்தியமின்மையை

'தொட்டுப் பார்க்கும் தூரம் கூட இல்லை இருவருக்கும் - எனினும்
ஒரு தெருவில் அவர்களும்
இன்னொன்றில் இவர்களுமாய்
நீள்கிறது எமக்கான தூரம்'

என்னும் வரிகள் தெளிவாக உணர்த்தி நிற்கிறது. சாவின் அமைதி பிணமெரியும் தேசம், அழியுண்ட கனவுகளின் வெறுமையில் உழலும் மனிதக் கூடுகளின் துயரம், சாபத்தின் எல்லைகளை உள்வாங்கி நகரும் காலம் என விரியும் 'கனவுகளின் அழுகையொலி' என்னும் கவிதை யதார்த்த நடப்பியல்புக்கூடாக ஈழத்தின் இருப்பியலின் இயங்கியலைக் காட்சிப்படுத்துகிறது.

'மரணம் தூங்கும் சுவர்களில்
இன்னும் விழித்துக்கொண்டிருக்கிறது
காலப் பேய் நிழல்'

என படிமத்திற்கூடாக எழும் கவிதை 'அழியுண்ட கனவுகளின் அழுகைச் சக்திக்குள் போய்விழுகிறது சிறகிழந்த பறவைகளின் வாழ்வு' என வன்மங்களுக்குள் சிக்கி உழலும் வாழ்வின் யதார்த்தத்தை காட்சிப் படிமமாக முன்மொழிகிறது.

'கூரையற்ற மனிதனின் மூன்றாவது கதவு' என்னும் கவிதை சாக்கடலின் உயிரோட்டமான விம்பத்தையும், அவ்விம்பத்தின்

உடைவுக்கூடாக மனித வாழ்வின் நிதர்சனமற்ற இருப்பையும் எடுத்துரைக்கிறது.

2002 இல் வெளிச்சம் இதழில் தலைப்பின்றி பிரசுரமான இக்கவிதை பெப்ரவரி - மார்ச் 2003 மூன்றாவது மனிதன் இதழில் சிற்சில மாற்றங்களுடன் பிரசுரமானது.

சாவின் துயரம்
'நாம் கடவுளைக் காணவில்லையாயினும்
எம்முன் கடவுளாய் ஒளிர்கிறது'

அழகியலுக் கூடான சொல்லிணைவுகளின் மூலம் இயங்கும் இக்கவிதை சாவு குறித்தான பிரக்ஞை பூர்வமான முன் வைப்பின் மூலம் சாவை சாக்கடவுளின் விம்பமாய் முன்னிறுத்தி வாழ்வின் அபத்தத்தை அங்கதமாய்க் காட்சிப்படுத்தப்படுகிறது.

பல கவிதைகளின் கூட்டிணைப்பே 'எஸ்போஸ் கவிதை' ஆகும். 182 வரிகள் நீளமுடைய இக்கவிதை 'தவிர' இதழ் ஒன்றில் வெளியான கவிதை ஒன்றின் சில பகுதிகளைக் கொண்டும் 19.11.2006 இல் வீரகேசரியின் உயிர் எழுத்துப் பகுதியில் வெளியான 'மரணம் பற்றிய சிறு குறிப்பு' என்னும் கவிதையை இணைத்தும் வரையப்பட்டுள்ளது. இவ் இணைப்பு சரளமான கவிதையோட்டத்தில் எவ்வித பங்கத்தையும் ஏற்படுத்தவில்லை. யுத்தக் கவிதைகளின் பிரசன்னத்தையும் அது அவாவி நிற்கும் வன்முறையின் அழிவுகளையும் எதிர்காலத்திற்கு வெளிச்சம் போட்டுக்காட்டி நிற்கும் இக்கவிதை பொதுத் தர்க்கம் சார்ந்த புறவயத் தன்மையுடன் வரையறுத்து மட்டிடமுடியா விரிந்த தளத்தில் தன்னை கட்டமைத்துக்கொள்கிறது.

பரஸ்பர புரிந்துணர்வின்மையும் அதன் நிமித்தம் விளையும் துன்பியல் நிகழ்வையும் படிமத்துக்கூடாகக் காட்சிப்படுத்தும் 'இரங்கற்பா' என்னும் கவிதை பிரத்தியேகமான மொழிக் கட்டுமானத்துக்குள் தன்னை வடிவமைத்துக்கொள்கிறது.

'நீ விரும்பாத எனது சிறகுகள் ஒரு
வேட்டை நாயை
வளர்த்து விட்டிருக்கின்றன உன்னுள்...'
(தமிழ் உலகம், ஜூலை 2005)

பத்மநாபஐயரின் 'யுகம் மாறும்' இலக்கியத் தொகுப்பில் இடம்பெற்ற 'வலை' என்னும் கவிதை சிலந்தி என்னும் கட்புலபப்படிமக் குறியீட்டுக்கூடாக பேரினவாத சக்திகளின் ஆக்கிரமிப்புக்குள் அகப்பட்டு சோபையிழந்து சிதைந்த தேசத்தை பாடி நிற்கிறது. ஐயரின் பிறிதொரு இலக்கியத் தொகுப்பான 'இன்னுமொரு காலடி'யில் இடம்பெறும் 'சுகித்தல்' என்னும் கவிதை வன்முறைக்குள் சிக்கி உழன்று தவிக்கும் ஆன்மா அதற்குள் வாழ தன்னை தயார்படுத்திக் கொள்ளலை வெளியுலகிற்கு உணர்த்தி நிற்கிறது. போரின் அபத்தங்களுக்குள் இயங்கும் யதார்த்த இயங்கியல் உணர்வுகளின் ஸ்தூலமாக இவ்விரு கவிதைகளிலும் வெளிக்கொணரப்படுகிறது.

வாழ்வின் முடிவுத்தூரத்தில் கடைசிப் பயணியின் நிகழ் பற்றிய பதிவின் குறிப்புகளே வெளிச்சம் பவள இதழில் பிரசுரமான 'கடைசிப் பயணியின் குறிப்புக்கள்' என்னும் கவிதையாகும்.

'எனது இன்றைய நாட்களோ
துயரமும் கண்ணீருமானவை
வேதனை துலங்கும் இந்நாளில்
குயில்கள் இறந்து கிடக்கின்றன.
ஆட்டு மந்தைகளின் புற்களால் நிறைந்த தோட்டம்
சிதைந்து போயிற்று
மனிதர் வீதிக்கு வருகிறார்கள் இல்லை
உள்ளே
நெஞ்சு வெடிக்கும் துயருடன்
குடில்கள் குலுங்குகின்றன'

போர் விழுங்கிய பொழுதுகள் நிகழ்வின் சாட்சிக்கூடாக சிதைவுகளின் ஒழுங்கமைப்பில் நிகழ்வுகளைப் பதிவு செய்யும் இக்கவிதை 'வழியனுப்ப யாரும் வராத இந்த பயணத்தில் நான் எனது வழிகளையும் இரண்டு துளி காதலையும் மட்டுமே உணர்ந்தேன்' என தன் உணர்வுத் தடத்தில் தன் பிரதியை முடித்துக் கொள்கிறது.

சந்திரபோஸ் சுதாகரின் பல கவிதைகளுக்கு களம் அமைத்துக் கொடுத்த சஞ்சிகையாக காலச்சுவட்டைக் கூறலாம். சுயம் (இதழ் 27, அக். - டிச. 1999) ஒளி சுடர்ந்த என் மனமும் நெருப்பெரிந்த உன் மனமும் (இதழ் 29, ஏப். - ஜுன் 2000) இன்னும் சேகரிக்கப்படாத புறாவின் சிறகுகளும் தெருவின் நிழலில்

கரையும் நாங்களும் (இதழ் 32, நவ. - டிச. 2000) கடவுளைத் தின்ற நாள் மற்றும் ஒரு நாட்குறிப்பு (இதழ் 65, மே 2005) போன்ற கவிதைகள் காலச்சுவட்டில் வெளிவந்தவையாகும்.

ஈழத்தில் பேச்சு சுதந்திரம் மறுக்கப்பட்டு சுயம் இழந்து முகம் தேடும் மனிதனின் ஆத்மாவின் குரலே 'சுயம்' என்னும் கவிதையாகும். பேச்சு சுதந்திரமற்ற ஈழத்தின் தார்மீக நிகழ்காலப் பெருவெளியை தன் உணர்வுத் தளத்தில் இருந்து தூலக்காட்சி கருப் பொருண்மைக்கூடாக இக்கவிதை வெளிப்படுத்துகிறது.

கடவுளைத் தின்ற நாள் மற்றும் ஒரு நாட்குறிப்பு என்னும் கவிதை தொன்மம் சார் படிமக் குறியீட்டு உத்திக்கூடாக அனுபவம்சார் நிகழ்வின் பிரதியாக தன்னை முன்னிறுத்துகிறது. இரவை அள்ளிச் செல்லும் மரண ஓலங்கள் குருதி நனைக்கும் சிறைக்கூண்டு அதில் தலைகீழாய் தொங்கும் மனித உடல்கள் சரீரத்தை புசிக்கும் காலம் என மனித வகைகளின் குரூரம் கவிதையெங்கும் வியாபித்து நிற்கிறது. ஈசல் என்னும் வன்முறையின் குறியீட்டுப் படிமத்துக்கூடாக கட்டமைக்கப்படும் இக்கவிதை தேவாலயத்தில் பகிரப்படும் அப்பமும், திராட்சை ரசமும் மனித சரீரத்தினதும் குருதியினதும் நிழல் பிரதிமையின் படிமமாகத் தன்னை வெளிப்படுத்தி நிகழ்வின் விளைவு, செயல் என்னும் மையச்சரட்டில் இயங்குகிறது.

எஸ்போஸின் உள்ளுணர்வுத் தளத்தில் இயங்கும் அகம் சார் கவிதைகள் காதலையும் அது நுண்ணுணர்வின் உள்வெளியில் ஏற்படுத்தும் அதீத பிரேமையையும் ரொமாண்டிச மற்றும் நடைமுறை வாழ்வுக்கூடாக காட்சிப்படுத்தப்படுகிறது. ஈழத்தில் அகவுணர்வுத் தளத்தில் எழும் பெரும்பாலான கவிதைகள் போரின் அனர்த்தத்துக்குள் சிக்கி கைகூடாததாய்ப்போன காதலையே பாடுபொருளாய் கொண்டமைந்தன. இவ்வகையில் அகம்சார் தன்னுணர்வுத் தளத்தில் எழும் எஸ்போஸின் கவிதைகளும் பிரிவாற்றாமை, காத்திருப்பு இறுதி விடை பெறுதல் எனத் துன்பியல் சார் உணர்வுக்கூடாகவே கட்டமைக்கப்பட்டுள்ளன.

அன்பின் மென் உணர்வுகளின் இழைகளில் கட்டுறும் 'ஒளி சுடர்ந்த என் மனமும் நெருப்பெரிந்த உன் மனமும்' என்ற கவிதை அகவெளியில் பெண் விம்பம் ஏற்படுத்தும் அதிர்வை கால

காட்சிப் படிமங்கள் ஊடாக அலங்காரமற்ற சொற் சேர்க்கையாய் தன்னை முன்னிறுத்தி நிற்கிறது.

'உனது முகம் பற்றிய படிமம்
உனது புன்னகையாய் வண்ணத்துப்பூச்சி ஒன்றின்
சிறகைப் போல என்னுள் படபடக்கிறது'

அகவெளியின் நுண்ணுணர்வில் விம்பம் ஏற்படுத்தும் சலனம் புறம் சார் பிரதிமைகளுக்கூடாகக் காட்சிப்படுத்தப்படுகிறது.

'இன்னும் சேகரிக்கப்படாத புறாவின் சிறகுகளும் தெருவின் நிழலில் கரையும் நாங்களும்' என்னும் கவிதை இயல்பு நிலை குன்றிய வாழ்வின் குரூரத்தையும் அதன் நிமித்தம் நிராகரிக்கப்படும் காதலையும் அலங்காரத்தன்மையற்று நடப்பியல்சார் வாழ்வுக்கூடாக காட்சிப்படுத்துகிறது. இழை அறுந்து வாழ்விலிருந்து விடுபடலும் ஒன்றிணைந்த உள்ளங்கள் வாழமுடியாத துர்ப்பாக்கியமும் துன்பியல்சார் நிகழ்வுக்கூடாக விவரணமற்று எளிமையாக தன் உணர்வுத் தளத்தில் காட்சிப்படுத்தப்படுகிறது.

வாழ்தல் குறித்தலான நம்பிக்கைகள் தகர்ந்து தேய்ந்து முற்றுப்பெறும் கணத்தில் உயிர் ஒன்றின் மரண சாசனமாகத் தன்னை ஆவணப்படுத்தும் 'சூரியனை கவர்ந்து சென்ற மிருகம்' என்னும் கவிதை 'நிலம்' மூன்றாவது இதழில் பிரசுரமானது. கைது செய்யப்பட்டதன் பின்னரோ அல்லது கடத்தப்பட்டதன் பின்னரோ வாழ்வு நிச்சயமற்றது என்பதை உயிர்த்துடிப்புடன் தோழனுக்கு உரைக்கும் இக்கவிதை அகம் சார்ந்த மென்னுணர்வுத் தளத்தில் இயங்கும் காதலை நடப்பியலுக்கூடாக பிறிதொரு தளத்தில் முன்நிறுத்துகிறது.

நுண்ணிய மனவெளியில் பெண் உணர்வு ஏற்படுத்தும் அக உணர்வுகளின் சலனமே 'தடம்' இதழில் பிரசுரமான 'வெளி' 'உனது குரல் பற்றிய ரகஸியத்தில் மிதக்கும் கடல்' என்னும் கவிதைகளாகும்.

'எங்கிருந்து தொடங்கப் போகின்றன உனது வார்த்தைகள்
சமூகத்தின் முடிவற்ற நீட்சியில் இருந்தா
உடைந்து சிதறிய ஈசல்களின் சிறகுகளில் இருந்தா

காடுகளின் மீது ஓயாது பாடிக்கொண்டிருக்கும்
துணையற்ற குயில்களின் இருண்ட குரல்களில் இருந்தா

முடிவற்ற நீட்சியின் பெண் குரல் பலிதரும் துயரத்தின் ஆதார சுருதி என்பதை 'வெளி' என்னும் கவிதை துல்லியமாக வெளிப்படுத்துகிறது.

வாழ்வு குறித்ததான வெறுமையும் காதல் குறித்ததான நம்பிக்கையின்மையும் 'உனது குரல் பற்றிய ரகஸியத்தில் மிதக்கும் கடல்' என்னும் கவிதைகளில் நுட்பமாக வெளிப்படுத்தப்படுகிறது. துன்புற்றுத் துவண்டுபோய் முகம் தொலைந்த அகவெளியின் காட்சிப்படிமம்.

'எல்லாக் கனவுகளும் சிதறி உடைய
என் மேல் கவிந்த இரவின் சாயலில்
சிறு புள்ளியுமற்றுப் போனேன் நான்'

என்னும் வரிகளில் முழுமைத் தன்மையுடன் காட்டுகிறது.

மொழிச் சிக்கனமும் ஒத்திசைவும், செய்நேர்த்தியும் கொண்ட எஸ்போஸின் அகவெளி பிரக்ஞை பூர்வமான அனுபவ கருத்துருவின் திருந்திய வடிவமாகும். ஈழத்தின் வன்முறையின் குரூரத்தை சமூகத்தின் இருப்பியலூடாக அதீத புனைவற்று வெளிப்படுத்தும் இக் கவிதைகள் ஒரு மறை பிரதியாய் நின்று தன்னைக் கட்டுரைக்காது அனுபவத்தின் நேரடிப் பிரதியாய் தன்னை முன்நிறுத்தி கட்டுரைக்கிறது.

The following poem was written by S. Bose, a writer-poet (Tamil) from Vavuniya, Sri Lanka and was translated by a friend of mine for Global Voices Online readers. Chandrabose Sudhakar or S. Bose was shot dead by armed men in his own home on April 16th, 2007. The killers who spoke Sinhala warned S. Bose's seven year old son to go back to sleep quietly and left the scene. Fortunately S. Bose's wife and daughter had been travelling and were not present.

Self

Let me talk
your loud voices have
cut my wound deeper.
my voice is lost and dissolved in
the light of your foot prints.
Stop,
i want to be my self
always.
the stars in the sky
shatters and breaks,
you are screaming
seeds are spurting out of land,
again and again you are being possessed.
i lowered my head in shame for you.
at least in some moments
give permission to some one,
to ask some questions that
raise from within the depth
of their heart and talk them out

2.

in my broken voice
i also want to sing,
love-filled songs of sorrow

S. Bose (1975 - 2007)

Written by Mathy Kandasamy
(globalvoicesonline.org)

எஸ்போஸ்: வலியறியும் வார்த்தைகள்

ந. மயூரரூபன்

90களில் கவிதை தளத்தில் இயங்கியவர்களில் எஸ்போஸ் எனப்படும் சந்திரபோஸ் சுதாகரும், உமாஜிப்ரானும் எனக்கு மிகவும் பிடித்தமானவர்கள். மற்றைய எழுத்தாளர்களில் இருந்து இவர்கள் தனித்துத் தெரிந்தார்கள். குறிப்பாக சுதாகரின் கவிதைகள் துடிப்பும் சுயவிசாலிப்பும் காயடித்துப் போகும் அந்த நேரச்சூழலைப் பேசின.

'கவிஞர் கவிதைகளைப் புனைவதில்லை
கவிதை எங்கோ பின்புறத்தில் உள்ளது.
அது அங்கு மிக நீண்ட காலமாய் உள்ளது.
கவிஞன் வெறுமனே அதைக் கண்டுபிடிக்கிறான்.'

எனக் கவிஞன் ஜோன் செக்கல் எழுதுவது போல சுதாகரின் கவிதைகள் அவனைச் சுற்றியே கிடந்தன. அவன் கண்டுபிடித்தான். தனது மரணத்தையும் அவனே கண்டுபிடித்தான். 'சூரியனைக் கவர்ந்து சென்ற மிருகம்' எனும் கவிதை சுதாகரின் இறப்பிற்கு முன்பாக எழுதப்பட்டது.

'என் அன்புக்கினிய தோழர்களே!
எனது காதலியிடம் சொல்லுங்கள்
ஆயிரக்கணக்காண மனிதர்கள் குழுமியிருந்த
வனாந்தரத்திலிருந்து
ஒரு மிருகம் என்னை இழுத்துச் சென்றுவிட்டது'

தத்துவார்த்த நிலையிலும் உணர்வு கிளர்நிலையிலும் கவிதை பற்றியும் கவிஞர் பற்றியும் கூறிச் செல்லும் வார்த்தைகள் சில கணங்களில் வெறுமையானவையாய் புலப்படும்.

கவிஞன் எப்போதும் உண்மையின் பின்னால் மறைந்திருக்கும் கவிதையை கண்டுபிடிக்க வேண்டும். பதிலாக வெளித் தெரியும் உண்மைக்கும் பணிந்து சேவகம் செய்தால் கவிதையின் குறிக்கோளில் இருந்து விலகியவனாவான். முன் தீர்மானிக்கப்பட்ட எதுவாக இருந்தாலும் கவிதையின் உண்மையை கண்டுபிடிக்காமல் மற்றையவைக்கு அடிபணிந்தால் அடிவருடியானால் அங்கு போலித்தனமே எஞ்சி விடுகிறது.

'அதிகாரத்தைச் சிலுவையிலறைவதா
அதிகாரத்துக்கெதிரான நமது இருதயங்களை
சிலுவையில் அறைவதா ?'

அதிகாரத்தின் மீதான எதிர்வினைகள் சுதாகரின் கவிதைகளில் உயிர்ப்புள்ள கத்திகளை மறைத்துள்ளன. ஃபூக்கோ சொல்லுவது போல் நம்முடைய சிந்தனை செயல் அனைத்தும் அதிகாரத்தால் கட்டுப்பட்டன. அதிகாரத்தை துதிப்பதாகவோ மாறாக அதிகாரத்தை எதிர்ப்பதாகவோ இரு தளங்களில் அல்லது இருவகைப்பட்ட நிலையில் எங்கள் மனம் வாழும். அதிகாரம் தனக்கான உரையாடலை நிகழ்த்திக்கொண்டே இருக்கிறது.

சுய தரிசனம் மிக்கவர்கள் அந்த உரையாடலில் தண்டிக்கப் படுகிறார்கள். ஃபூக்கோ சொல்லுவது போல கட்டுப் படுத்தப்பட்ட உடல்களே இன்றைய அமைவிற்குத் தேவை.

இன்றோ நாளையோ வாழ்வு முடிந்துவிடும் என மீன்கள் ஓலமிடுகின்றன. அலைகள் அதை ஓங்கியறைந்து செல்லுகின்றன. எனக்குமது புரிகிறது. ஏன் வாழ்வும் மீனைப் போலதான். இது சுதாகரால் சொல்லப்பட்டது.

சுதாகரின் 'வலியறியாத வார்த்தைகள்' எனும் கவிதையின் சில வரிகளை உங்களுடன் பகிர்ந்து கொள்கிறேன்.

'நீ சிரித்தபடியிருக்கும் ஒரு நாளில்
அலையை வெறித்திருக்கும் எனது கண்ணில்
மீன்களின் ஓலம் தெறிக்கிறது
....
கவிதையின் ஒளிமிகு நாள்களை நான் இழந்துவிட்டேன்.
ஒரு பிச்சைக்காரன் தனது கவளங்களை இழக்கும் துயரோடு...'

'என்னுள் அது நிகழ்ந்தது.

எல்லாம் மிகப் பழைய வார்த்தைகளாகின
மிகப்பழைய வார்த்தைகளாகின
மிகப்பழைய வார்த்தைகள்.
இப்போது உனது மண்பானை உடைந்து விட்டது - அது
தேனால் நிறைக்கப்பட்டிருந்தாலும்
கள்ளில் ஊறிக்கிடந்தாலும்
இசையின் வலியை சிதறல்கள் தரா
நீ உணர்கிறாயா
காற்றிலிருந்து இறங்கும் ஒரு கழுகின் இரையாய்
வலியறியாது காத்திருக்கின்றன உனது வார்த்தைகள்.'

மனிதர்கள் சுதந்திரமானவர்கள் அல்லர், அவர்கள் எப்போதும் அதிகாரத்தின் உரையாடலால் கட்டுப்படுத்தப்பட்டவர்கள் என்று ஃபூக்கோ கூறினாலும் கட்டுப்படுத்தப்படாத மனிதர்களும் இருக்கிறார்கள் சுதாகரைப் போல. எனினும் அதிகாரம் எம்மைச் சூழ அசைந்து கொண்டே இருக்கிறது.